ஜார்ஜ் ஆர்வெல்
1984

க.நா. சுப்ரமண்யம்

ரிதம்

ரிதம் வெளியீடு

ஜார்ஜ் ஆர்வெல் - *1984*
க.நா. சுப்ரமண்யம் ©

Geroge Well - *1984*
K.N. Subramanyam ©

1st Edition: Jan 2024
Pages: 224   Price: Rs. 225
ISBN: 978-93-93724-86-1

Published by:
Rhythm Veliyeedu
New No.58, Old No.26/1, 1st Floor,
Alandur Road, Saidapet,
Chennai - 600 015, Tamil Nadu, INDIA
Ph : (044) 2381 0888, 2381 1808, 4208 9258
E-mail : senthil@rhythmbooks.in
Web : www.rhythmbooksonline.com

Book Layout & Cover Design
Visual Vinodh - 9500149822

முன்னுரை

ஜார்ஜ் ஆர்வெல் என்பவரின் இயற்பெயர் எரிக் ப்ளேர் என்பதாகும். அவர் இந்தியாவில் 1903இல் பிறந்தார். அவர் வாழ்க்கையில் பலதரப்பட்ட அனுபவங்களை அடைந்து அவற்றையெல்லாம் நூல்களாக எழுதிவைத்தார். இந்தியப் போலீஸில் அதிகாரியாக, பர்மாவில் 1922 முதல் 1928 வரை வேலை பார்த்தார். பிறகு இரண்டு வருஷங்கள் பாரிஸ் நகரில் வசித்தார். இங்கிலாந்து திரும்பி சிறிதுகாலம் பள்ளிக்கூட உபாத்தியாயராகச் சேவை செய்தார். கொஞ்சநாள் ஒரு புஸ்தகக் கடையில் வேலை பார்த்தார். 1937இல் குடியரசுக் கட்சிக்கு சார்ந்து ஸ்பெயின் உள்நாட்டு யுத்தத்தில் கலந்துகொண்டார். காயமடைந்து ஊர் திரும்பினார். இரண்டாவது உலக யுத்தத்தில் இங்கிலாந்தின் உள்நாட்டுக் காவல் படையில் சேவை செய்தார். கொஞ்ச நாள் பி.பி.சி. ரேடியோ நிலையத்தில் வேலை செய்தார். 1943 முதல் பத்திரிகைகளுக்கு எழுதத் தொடங்கினார். தொடர்ந்து பல வருஷங்கள் 'என்னிஷ்டப்படி' என்று ஒரு இலக்கிய அரசியல் கட்டுரையை எழுதி வந்தார் ட்ரிப்யூன் என்கிற இதழில். பிரான்சிலும், ஜெர்மனியிலும் விசேஷ பத்திரிகை நிருபராகப் பல வருஷங்கள் சுற்றினார். ஒரு வருஷம் நோய்வாய்ப்பட்டிருந்து விட்டு அவர் ஜனவரி 1950ல் உயிர் துறந்தார்.

அவருடைய மூத்த மனைவி 1945இல் இறந்தாள். சாவதற்குக் கொஞ்சம் நாள் முன்னதாக அவர் இரண்டாவது மனைவியாக ஒரு இலக்கிய ஆசிரியை (ஸோனியா ப்ரௌனல்)ஐ மணந்தார்.

அவர் எழுதிய நூல்களில் சிறப்பாகச் சொல்ல வேண்டியது பின்வருபவை; "லண்டனிலும் பாரிஸிலும் காசில்லாதிருப்பது;" "பர்மா நாட்கள்;" "வீகாபியர் போகும் வழி!" "கடலோனியாவுக்கு வணக்கம்;" "திமிங்கலத்துக்குள்ளே." 1946இல் வெளிவந்த விலங்குப்பண்ணை பிரமாதமாக விற்பனையாயிற்று. ஆங்கிலத்தில் மட்டும் இது பத்து லட்சம் பிரதிகளுக்கு அதிகமாக

விற்பனையாகியிருக்கிறது. சற்றேறக்குறைய 80 பாஷைகளில் இது இன்றுவரை மொழிபெயர்க்கப்பட்டிருக்கிறது. கடைசியாக அவர் எழுதிய நாவல் 1984; 1949இல் வெளியான இந்த நாவலும் பிரமாதமான புகழை அவருக்குத் தேடித்தந்தது. இந்த இரண்டு நாவல்களையும் சாதாரணமாக ருஷ்யாவுக்கு எதிராகப் பிரச்சாரம் செய்யும் நாவல்கள் என்றுதான் சொல்வது வழக்கம்.

ஜார்ஜ் ஆர்வெல் பிரச்சார இலக்கியத்திலே சிறிதும் நம்பிக்கையற்றவர். ஒருதலைமுறையின் மனசாட்சி என்று வேண்டுமானால் அவரைச் சொல்லலாம். அந்த மனசாட்சி வேகம் காரணமாகவே தான் அவரால் விலங்குப்பண்ணையையும் 1984ஐயும் எழுத முடிந்தது. தனக்கென்று ஆத்மீகமாக ஏற்பட்ட ஒரு பிரச்சனைக்குக் கலை உருவம் கொடுக்க முற்பட்ட ஆர்வெல் மிகவும் அழகான விலங்குப் பண்ணையையும், மிகவும் பயங்கரமான 1984ஐயும் சிருஷ்டித்துவிட்டார்.

வெறும் அரசியல் பிரச்சாரமாக மட்டும் 1984 என்கிற இந்த நாவலைக் கருதுவது தவறு. ஏனென்றால் விலங்குப்பண்ணையில் உள்ளது போலவே இதிலும் ஜார்ஜ் ஆர்வெல் நித்தியமான பல அம்சங்களை அடிப்படையாகக் கொண்டு கதையையும் கதைக் கருத்தையும் நடத்திச் சென்றிருக்கிறார். லோகாயத காரணங்களால் பொய்களும் பல சமயங்களில், பல சந்தர்ப்பங்களில் மெய் போலுமே என்று தத்துவதரிசிகள் உலகம் பிறந்த நாள் முதல் வற்புறுத்தி வந்திருக்கிறார்கள். ஆனால், இருபதாம் நூற்றாண்டில் அரசியல் பூரணத்துவம் ஏற்பட்டு மெய்போலுமே என்பது தவறு பொய்யேதான் மெய் என்று ஸ்தாபிக்கவும் மனிதர்களை ஏற்றுக்கொள்ளச் செய்யவும் துணிந்துவிட்டது. இந்த துணிச்சலின் பயங்கர உருவத்தையும் விளைவுகளையும் 1984இல் வாசகர்கள் காணலாம்.

மெய்யென்பது ஒன்றுண்டு என்பதையே மறக்கடிக்கச் செய்வதற்கு ஒரு அரசியல் வழி செயல்படுகிறது. இரண்டும் இரண்டும் நாலுதான் என்கிற ஞாபகம் இருக்கும் வரையில் எவனும் வாயளவில் சொன்னாலும்கூட இரண்டும் இரண்டும் ஐந்து என்று ஏற்றுக்கொள்ளமாட்டான். பழைய ஞாபகம் மறைவதற்குச் செய்யப்படும் முயற்சிகளை ஆர்வெல் இந்நூலில் சற்று பயங்கரமாகவே விவரித்திருக்கிறார். தங்கள் வழிகள் எந்த இடத்தில் தங்களையும் தங்கள் ஜனங்களையும் கொண்டு போய் நிறுத்தும்

என்பதை ஆர்வெல் மூலம் அறிந்த இன்றைய அரசியல்வாதிகள் அநேகர் என்றுதான் சொல்ல வேண்டும்.

அரசியல் வேகம் 1984இல் மனிதர்களை எங்கு கொண்டு போய் நிறுத்தும் என்பதை இந்தத் தலைமுறைக்கு ஆர்வெல் போல வேறுயாரும் எடுத்துச் சொல்லவில்லை, அதுவே 1984இல் அவருடைய தனிப்பெருமை.

க.நா. சுப்ரமண்யம்

பகுதி - 1

1

ஏப்ரல் மாதத்தில் வெளிச்சமும் குளிரும் அதிகமாக இருந்த ஒரு நாள், கடிகாரம் மணி ஒன்று அடித்தது. கொடிய குளிர் காற்றிலிருந்து தப்புவதற்காக மார்பில் முகத்தைப் புதைத்துக் கொண்டு, வின்ஸ்டன் ஸ்மித் என்பவன் வெற்றி மாளிகையின் கண்ணாடிக் கதவுகளைத் திறந்துகொண்டு உள்ளே சென்றான். அவனுடன் ஒரு புழுதிப்படலமும் உள்ளே நுழைந்தது.

மாளிகையின் வெளிக்கூடத்தில் வெந்த முட்டைக்கோஸ் வாடையும், பழைய கந்தல் விரிப்புகளின் வாசனையும் கலந்து நின்றது. கூடத்தின் ஒரு கோடிச் சுவரில் பல வர்ணங்களால் வரையப்பட்ட படம் ஒன்று ஒட்டப்பட்டிருந்தது. மாளிகையின் உட்புறச் சுவர்களில் ஒட்டுவதற்கு அது மிகவும் பெரியது. படத்தில் மூன்று அடி அகலத்தில் பெரிய முகம் மட்டும் தீட்டப் பட்டிருந்தது. முகத்திலிருந்து அந்த மனிதனுக்கு நாற்பத்தைந்து வயது என மதிப்பிடலாம். கருத்து அடர்ந்த மீசையும், பண்பற்ற ஆனால், வசீகரமுள்ள அந்த முகமும் பார்வைக்குக் கம்பீரமாக இருந்தது.

வின்ஸ்டன் படிக்கட்டுகள் பக்கம் போனான். லிஃப்டை நம்பிப் பிரயோசனமில்லை. சாதாரணமாக நல்ல நாட்களிலேயே அது வேலை செய்யாது.

இந்த சமயத்தில் மின்சாரவெட்டுத் திட்டம் அமுலிலிருந்தது. ‘பகைவார’த்தில் அதிகப்படியான உபயோகத்திற்காக. இந்த மின்சாரச் சிக்கனம் இப்போதிருந்தே அமுல் செய்யப்பட்டது. வின்ஸ்டன் வசிக்கும் அறைகள் மாளிகையின் ஏழாவது மாடியில் இருந்தன. முப்பத்தொன்பது வயதான வின்ஸ்டனின் கணுக்காலில் ஒரு சிரங்கும் இருந்தது. ஆகையால் மெதுவாக, அடிக்கடி நின்று நின்று ஆசுவாசப் படுத்திக்கொண்டுதான் படிகளில் ஏறினான் அவன். ஒவ்வொரு படிதளத்திலும் உள்ள லிஃப்டுக்கு எதிரில், முன்சொன்ன அதே படம் ஒட்டப்பட்டிருந்தது. அதன் கண்கள், நீ எங்கு நகர்ந்தாலும் உன்னைத் தொடர்ந்துவருவேன் என்பதுபோல அமைக்கப்பட்டிருந்தது. படத்தின்கீழ் ‘முத்தண்ணா உன்னைக் கவனித்துக் கொண்டிருக்கிறார்’ என்று எழுதப்பட்டிருந்தது.

அவன் அறையில் ஒரு கனத்தகுரல், இரும்பு உற்பத்தி பற்றிய புள்ளிவிபரங்களைச் சொல்லிக்கொண்டிருந்தது. மங்கலான, கண்ணாடி போன்ற ஒரு உலோகப்பட்டை சுவரில் அடிக்கப்பட்டிருந்தது. அதன் உட்புறத்திலிருந்துதான் வந்தது அந்தக் குரல். வின்ஸ்டன் ஒரு ஸ்விட்சைத் திருப்பினான்; குரல் சற்று தணிந்தது. ஆனால், வார்த்தைகள் தெளிவாகவே கேட்டன. அந்த இயந்திரம் (அதன் பெயர் டெலிஸ்க்ரீன்) ஓயாது. சப்தத்தை வேண்டுமானால் குறைத்துக்கொள்ளலாமே தவிர, அதை முழுவதும் நிறுத்திவிட வழி கிடையாது. ஜன்னலருகே நகர்ந்தான் வின்ஸ்டன். மெலிந்த சிறிய உருவம் அவனுடையது. கட்சியின் ஆடையான நீலநிற மேல்சட்டையால் அவன் மெலிமை அதிகமாக்கப்பட்டது; அவனுடைய சிறிய உருவம் இன்னும் சிறியதாகத் தோன்றியது. அவன் தலை மயிர் அழகாக இருந்தது. அவன் முகம் இயற்கையாகவே சிவந்திருந்தது. மலிவான சோப்பும், மழுங்கிய சவரக்கத்தியும் மழைகாலத்துக் குளிருமாகச் சேர்ந்து அவன் தோலை முரடானதாகச் செய்திருந்தன.

சாத்தியிருந்த ஜன்னல் கண்ணாடி வழியாக வெளியே பார்க்கும்போதுகூட, குளிர் அதிகமாக இருப்பது தெரிந்தது. தூசியையும் காகிதக் குப்பைகளையும் காற்றுச் சுழன்றடித்துக் கோபுரமாக எழுப்பிக்கொண்டிருந்தது. சூரியன் பிரகாசமாக இருந்தது. வானம் கண்ணை உறுத்தும் நீலநிறமாக இருந்தது. மற்றபடி சுவரொட்டி முகப்படங்களில் உள்ளதைத் தவிர வேறு எங்கும் எவ்வித வர்ணமும் தென்படவில்லை. ஆனால், இந்தப் படங்கள் மட்டும் எங்கும் ஒட்டப்பட்டிருந்தன. கருப்பு மீசை

கொண்ட அந்த முகம் ஒவ்வொரு உயர்ந்த மூலையிலிருந்தும் பார்த்துக்கொண்டிருந்தது. எதிர் வீட்டுச் சுவரிலிருந்த ஒரு படம் இப்போது வின்ஸ்டனையே பார்த்துக்கொண்டிருந்தது. "முத்தண்ணா உன்னைக் கவனித்துக்கொண்டிருக்கிறார்" என்னும் தலைப்புக்கு இணங்க முத்தண்ணாவின் கண்கள் வின்ஸ்டனின் கண்களைத் துருவிப் பார்த்துக்கொண்டிருந்தன. ஒரு உயரமான இடத்தில் மற்றொரு மூலையில் ஒட்டப்பட்டிருந்த ஒரு படத்தின் மூலை கிழிந்திருந்தது. கிழிந்திருந்த பகுதி காற்றில் அலைந்து 'இங்ஸாக்' என்னும் ஒரே வார்த்தை நன்றாகத் தெரியும் வண்ணம் மூடி மூடித் திறந்துகொண்டிருந்தது.

தூரத்தில் வீட்டுக்கூரைகளுக்கு இடையே ஒரு ஹெலிகாஃப்டர் விமானம் குதித்துக் குதித்து, ஒரு கருவண்டு மாதிரி வளைந்து வளைந்து பறந்துகொண்டிருந்தது. அது சாதாரண போலீஸ் காவல் அதிகாரிகளின் ஹெலிகாஃப்டர். ஜனங்களின் வீடுகளில் உள்ள ஜன்னல்கள் வழியாக வேவு பார்ப்பது அவர்கள் தொழில். அவர்களைப் பற்றி அதிகம் கவலைப்பட வேண்டியதில்லை. ஆனால், "சிந்தனைப் போலீஸ்" அதிகாரிகளாக இருந்தால் உண்மையிலேயே கவலைப்பட வேண்டியதாக இருக்கும்.

வின்ஸ்டனின் முதுகுப் பக்கத்திலிருந்த டெலிஸ்க்ரீன் குரல் இன்னமும் இரும்பைப் பற்றி ஏதோ சொல்லிக்கொண்டிருந்தது. 'ஒன்பதாவது மூன்று வருடத்திட்டம்' உரிய காலத்திற்குள்ளாகவே நிறைவேறிவிட்டது. பூரணமாகவே நிறைவேறிவிட்டது? என்று சொல்லிக்கொண்டிருந்தது. அந்த டெலிஸ்க்ரீன் ஒலிபரப்புவது மட்டும் அதன் வேலையல்ல. மற்றவர்கள் பேசுவதையும் அது கிரகித்துக்கொள்ளும் சக்தியுள்ளது. வின்ஸ்டன் செய்கிற ஒவ்வொரு சப்தத்தையும், குசுகுசுவென்று ரகசியம் பேசினாலொழிய மற்ற எல்லாப் பேச்சுகளையும் அது கிரகித்து "சிந்தனைப் போலீஸ்" காரியாலயத்திற்கு அறிவிக்கும். அதுமட்டுமல்ல, அதன் பார்வைக்குட்பட்ட இடத்தில் எவன் எங்கு நின்றாலும், அவனை சிந்தனைப் போலீசார் பார்க்க முடியும். அவன் பேசுவதைக் கேட்கவும் முடியும். இந்த நிமிடத்தில் அவனை யாராவது கவனித்துக்கொண்டிருக்கிறார்களா என்று அறிந்துகொள்ள மார்க்கம் எதுவும் கிடையாது. எந்தெந்த விதத்தில், எந்தெந்த சமயங்களில் சிந்தனைப் போலீசார் ஒருவனைக் கண்காணித்து வந்தார்கள் என்பது யாருக்குமே தெரியாது. எல்லோரையும் எல்லா சமயங்களிலும் கவனித்து வந்தாலும் வரலாம் – அதுவும் நடக்கக்கூடிய காரியம்தான்.

ஆனால், இஷ்டப்படும்போது மற்றவர்களைக் கண்காணிக்க சிந்தனைப் போலீசாருக்கு வசதியிருந்தது. எதை எப்படிச் செய்வார்கள் என்று ஜோசியம் வேண்டுமானால் சொல்லலாமே தவிர, நிச்சயமாகச் சொல்ல முடியாது. யாரும் இந்தக் கண்காணிப்புக்கு உட்பட்டுத்தான் அந்த ராஜ்யத்தில் வாழ்ந்தாக வேண்டும். இப்படி வாழ்வது பழக்கப்பட்டுப்போய் சகஜமாகிக் கொண்டிருந்தது. செய்கிற ஒவ்வொரு செயலும், பேசுகிற ஒவ்வொரு பேச்சும், ஈடுபடுகிற ஒவ்வொரு காரியமும், போலீசார் காதிலும் கண்ணிலும் பட்டுக் கொண்டிருக்கிறது என்கிற உணர்வுடன்தான் எதையும் செய்ய வேண்டியிருந்தது - எதையும் சொல்லவேண்டியிருந்தது.

டெலிஸ்க்ரீன் பக்கம் முதுகைத் திருப்பிக்கொண்டு நின்றான் வின்ஸ்டன். அதுதான் சரி என்று எண்ணினான். ஆனால், முதுகு மூலமாகவும் உள்ளுணர்ச்சி வெளிப்பட்டுவிடலாம் என்பதை அறியாதவன் அல்ல அவன். அவன் வேலை செய்யும் 'உண்மை மந்திரி' இலாகாவின் காரியாலயம் ஒரு கிலோமீட்டருக்கப்பால் நிமிர்ந்து நின்றது. சுற்றிலும் புழுதி படிந்திருந்த மங்கிய நிலவொளியில் அது கோபுரம்போல உயர்ந்து நின்றது. இனம் புரியாத ஒரு அருவருப்புடன் இதுதானா லண்டன் என்று எண்ணினான் அவன். ஆம், இதுதான் லண்டன். "ஓஷியேனியா" என்கிற ராஜ்யத்தின் ஜனத்தொகையில் மூன்றாவது ஸ்தானம் வகித்த 'முதலாவது விமானப் பாதை' (ஏர்ஸ்டிரிப் ஒன்று) என்கிற மாகாணத்தின் தலைநகரான லண்டன் இதுதான். எப்பொழுதுமே லண்டன் நகரம் இப்படித்தான் இருந்ததா என்று எண்ணிப் பார்த்து, தன்னுடைய குழந்தைப் பருவத்து நினைவை ஞாபகப்படுத்திக்கொள்ள முயன்றான் அவன். லண்டன் நகரம் என்றும் இப்படி பழுதுபட்டு, உலுத்துக்கொண்டிருக்கும் பத்தொன்பதாவது நூற்றாண்டுக் கட்டிடங்கள் நிறைந்த ஒரு நகரமாகவேதான் இருந்ததா? அவனுக்குப் பதில் எதுவும் தெரியவில்லை. ஞாபகம் எதுவும் வரவில்லை. குழந்தைப்பருவத்து ஞாபகங்கள் என்று சொல்லக்கூடியவையாக சில காட்சிகள் மட்டுமேதான் மனதிலிருந்தன. அவற்றிற்குப் பகைப்புலன் என்று சொல்லும்படி எதுவும் இல்லை. அவற்றில் பல அவனுக்குப் புரியவில்லை என்று தான் சொல்லவேண்டும்.

உண்மை மந்திரிசபை அல்லது ஓஷியேனியாவின் புது மொழியில் 'மினி ட்ரூ' - ஓங்கி நின்றது. பக்கத்திலிருந்த எல்லாக் கட்டிடங்களிலிருந்தும் மாறுபட்டிருந்தது அது. பளபளத்த வெள்ளை சிமிட்டியினால் கட்டப்பட்ட கட்டிடம். அடியில் அகன்றும் உச்சியில்

குறுகியும் நின்ற கட்டிடம் அது. முந்நூறு மீட்டர் உயரம் எழும்பி நின்றது. வின்ஸ்டன் நின்ற இடத்திலிருந்து அந்தக் கோபுரத்தின் சுவரில் எழுதப்பட்டிருந்ததை வாசிக்க முடிந்தது:

சண்டையே சமாதானம்
அடிமைத்தனமே சுதந்திரம்
அறியாமையே பலம்

பூமிக்கு மேலே அந்தக் கட்டிடத்தில் மூவாயிரம் அறைகள் இருந்ததாகச் சொல்லிக்கொண்டார்கள். பூமிக்கு அடியிலும் அவ்வளவு அறைகள் இருக்கலாம். அதேபோன்ற தோற்றமும் கம்பீரமும் உடைய இன்னும் மூன்று கட்டிடங்கள் லண்டனில் இருந்தன. மற்ற கட்டிடங்களைவிட அவை மிகவும் பெரியதாக இருந்ததால், தன் அறை ஜன்னலிலிருந்தே வின்ஸ்டன் அவற்றின் சிகரங்களைப் பார்க்க முடிந்தது. ஓஷியேனியா தேசத்து அரசாங்கமே அந்த நான்கு காரியாலயங்களிலும், நான்கு மந்திரிசபைகளிலும் அடங்கியிருந்தது. செய்திகள், கலை, கல்வி, பொழுது போக்கு முதலியவை "உண்மை மந்திரிசபை"யின் பொறுப்பு. போர் "சமாதான மந்திரிசபை" யின் பொறுப்பு. சட்டமும் அதைக் காப்பதும் "அன்பு மந்திரிசபை"யின் பொறுப்பு. நாட்டின் பொருளாதாரம் "உற்பத்திப் பெருக்கு மந்திரிசபை"யின் பொறுப்பு. புது பாஷையில் இவற்றிற்கு - மினி ட்ரூ, மினி பாக்ஸ், மினி லவ், மினி பிளெண்டி என்று பெயர்.

உண்மையில், அன்பு மந்திரிசபைதான் மிகவும் பயங்கரமானது. அதில் ஜன்னல்களே கிடையாது. அந்தக் கட்டிடத்திற்குள் வின்ஸ்டன் போனதே கிடையாது. அதன் பக்கத்தில் கூடப் போனதில்லை அவன். அதிகாரபூர்வமான அலுவல் ஏதாவது இருந்தாலொழிய அந்தக் கட்டிடத்தை அணுகவே முடியாது. அலுவல் இருந்தாலும்கூட இரும்பு முள்வேலிகள், காவலாளிகள் முதலியவற்றைத் தாண்டித்தான் போகவேண்டும். இரும்புக் கதவுகள், இயந்திரத் துப்பாக்கிகள் எல்லாம் பாதுகாப்புக்காக ஆங்காங்கு வைக்கப்பட்டிருந்தன. அந்தப் பக்கம் போகிற தெருக்களில் நாள் முழுவதுமே குரங்கு முகம் படைத்த போர் வீரர்கள் கையில் தடிகளுடன் ரோந்து சுற்றிக்கொண்டிருப்பார்கள்.

திடீரென்று திரும்பினான் வின்ஸ்டன். டெலிஸ்க்ரீனுக்கு எதிராக இருக்கும் தன் முகத்தில் நம்பிக்கையையும், அலட்சிய பாவத்தையும் வரவழைத்துக்கொள்வது நல்லது என்று அவனுக்குத் தெரியும். அறையைத் தாண்டி, அடுத்திருந்த சிறிய சமையலறைக்குள் போனான். காரியாலயத்தை விட்டு இந்த நேரத்தில் கிளம்பியதால்,

ஆபீஸில் கிடைக்கும் பகல் சாப்பாட்டைத் தியாகம் செய்துவிட்டான். சமையலறையில் ஒரு கருப்பு ரொட்டித்துண்டைத் தவிர வேறு எவ்வித உணவும் இல்லை என்பதை அவன் அறிவான். அந்த ரொட்டித்துண்டும் மறுநாள் காலை உணவுக்கென்று இருந்தது. "வெற்றி மது" என்ற சீட்டு ஒட்டியிருந்த ஒரு பாட்டிலில் இருந்த வர்ணமற்ற திரவத்தை எடுத்தான். சீனத்து அரிசிச் சாராயம் போன்ற அது, எண்ணெய் போல குமட்டல் வாசனை அடித்தது. ஒரு கோப்பையில் அதை ஊற்றி, மருந்து சாப்பிடுபவன்போல முகத்தைச் சுளித்துக்கொண்டு, ஒரு அதிர்ச்சிக்குத் தன்னைத் தயார் செய்துகொண்டு அருந்தினான்.

உடனே அவன் முகம் நன்றாகச் சிவந்தது. கண்களில் நீர் துளிர்த்தது. அக்கினித் திராவகம்போல இருந்தது அந்த மது. அதைச் சாப்பிடும்போது, முதுகில் யாரோ சம்மட்டி கொண்டு அடிப்பது போன்ற ஒரு உணர்ச்சி ஏற்பட்டது. ஆனால், அடுத்த விநாடி வயிற்றில் எரிச்சல் கண்டு அடங்கியது. அத்துடன் உள்ளத்தில் ஒரு வகையான உவகையும் உடம்பில் ஒரு வகையான விறுவிறுப்பும் ஏற்பட்டது. கசங்கிய ஒரு அட்டைப் பாக்கெட்டிலிருந்து "வெற்றி சிகரெட்" ஒன்றை எடுத்தான்; அஜாக்கிரதையாக அதை செங்குத்தாகப் பிடித்துவிட்டான்; உடனே உள்ளேயிருந்த புகையிலைத்தூள் எல்லாம் வெளியே சிந்திவிட்டது. அடுத்த சிகரெட்டை ஜாக்கிரதையாக எடுத்தான். பிறகு முன்னறைக்குச் சென்றான். டெலிஸ்க்ரீனுக்கு இடதுபக்கம் இருந்த ஒரு மேஜையருகே போய் உட்கார்ந்தான். மேஜை டிராயரிலிருந்து ஒரு பேனா, ஒரு மசிக்கூடு, சிவப்பு அட்டை போட்டிருந்த ஒரு கனத்த நோட்டு புத்தகம் ஆகிய மூன்றையும் எடுத்து மேஜை மேல் வைத்தான்.

என்ன காரணமோ தெரியவில்லை; இந்த அறையில் டெலிஸ்க்ரீன் அசாதாரணமான ஒரு இடத்தில் பொருத்தியிருந்தது. சாதாரணமாக சுவரின் ஒரு கோடியில் அது இருந்தால் அறை முழுதும் அதன் பார்வையிலடங்கிவிடும். ஜன்னலுக்கு எதிர்புறச் சுவரில் இருந்தால், அதன் கண்ணிலிருந்து ஒன்றும் தப்பவே முடியாது. இப்போது டெலிஸ்க்ரீன் இருந்த இடத்துக்கு அருகில் இடது பக்கத்தில் ஒரு சிறிய அலமாரி இருந்தது. அதைப் புத்தகங்கள் வைப்பதற்காகக் கட்டியிருந்தார்களோ என்னவோ; அந்த அலமாரிக்கெதிரில் மேஜையைப் போட்டுக்கொண்டு, அலமாரிக்குள் பதுங்கிக்கொண்டு வின்ஸ்டன் உட்கார்ந்திருந்ததால், டெலிஸ்க்ரீன் கண்ணிலிருந்து அவன் தப்பிவிடமுடிந்தது. அதாவது

அவன் உருவத்தையோ, முகபாவத்தையோ டெலிஸ்க்ரீனால் கிரகிக்க முடியாது; ஆனால், ஏதாவது பேசினால் நிச்சயமாக அது கிரகிக்கும். இப்பொழுது அவன் செய்ய இருந்த காரியத்தில் அவனை ஈடுபடச் செய்தது இந்த அறையின் அமைப்புத்தான் என்றுகூடச் சொல்லலாம்.

இதுமட்டுமல்ல, அவன் எதிரிலிருந்த அந்தத் தடித்த குறிப்புப் புத்தகமும், அவன் செய்ய இருந்த காரியத்தை அவனுக்கு உணர்த்தியது என்றும் சொல்லலாம். மிகவும் விசேஷமான அழகான குறிப்புப் புத்தகம் அது. அதனுடைய வழவழப்பான, வெண்மையான காகிதம் நாளான காரணத்தினால் கொஞ்சம் பழுப்பேறியிருந்தது. நாற்பது வருடங்களாக லண்டனில் இந்த மாதிரிக் குறிப்புப் புத்தகம் உற்பத்தி செய்யப்படுவது கிடையாது. அதனால் அந்தப் புத்தகம் நாற்பது வருடங்களுக்கும் அதிகமான பழமை வாய்ந்தது என்பதை அவனால் ஊகித்துக்கொள்ள முடிந்தது. எங்கேயோ திரிந்துகொண்டிருக்கும்போது ஒரு பழைய சாமான்கள் கடையில் ஒரு மூலையில் அது கிடந்ததைப் பார்த்தான். அதை வாங்கவேண்டுமென்று அவனுக்கு ஆசையாக இருந்தது.

கட்சி அங்கத்தினர்கள் அத்தகைய கடைகளுக்குள் போய் எதுவும் வாங்கக்கூடாது என்று விதி இருந்தது. திறந்த சந்தையில் பேரம் செய்த குற்றத்துக்கு உள்ளாவார்கள் அவர்கள் என்று சட்டம் இருந்தது. ஆனால், அந்த விதியை அவ்வளவாகப் பலர் கவனிப்பதில்லை. பூட்ஸ் லேசுகள், சவரக் கத்திகள் முதலியவற்றை அவசியம் அப்படித்தான் வாங்கியாக வேண்டி இருந்தது. வேறு விதமாக அவை கிடைப்பதரிது. தெருவில் போலீசார் யாருமில்லையே என்று மேலும் கீழும் பார்த்துவிட்டு, கடைக்குள் பதுங்கிப் போய், இரண்டரை டாலர் கொடுத்து அந்தக் குறிப்புப் புத்தகத்தை வாங்கிவிட்டான் அவன். வாங்கும்போது குறிப்பிட்ட எந்தக் காரணத்துடனும் வாங்கவில்லை அவன். எதற்காக வாங்க வேண்டும் அதை என்பது பற்றியே அவன் எண்ணிப்பார்க்கவில்லை; ஏதோ வாங்கவேண்டுமென்று ஆசையாக இருந்தது; வாங்கிவிட்டான், அவ்வளவேதான்; ஒரு திருடன் போல அதைத் தன் கைப்பையில் மறைத்துவைத்துக்கொண்டு தன் அறைக்குக் கொண்டுவந்து சேர்த்தான். அதில் எதுவும் இன்னும் எழுதப்படவில்லை. எனினும் கட்சிக் கட்டுப்பாட்டின்படி அதை வைத்திருப்பதே ஒரு குற்றம்.

இப்போது அவன் செய்ய விரும்பிய காரியம் இதுதான். ஒரு டைரிக் குறிப்புப் புத்தகம் எழுத முயற்சித்துக்கொண்டிருந்தான் அவன். இது சட்டவிரோதமானதல்ல. சட்டம் என்று ஒன்று

இருந்தால்தானே சட்டவிரோதம் என்று சொல்ல முடியும்? சட்டமென்பதேதான் இல்லாமல் போய்விட்டதே! அவன் குறிப்பு எழுதுகிறான் என்று கண்டுபிடிக்கப்பட்டுவிட்டால் உயிர் துறக்க நேர்ந்தாலும் நேரலாம்; அல்லது குறைந்தபட்சம் இருபத்தைந்து வருடங்களாவது கட்டாய அடிமை வேலை செய்ய நேரிடலாம். புது நிப்பை பேனாக் கட்டையில் போட்டு, நிப்பிலுள்ள எண்ணெய்ப் பசை போவதற்காக வாயில் கடித்து உறிஞ்சினான். பேனாவே பண்டைக் காலத்திய கருவிதான். இப்போது கையெழுத்திடக்கூட அதை யாரும் அதிகமாக உபயோகிப்பது கிடையாது. மிகவும் சிரமப்பட்டு திருட்டுத்தனமாகத்தான் அவன் அதை வாங்கிக்கொண்டு வந்திருந்தான். இவ்வளவு அழகான காகிதத்தில் மசிப் பென்சிலால் எழுதக்கூடாது – பேனாவினால் தான் எழுத வேண்டும் என்கிற உணர்ச்சியுடன் கொண்டுவந்திருந்தான் அவன். உண்மையில் அவனுக்கு எதையும் எழுதி அதிகப் பழக்கம் கிடையாது. சிறு குறிப்புகள் தவிர வேறு அவசியமான எல்லாவற்றையும் 'பேசி-எழுதும்' இயந்திரத்தில் சொல்லித்தான் பழக்கம். இப்போது அவன் எழுத விரும்பியது வேறு விஷயம். அதைப் பேசி – எழுதும் இயந்திரத்தில் சொல்ல முடியாது. எழுதித்தான் வைக்க வேண்டும். பேனாவில் மசியை தோய்த்து விட்டுச் சிறிதுநேரம் தயங்கினான். அவன் வயிற்றைக் கலக்கியது. காகிதத்தில் எழுதுவது என்ற உறுதியான தீர்மானத்துக்குப்பின் செய்யும் காரியம் அல்லவா அது. எழுதிவிட்டால் தப்பவே முடியாது. சிறிய எழுத்துகளில், 'ஏப்ரல் 4, 1984' என்று தேதி எழுதினான்.

உடனே நாற்காலியில் சாய்ந்துகொண்டு உட்கார்ந்தான். பிறகு ஆலோசிக்கலானான். உதவியற்றவன் போன்ற ஒரு உணர்ச்சி அவனைக் கவ்விக்கொண்டது. முதலில் இது 1984ஆம் வருடந்தானா என்பதே அவனுக்கு நிச்சயமாகத் தெரியாது. வருடம் சுமாராக அதுவாகத்தான் இருக்கவேண்டும். தன் வயது முப்பத்தொன்பது என்பதாலும், தான் பிறந்தது 1944 அல்லது 1945 என்பதினாலும், இவ்வருடம் 1984தான் என்று அவனுக்குத் தோன்றியது. ஒரு வருடம் கூடவோ குறையவோ இருக்கலாம். அதற்குமேல் சரியாக வருடத்தைப் பற்றியெல்லாம் இந்த நாட்களில் ஒன்றும் சொல்வதற்கில்லை.

யாருக்காக அவன் இந்தக் குறிப்பை எழுதிக்கொண்டிருந்தான்? அது பற்றி யோசித்தபின் ஆச்சரியத்தில் மூழ்கினான் அவன். எதிர்காலத்துக்காக எழுதினான். நிச்சயமற்ற வருடத்தைப் பற்றிச்

சிந்தித்துக்கொண்டேயிருக்கும்போது புதிய வார்த்தையான "இரட்டைச் சிந்தனை" என்பது அவன் கவனத்திற்கு வந்தது. தான் எடுத்துக்கொண்ட காரியம் எவ்வளவு மகத்தானது என்பதை முதல் தடவையாக அவன் உணர்ந்தான். எதிர்காலத்துக்குச் செய்தி தெரிவிப்பது எப்படி? இயற்கை விதிப்படி பார்த்தாலே அது நடக்காத காரியம் என்றுதான் சொல்லவேண்டும். எதிர் காலமும் இந்தக் காலம் போலவே இருந்துவிடலாம். அப்படியானால் அவன் சொல்வதைக் கேட்டு அங்கீகரிக்க எதிர்காலம் தயாராக இராது. அல்லது எதிர்காலம் இன்றைய காலத்திலிருந்து வெகுவாக மாறுபட்டுவிடலாம். அப்படியானால் அவன் எழுதுவதற்கு அவசியமோ அர்த்தமோ இல்லாது போய்விடும். தன் நிலைமையை விளக்கவேண்டிய அவசியமே இராது.

அசட்டுத்தனமாகக் காகிதத்தைப் பார்த்துக்கொண்டு உட்கார்ந்திருந்தான் சிறிது நேரம். டெலிஸ்க்ரீனிலிருந்து இப்போது நாராசம் போன்ற ராணுவ சங்கீதம் வந்துகொண்டிருந்தது. எழுதுகிற சக்தியை, தெளிவாகத் தன் சிந்தனைகளை வெளியிடுகிற சக்தியை அவன் இழந்துவிட்ட மாதிரி இருந்தது. அவன் என்ன சொல்ல உத்தேசித்துப் பேனா எடுத்தான் என்பதே மறந்துவிட்ட மாதிரி இருந்தது. டைரி எழுதுகிற வேலையை எதிர்பார்த்துத் தன்னை அதற்காக அவன் பல வாரங்களாகத் தயார்செய்து வந்திருக்கிறான். என்றாலும், அது சாத்தியமற்ற ஒரு காரியம் போலத் தோன்றிற்று. தைரியத்தைத் தவிர வேறு எதுவும் தேவையாக இருக்கலாம் என்பதே இதுவரையில் அவனுக்குத் தோன்றவில்லை. உண்மையில் எழுதுகிற காரியம் எளிய காரியம்தான். அவன் மனத்தில் முடிவில்லாத, அமைதிதராமல் ஓடிக்கொண்டிருந்த, ஒற்றை நபர் உரையாடலை காகிதத்தில் எழுதிவிடுவது அப்படி ஒன்றும் சிரமமான காரியமல்ல. ஆனால், இந்த விநாடியில், அவன் பேனாவைக் கையிலெடுத்த சமயத்தில், அந்த ஒற்றை நபர் உரையாடலும் உலர்ந்துவிட்ட மாதிரி தோன்றியது. தவிரவும் கணைக்கால் சிரங்கு, சமயம் பார்த்து அரிக்கத் தொடங்கிவிட்டது. சொறிந்தால் இன்னும் எரிச்சல் தரும். சில விநாடிகள் சென்றன. எதிரிலிருந்த காகிதம் இன்னமும் வெள்ளையாகவே இருந்தது என்பதைத் தவிர அவனுக்கு வேறு ஒருவிதமான கவனமும் இல்லை; சில சமயம் அரிப்பது தெரிந்தது. ராணுவ கீதமும் அடக்கமாகக் காதில் விழுந்தது; குடித்த மதுவும் லேசான ஒரு போதையைத் தருவதுபோல இருந்தது.

திடீரென ஒரு பீதி உணர்வு ஏற்பட்டது, வேகமாக எழுதத் தொடங்கினான். என்ன எழுதினான்? அவன் சுய உணர்விலிருந்து அது எழுந்ததா என்பதே சந்தேகம்தான். அவனுடைய எழுத்துகள் சிறிய குழந்தைகளின் எழுத்துப் போல விசித்திரமாக மேலும் கீழும் போயிற்று. வாக்கிய ஆரம்பங்களில் பெரிய எழுத்தும், வாக்கிய முடிவுகளில் முற்றுப்புள்ளிகளும் வேண்டும் என்பதைக் கூட மறந்தவனாக எழுதினான்.

'*ஏப்ரல் 4, 1984.*' நேற்றிரவு திரைப்படங்கள் பார்த்தேன். எல்லாம் போர்ப் படங்கள். மத்திய தரைக்கடலில் எங்கேயோ அகதிகளுடன் போய்க்கொண்டிருந்த ஒரு கப்பல் மூழ்கடிக்கப் பட்டதைக் காட்டியது அப்படம். நன்றாகவே இருந்தது. ஒரு கொழுத்த மனிதன் நீந்தித் தப்ப முயன்றதையும் ஒரு ஹெலிகாப்டர் அவனைத் துரத்தியதையும் பார்த்து சபையோர் ஆனந்தப்பட்டனர். நீர்ப்பிராணி போல அவன் கடலில் தவிப்பதையும், ஹெலிகாப்டர் துப்பாக்கி குறி பார்ப்பதையும், அவன் மேல் திடீரென்று துப்பாக்கி குண்டுகள் துளைகள் போடுவதையும், அந்தத் துளைகள் மூலம் ரத்தம் சிந்தி அவன் நீரில் மூழ்குவதையும் பார்த்து சபையோர் ஆனந்தித்துக் கைதட்டினர். ஒரு சிறு படகில் குழந்தைகள் இருந்தன. படகின் மேலே ஒரு ஹெலிகாப்டர் சுழன்று குறி பார்த்தது. கையில் ஒரு மூன்று வயதுக் குழந்தையுடன் நடுத்தர வயதுடைய ஒரு யூத ஸ்திரீ உட்கார்ந்திருந்தாள் படகில். பையன் பயந்து அழுதுகொண்டிருந்தான். அவள் ஸ்தனங்களுக்குள் புகுந்துகொள்ள முயலுபவன் போலப் பையன் அவளைக் கட்டியணைத்து முட்டிக்கொண்டான். பயத்தால் முகம் நீலம்பாய்ந்து காணப்பட்ட அந்த மங்கை குழந்தையை அணைத்து ஆறுதல் சொல்ல முயன்றாள். அவன் மேல் எதுவும் விழாமல் தடுக்க முயன்றவள் போலக் கைகளால் இறுக அணைத்துக்கொண்டு உட்கார்ந்திருந்தாள். அச்சமயம் ஹெலிகாப்டர் ஒரு 40 பவுண்டு எடையுள்ள குண்டைப் படகில் போட்டது. பயங்கரமான ஓசையுடன் வெடித்த அந்தக் குண்டு படகுக்குத் தீ மூட்டியது. பலகைகள் தீக்குச்சிகள் போலத் தெறித்துச் சிதறின. ஒரு குழந்தையின் கை, குண்டு வெடித்த வேகத்திலே பிய்த்துக்கொண்டு தனியாக மேலே மேலே மேலே போகிற காட்சியைக் கண்டு ஜனங்கள் ரசித்தார்கள். கட்சி அங்கத்தினர்கள் கைகொட்டி ஆரவாரம் செய்தனர். ஆனால், சபையின் வேறு ஒரு பகுதியிலிருந்த ஒரு மங்கை, 'இந்தக் காட்சியை காட்டியிருக்கக்கூடாது; அதுவும் சிறுவர்கள் எதிரில் காட்டியிருக்கக்கூடாது' என்று சப்தம் போட்டு ஆரவாரம் செய்யத் தொடங்கினாள். அவளைப் போலீசார்

வந்து வெளியேற்றினர். அவளுக்கு எதுவும் நேர்ந்திராது என்றே நம்புகிறேன். நேர்ந்திருந்தால்தான் என்ன? யாருக்குக் கவலை? அவளைப் போன்ற 'ப்ரோல்கள்' (சாதாரண மக்கள்) சொல்வதை யார் பொருட்படுத்துகிறார்கள்; அது சாதாரண ப்ரோல் "சிந்தனை"....

வின்ஸ்டன் எழுதுவதை நிறுத்தினான். கரம் வலித்தது. இவ்வளவு எழுதியதால் என்பது மட்டுமல்ல, எதற்காக இவ்வளவு அசட்டுத்தனமாகக் குறிப்பு எழுதினேன் என்று அவனுக்கே வெட்கமாகவும் இருந்தது. ஆனால், அவன் இதை எழுதிக் கொண்டிருக்கும்போதே அவன் மனத்தில் வேறு ஒரு ஞாபகமும் சிந்தனையும் கிளைத்துத் தழைத்து வேர்விட்டுக்கொண்டிருந்தது. அந்தச் சிந்தனையை இப்போது எழுதி, டைரியில் குறிக்கத் தைரியம் தனக்கு வந்துவிட்டது என்று எண்ணினான். ஒரு சம்பவம் காரணமாகவேதான் அவன் அன்று வீடு திரும்பி வந்ததும் டைரி எழுத உட்கார்ந்தான். அவன் தீர்மானத்துக்கே ஆதாரமான சம்பவம் அது.

மந்திரிசபையில் அன்று காலையில் நடந்தது அது. மிகவும் லேசாக, உருத்தெரியாத விஷயமாக அது நடந்தது என்று சொல்வதும்கூடப் பிசகுதான்.

மணி கிட்டத்தட்ட பதினொன்று. பத்திரங்கள் இலாகாவின் (அங்குதான் வின்ஸ்டன் வேலை பார்த்தான்) அறைகளிலிருந்த நாற்காலிகளை இழுத்துக் கூடத்தின் நடுவில் போட்டனர். பெரிய டெலிஸ்க்ரீனுக்கு எதிரில் எல்லோரும் கூடினார்கள். இரண்டு நிமிட 'வெறுப்புப் பிரசங்கத்திற்கு' எல்லோரும் தயாராகக் காத்திருந்தனர். நடு வரிசைகளில் ஒன்றில் உட்காரப்போன வின்ஸ்டன் கண்ணில் இருவர் பட்டனர். இருவரையும் நேரில் தெரியாவிட்டாலும் பார்த்த அளவில் அறிவான் அவன். அவர்கள் அங்கு வந்ததை எதிர்பாராத ஒரு விஷயமாகத்தான் சொல்ல வேண்டும். காரியாலயத்தின் தாழ்வாரங்களில் அவனை அடிக்கடித் தாண்டிப் போயிருக்கிற பெண் ஒருத்தி, அவள் பெயர் தெரியாது அவனுக்கு. அவள் கதை இலாகாவில் வேலைசெய்து கொண்டிருந்தாள் என்பது மட்டுமே தெரியும்; எண்ணெய் பிசுக்குடன் கையில் குரங்குப்பிடி வைத்துக்கொண்டு போகும் அவளை அடிக்கடி பார்த்திருந்தான் அவன். நாவல் எழுதும் இயந்திரங்களை மேற்பார்வை பார்ப்பவளோ அல்லது இயக்குபவளோ என்று அவளைப் பற்றி எண்ணினான் அவன். அவள் முகத்திலே தைரியபாவம் படர்ந்திருந்தது; வயது இருபத்திஏழிருக்கும்; கருத்து அடர்ந்த மயிரும், முகத்தில் பருக்களும், சுறுசுறுப்பான நடையுமாக இருந்தாள் அவள். குறுகிய ஒரு சிவந்த கச்சை அவள் இடுப்பைச்

சுற்றியிருந்தது. அது ‘பால் எதிர்ப்பு’ சங்கத்தின் சின்னம் என்பதை வின்ஸ்டன் அறிவான்; அந்தச் சிவந்த கச்சை அவள் பின்னழகை எடுத்துக்காட்டுகிறவிதமாக அமைந்திருந்தது. அவளைப் பார்த்த நாள் முதலே வின்ஸ்டனுக்கு அவளிடம் ஒரு வெறுப்பு ஏற்பட்டது. அந்த வெறுப்புக்குக் காரணத்தையும் அவன் அறிவான். அவளைப் பார்த்த மாத்திரத்திலேயே விளையாட்டு மைதானங்களும், சேர்ந்து வாழும் தன்மையும், கன்னி மனப்பான்மையும், சுத்தமும் காண்பவர் மனத்தில் ஏற்பட்டன. சாதாரணமாக எந்தப் பெண்ணைக் கண்டாலுமே அவனுக்குப் பிடிக்காது. அதிலும் அழகிய யுவதிகளைக் கண்டால் அளவற்ற வெறுப்பு அவனுக்கு. பெண்கள், அதுவும் அழகிய யுவதிகள்தான் கட்சியின் முக்கிய, பூரண அங்கத்தினர்கள் என்பதை அவன் அனுபவபூர்வமாக உணர்ந்தவன், பிடிவாதமாகக் கட்சிக் கொள்கைகளைக் கடைப்பிடித்து, கட்சிக் குறிக்கோள் வாக்கியங்களை உரக்கக் கூவி, கட்சி எதிரிகளைத் திருட்டுத்தனமாகக் கண்டுபிடித்துக் கொடுப்பவர்கள் அவர்கள்தான். மற்றவர்களை விட அதிகப் பற்றுள்ள கட்சிவாதி இவள் என்று தோன்றியது வின்ஸ்டனுக்கு. ஒருதரம் அவனைத் தாழ்வாரத்தில் அவள் தாண்டிச் செல்லும்போது, அவள் தன்னைப் பார்த்த பார்வை தன்னை ஊடுருவிச் சென்றது என்று உணர்ந்தான் அவன். தன்னை இரண்டாகக் கிழித்தே அவள் பார்த்துவிட்டாள் என்று நினைத்தான் அவன். அவன் உள்ளத்தில் பயத்தை நிரப்பியது அவள் பார்வை. அவள் “சிந்தனைப் போலீஸ்” இலாகாவைச் சேர்ந்தவளாக இருக்கலாம் என்றுகூட நினைத்தான். அது அநேகமாக உண்மையாக இராது. எனினும் அவளைப் பார்க்கும்போதெல்லாம் அவன் மனத்தில் ஒருவித பயம் தோன்றியது. வெறுப்பு, பயம், அருவருப்பு எல்லாம் கலந்த ஒரு கலவை அது. அவள் அருகில் நிற்கும்போது தனக்கு என்னவோ செய்வதுபோல வின்ஸ்டனுக்கு உணர்வு வரும். தன் நிலைப்பிறழ்ந்து தத்தளிப்பான்.

அவளுடன் பிரசங்கத்துக்கு வந்தவன் ஓப்ரியன் என்பவன். அவன் கட்சியில் உட்குழுவின் அங்கத்தினன் - அதாவது கட்சிக் காரியங்களிலே முக்கிய இடம் வகிப்பவன். அவன் எந்த இலாகாவிலோ உயர்ந்த அதிகாரி, தலைமை அதிகாரி; என்ன அலுவல் அவனுடையது என்று வின்ஸ்டன் அறிய முடியாத அளவுக்கு உயர்ந்த பதவி அது. கருப்பு மேலங்கிதான் உட்குழு அங்கத்தினர்களின் உடை. அந்த உடையைப் பார்த்ததும் பக்கத்திலிருந்தவர்கள் சிறிது நேரம் தயங்கி மௌனமாக இருந்தார்கள். ஓப்ரியன் உருவத்தில் பெரியவன்; பலசாலி; கழுத்துச் சதை பருத்துத் தடித்திருந்தது. அவன் முகத்தில்

கொடுமையும், சிரிப்பும், பண்பில்லாமையும் கலந்து விளங்கின. பார்ப்பதற்குச் சற்று பயமுறுத்துகிற மாதிரிதான் இருந்தான்; எனினும் அவன் பழகுவதிலே ஒரு நயம் இருந்தது. அவன் மூக்குக் கண்ணாடியை இழுத்து இழுத்து விட்டுக்கொள்ளும் விதம் ஒருவிதத்தில் யாரையும் கவருகிற மாதிரி இருந்தது. ஒருவிதத்தில் அதை நாகரிகமான ஒரு செயல் என்றுகூட சொல்லும்படியாக இருந்தது. காரியாலயத்தில் வேலைசெய்த பத்துப் பன்னிரண்டு வருடங்களில் வின்ஸ்டன் அந்த ஓப்ரியனை பத்துப் பன்னிரண்டு தடவைகள் மட்டுமே பார்த்திருப்பான் அவ்வளவுதான். அவனுக்கும் தனக்கும் ஏதோ ஒரு நெருக்கம். ஒரு பிணைப்பு இருந்த மாதிரி ஒரு எண்ணம் வின்ஸ்டனுக்கு உண்டு. ஓப்ரியனின் தோற்றத்துக்கும் அவன் பழக்கவழக்கங்களுக்கும் இடையே இருந்த வேற்றுமையால் மட்டும் கவரப் பட்டவனாக வின்ஸ்டனைச் சொல்ல முடியாது. கட்சிக் கொள்கைகளைப் பற்றிய வரையில் ஓப்ரியன் அவ்வளவாகத் திடசாலி அல்ல. அவனும் ஒருவிதத்தில் தன்னைப்போலத்தான் கட்சியில் பற்றில்லாதவன் என்ற ஒரு எண்ணம் - அதை நம்பிக்கை என்றுகூடச் சொல்லலாம் - வின்ஸ்டனுக்கு ஏற்பட்டிருந்தது. இந்த நம்பிக்கைக்குக் காரணம் என்று சொல்லும்படியாக ஒன்றும் இல்லை. ஓப்ரியனைப் பார்க்கும்போது அவனுக்கு அப்படித் தோன்றியது; அவ்வளவுதான். கட்சிக் கொள்கையில் மாறுபாடு இருந்தாலும் இல்லாவிட்டாலும் அவன் பார்வையில் அவன் புத்தியின் கூர்மை பிரகாசித்தது என்று வேண்டுமானாலும் சொல்லலாம். எது எப்படியானாலும், ஓப்ரியனுடன் தாராளமாக மனம் திறந்து பேசலாம் என்கிற எண்ணம், அவனைப் பார்ப்பவர்கள் யாவருக்கும் ஏற்படும். எப்படியாவது டெலிஸ்க்ரீனை ஏமாற்றி அவனுடன் தனியாகப் பேச சந்தர்ப்பம் வாய்த்தால், தன் மனதிலிருந்ததைத் திறந்து பேசலாம் என்பது வின்ஸ்டனின் நினைப்பு. இந்த நினைப்புக்கு ஆதாரம் உண்டா, சரிதானா என்று வின்ஸ்டன் நிரூபிக்க முயலவில்லை. எப்படி நிரூபிப்பது. அதற்கு வழி என்ன என்றே தெரியாது அவனுக்கு. ஓப்ரியன் அந்தச் சமயம் கடிகாரத்தைப் பார்த்தான்; பதினொன்று ஆகிக்கொண்டிருந்தது என்று கண்டதும், வெறுப்புப் பிரசங்கத்திற்கான இரண்டு நிமிடங்களை பத்திரங்கள் இலாகா கூடத்திலேயே கழித்துவிடுவது என்று தீர்மானித்தான் அவன். இரண்டொரு ஆசனங்கள் தள்ளி, வின்ஸ்டன் இருந்த வரிசையிலேயே அவனும் உட்கார்ந்தான். அவர்கள் இருவருக்கும் இடையில், வின்ஸ்டனுக்குப் பக்கத்து அறையில் வேலைசெய்த ஒரு சிறிய, ஆனால், நடுத்தர வயதுள்ள மாது உட்கார்ந்திருந்தாள்.

மேலே சொன்ன அந்த 'பால் எதிர்ப்பு'ச் சங்கத்தைச் சேர்ந்த பெண் வின்ஸ்டனுக்குப் பின்னால் உட்கார்ந்திருந்தாள்.

கூட்டத்தின் ஒரு கோடியிலிருந்து டெலிஸ்க்ரீன் வெறுப்புப் பிரசங்கத்தைத் தொடங்கியது. எண்ணெய் படாத ஒரு ராட்சஸ இயந்திரம், கிறீச் கிறீச்சென்று அருவருப்பான குரல் கொடுத்துக் கொண்டு ஓடுவது போன்ற ஒரு சப்தத்துடன் தொடங்கியது அந்தப் பிரசங்கம். அந்தச் சப்தமே பலரை பற்களைக் கடிக்க வைத்தது. சிலருக்கு ரோமங்களைக் குத்திட்டு நிற்க வைத்தது. வார்த்தைகள் விஷம்போல வெடித்தன.

வழக்கம்போல மக்கள் பகைவன் எமானுவல் கோல்ட்ஸ்டீனின் முகம் டெலிஸ்க்ரீனில் காட்டப்பட்டது. சபையில் இங்கும் அங்கும் சிலர் சீறினார்கள். அந்த முகத்தைக் கண்டு, பயமும் அருவருப்பும் நிறைந்த ஒரு பாவத்தை வின்ஸ்டன் பக்கத்திலிருந்தவள் காட்டினாள் - கூச்சலிட்டாள். கோல்ட்ஸ்டீன் என்பவன் ஒரு காலத்தில் (எந்தக் காலத்தில் என்பது யாருக்கும் தெரியாது) கட்சியிலிருந்து விலகிப்போய்விட்டான்; துரோகியாகி விட்டான். முத்தண்ணாவுக்குச் சமமான அந்தஸ்துள்ளவனாக ஒரு காலத்தில் இருந்த அவன் விலகிப்போய் விட்டான். 'புரட்சிக்கு விரோதமான செயல்களில் ஈடுபட்டிருந்தான்' என்று முத்தண்ணா குற்றஞ்சாட்டி, சிறைப்பிடித்து, அவனைக் கொல்லும் முன்னர் எப்படியோ தப்பித்துக்கொண்டு நாட்டை விட்டே போய்விட்டான்; மறைந்துவிட்டான். அன்றாட இரண்டுநிமிட வெறுப்பு நேர நிகழ்ச்சியின் நிரல்கள் சில நாள் மாறும். ஆனால், டெலிஸ்க்ரீனில் இந்த இரண்டு நிமிடங்களில் காட்டப்படுகிற கோல்ட்ஸ்டீன் முகம் மட்டும் மாறாது. அவனை வைத்துத்தான் இந்த வெறுப்புப் பிரசங்கமே நிகழ்த்தப்பட்டது. அவன்தான் முதல் எதிரி. கட்சியின் சர்வாதிகாரத்தை மீறத் துணிந்த முதல் விஷமி, துரோகி அவன்தான். பின்னால் ஏற்பட்ட துரோகங்கள், கட்சிக் குற்றங்கள், எதிர்ப்புகள், நாட்டுக்குத் தீங்கு செய்யும் சூழ்ச்சிகள், கட்சிக் கொள்கை வேறுபாடுகள், தவறுகள், எல்லாமே கோல்ட்ஸ்டீனின் கொள்கைகளிலிருந்து வந்தவைதான். எங்கேயோ இன்னமும் உயிருடன் இருந்தான் அவன். நாட்டுக்கு எதிராகச் சூழ்ச்சிகள் செய்துகொண்டிருந்தான். கடலுக்கப்பால் உள்ள அந்நிய நாட்டுக்காரர்கள், ஓஷியேனியாவின் எதிரிகள் தயவில், அவர்களால் பாதுகாக்கப்பட்டவனாக இருந்தானோ அவன்? அப்படியும் இருக்கலாம். அந்நிய நாட்டுக் கைக்கூலி பெற்று வாழ அவன் தயங்கவில்லை போலும்! சில சமயம் அவன்

ஓஷியேனியாவிலேயே எங்கேயோ ஒளிந்துகொண்டிருக்கிறான் என்கிற வதந்தியும்கூடப் பலமாக எழுந்ததுண்டு.

வின்ஸ்டனுக்கு நெஞ்சை அடைத்தது. கோல்ட்ஸ்டீனின் முகத்தைப் பார்க்கும்போதெல்லாம் அவனுக்குப் பல கதம்பமான, விசித்திரமான உணர்ச்சிகள் ஏற்பட்டுவிடும். அது ஒரு மெலிந்த யூத முகம்; தலையிலே உள்ள மயிர் பரட்டையாக இருந்தது. ஆடு போன்ற தாடி, கெட்டிக்காரன் என்று அறிவுறுத்தும் முகம்; இருந்தும் அந்த முகத்தைப் படைத்தவன் மரியாதைக்குரியவன் அல்ல என்பதும் பார்த்த மாத்திரத்திலேயே தெரியும். ஒருவித கிழட்டு, அசட்டுத்தனம் அந்த முகத்திலே தெரிந்தது. நீண்ட மெலிந்த மூக்கிலே அணிந்திருந்த மூக்குக் கண்ணாடியும் ஒருவித மௌட்டியத்தைக் காட்டியது. ஆட்டின் முகம் போன்ற முகம்; குரல்கூட ஆட்டின் குரல்போலத்தான் இருந்தது. வழக்கம்போல கோல்ட்ஸ்டீன் கட்சிக் கொள்கைகளைக் கேலி செய்து பிய்த்தெடுத்து அலசிக்கொண்டிருந்தான். ஆனால், கேலியும் தாக்குதலும் சிறுபிள்ளைத்தனமாக இருந்தன. அது அசட்டுக் கேலி, அசட்டுத்தாக்குதல், அர்த்தமற்றது என்பதைக் குழந்தைகூட அறிந்துகொண்டுவிடும். இருந்தும் அந்த அசட்டுத்தனங்களை நம்பி, அவ்வளவாக திடம் இல்லாத மனிதர்கள் ஏமாந்துவிட முடியும் என்பது தெளிவாகவே தெரிந்தது. முத்தண்ணாவைத் திட்டிக்கொண்டிருந்தான் கோல்ட்ஸ்டீன். கட்சியின் சர்வாதிகாரத்தை அவன் வெட்டிப் பேசினான். யுரேஷியாவுடன் ஓஷியேனியா உடனடியாக சமாதான ஒப்பந்தம் செய்துகொள்ள வேண்டும் என்றான். பேச்சு சுதந்திரம், பத்திரிகை சுதந்திரம், சபை கூட்டும் சுதந்திரம், சிந்தனை சுதந்திரம் போன்ற பண்டைக் காலத்திய கொள்கைகளை அவன் வற்புறுத்திக்கொண்டிருந்தான். புரட்சியைக் கொன்றுவிட்டார்கள் என்று ஒருமுறை அழுதான். இவ்வளவும் கட்சிப்பாணியிலேயே பேசப்பட்டன. அந்தப் பேச்சில் சாதாரணமாக யாரும் உபயோகிக்க நினைக்காத புதிய மொழி வார்த்தைகள்கூடத் தாராளமாகக் கலந்திருந்தன. ஆனால், பேச்சு உண்மை என்று யாராவது நம்பி ஏமாந்துவிடப் போகிறார்களே என்பதற்காக, டெலிஸ்க்ரீனில் அவன் தலைக்குப்பின் எல்லையற்ற எண்ணிக்கையில் யூரேஷிய சேனை வீரர்கள் நடந்தார்கள். கோல்ட்ஸ்டீனின் ஆட்டுக் குரலுக்குப் பின்னணியாக சேனா வீரர்களின் பூட்ஸ் கால்கள் ஒலித்தன.

இப்படி முப்பது விநாடிகள் நீடிக்கும் முன்னரே அறையிலிருந்த ஜனங்களில் பாதிப்பேர் தங்கள் பகைமை உணர்ச்சிகளை

உரக்கவே வெளியிடத் தொடங்கிவிட்டார்கள். தனது ஆற்றலில் முழுத் திருப்தியைக் காட்டிய அந்த ஆட்டு முகமும், பின்னால் தெரிந்த அந்தப் பெரிய சேனையும் அதன் பயங்கரமும், தாங்க முடியாததாகவே அங்கிருந்தவர்களுக்குத் தோன்றின. தவிரவும் கோல்ட்ஸ்டீனின் வார்த்தைகளும் முகமும் நினைப்புமே அவர்களுக்குப் பயத்தையும் வெறுப்பையும் தரக்கூடியவையாக இருந்தன. யுரேஷியா, கிழக்காசியா ஆகிய தேசங்கள் பற்றிய அவனின் உணர்ச்சிகள் மாறினாலும் மாறலாம். கோல்ட்ஸ்டீனைப் பற்றிய அவர்கள் அபிப்பிராயம் மாறுவது சாத்தியமேயல்ல. இதில் விசித்திரம் இதுதான். ஒவ்வொருவரும் கோல்ட்ஸ்டீனை பகைத்தனர். தினந்தோறும் வெறுப்புப் பிரசங்கத்திற்காக இரண்டு நிமிடங்கள் ஒதுக்கப்பட்டிருந்தன. இந்த இரண்டு நிமிடங்களுக்கும் நாயகன் கோல்ட்ஸ்டீன்தான். ஒவ்வொரு நாளும் ஆயிரம் தடவைகள், மேடைகளிலும், டெலிஸ்க்ரீனிலும், பத்திரிகைகளிலும், புத்தகங்களிலும் ஓயாமல் அவன் கொள்கைகளை மறுத்துக் கூறப்பட்டன. சிதைத்து நகைக்கப்பட்டன; குப்பை என்று எல்லோரும் அறிய அறிவிக்கப்பட்டன. இருந்தாலும் கோல்ட்ஸ்டீனின் சக்தி குறைந்ததாகத் தெரியவில்லை. இல்லாவிட்டால் இந்த வெறுப்புப் பிரச்சாரம் தினசரி ஏன் தேவைப்பட்டது? கோல்ஸ்ட்டீன் சொல்வதை ஏற்க எவ்வளவோ ஏமாளிகள் எப்போதுமே காத்திருப்பதுபோல இருந்தது. அவன் தரப்பில் சேர்ந்து தேசத் துரோகம் செய்யவும், கட்சிக்குள் பிளவுகள் ஏற்படுத்தவும், அந்நியர்களிடம் நாட்டை ஒப்படைக்கவும் பலர் தயாராக இருந்ததாகத்தான் தெரிந்தது. சிந்தனைப் போலீசார் தினமும் பலரைக் கைது செய்தார்கள். ஆனாலும் நிழல் போன்றதோர் ஒரு பெரிய சேனையை நடத்தினான் கோல்ட்ஸ்டீன். அவன் தலைமையில் நாட்டையும் கட்சியையும் கவிழ்க்க ஒரு சதி பலமாக நடைபெற்றுக்கொண்டிருந்தது. "சகோதரர்கள்" என்று கோல்ட்ஸ்டீனைப் பின்பற்றுவோர் அழைக்கப்பட்டனர். ஒரு புரட்சிகரமான தத்துவங்களடங்கிய புத்தகத்தைப் பற்றியும் ஜனங்கள் ரகசியமாகப் பேசிக்கொண்டார்கள். கோல்ட்ஸ்டீனின் கொள்கைகளைத் தெளிவாக்கிய ஒரு நூலும் ரகசியமாகப் புழங்கிவந்ததாகச் சொல்லிக்கொண்டார்கள்; இங்கும் அங்குமாகப் பலர் அதைப் படித்தார்கள் என்று வதந்தி கூட இருந்தது. அந்த நூலுக்குப் பெயர் எதுவும் கிடையாது; அதைப் பற்றி பேசுபவர்கள் அதை "அந்தப் புத்தகம்" என்றே குறிப்பிட்டார்கள். அப்புத்தகம் குறித்து ஏதோ வதந்தியாக இருந்ததே தவிர, திடமாக, நிச்சயமாக யாருக்கும் எதுவும் தெரியாது. சாதாரணக் கட்சி அபிமானி

எவனும் அந்த நூலைப் பற்றியோ, சகோதரர்கள் சேனை பற்றியோ பேசவே மாட்டான். நமக்கென்ன என்றுதான் இருப்பான்.

இரண்டாவது நிமிடத்தில் பிரசங்கத்தின் வேகம் அதன் உச்சியை எட்டியது. மக்கள், தாங்கள் உட்கார்ந்திருந்த இடத்திலேயே மேலும் கீழும் எழும்பிக் குதித்தார்கள். உரத்த குரலில் வாயில் வந்தபடிக் கூவினார்கள். ஆட்டுக்குரல் போல டெலிஸ்க்ரீனிலிருந்து வந்த குரல் காதில் விழாதிருப்பதற்காக உரக்கக் கத்தினார்கள். வின்ஸ்டனுக்குப் பக்கத்தில் உட்கார்ந்திருந்த மங்கையின் முகம் உணர்ச்சி வேகத்தால் சிவப்பாகி விட்டது; தரையில் கிடந்து துடிக்கும் மீன்போல அவள் வாயைத் திறந்து மூடிக்கொண்டிருந்தாள். ஓப்ரியனின் கனத்த முகம்கூடச் சிவந்துவிட்டது. தன் நாற்காலியில் உட்கார்ந்துகொண்டு, மார்பு விம்ம, ஏதோ தன்னைத் தாக்க வரும் பெருத்த அலையைச் சமாளிக்கத் தயாராயிருப்பவன் போல நிமிர்ந்திருந்தான். பின்னாலிருந்த கருத்த தலைமயிர்க்காரி, "பன்றி பன்றி" என்று கூவினாள். ஒரு பெரிய புது அகராதியை எடுத்து டெலிஸ்க்ரீன் மேல் விட்டெறிந்தாள். கோல்ட்ஸ்டீனின் மூக்கிலே பட்டுத் தரையிலே விழுந்தது அந்த அகராதி.

கோல்ட்ஸ்டீனின் குரல் தொடர்ந்து ஒலித்தது. தானும் மற்றவர்களுடன் சேர்ந்து உரக்கச் சப்தம் செய்து கொண்டும் கையைக் காலை உதைத்துக்கொண்டும் இருப்பதை வின்ஸ்டன் உணர்ந்தான். இந்த இரண்டு நிமிட நிகழ்ச்சியின் பயங்கரமான அம்சம் என்னவென்றால், அதில் கலந்துகொள்ள யாருக்கும் அவசியமே கிடையாது. ஆனால், கூட்டத்தில் இருந்துவிட்டால், விருப்பத்துடனோ விருப்பமில்லாமலோ அதன் வெறிபிடித்த ஆரவாரத்தில் கலந்துகொள்ளாமல் இருக்கமுடியாது; அந்த வெறி பிடித்த வேகத்திலிருந்து தப்புவதென்பது இயலாத காரியம். முப்பது வினாடிகளுக்குள்ளாகவே அந்த வெறிச் சூழ்நிலை எவனையும் ஆட்கொண்டு விடும். பயம், வஞ்சம், வெறுப்பு எல்லாம் கலந்த ஒரு பரவசம் ஆளைப்பிடித்து உலுக்கும். கொல்வதற்கு ஆசையும், சித்திரவதை செய்யவேண்டும் என்கிற உணர்ச்சியும், சுத்தி எடுத்து யார் மண்டையையாவது உடைக்க வேண்டும் என்கிற எண்ணமும் மின்சார அலைபோல வந்து மனிதனைத் தாக்கத் தொடங்கிவிடும். வாயைக் கோணிக் கொண்டு, கையைக் காலை உதைத்துக்கொண்டு, அந்த நேரத்தில் பைத்தியகாரனாகாமல் தப்ப யாராலும் முடியாது.

இந்த வெறுப்பும் வஞ்சம் தீர்க்கும் உணர்ச்சியும் யாரைப் பற்றி, எதற்காக என்றெல்லாம் சொல்லமுடியாது. ஊதுகுழல் தீயைப்

போல இதை இஷ்டப்படி எந்தப் பக்கம் வேண்டுமானாலும் திருப்பிக்கொள்ளலாம். ஒரு விநாடி வின்ஸ்டனின் வெறுப்புணர்ச்சியும் பயமும் கோல்ட்ஸ்டீனை விட்டு, அதற்கு மாறாக முத்தண்ணா, கட்சி, சிந்தனைப் போலீஸ் இவர்களுக்கு எதிராக எழுந்தது. இந்த மாதிரியான சமயங்களில் சதிகாரன் என்று வெறுக்கப்பட்டு, பொய்ப் பிரச்சாரம் நிறைந்த உலகிலே, உண்மையைச் சொல்லத் துணிந்த அந்த கோல்ட்ஸ்டீன் எவ்வளவு மகத்தான தீரன் என்றுகூடத் தோன்றும். ஆனால், அடுத்த விநாடிக்கு இந்தச் சிந்தனை நிலைக்காது. மற்ற ஜனங்களுடன் அவனும் ஒருவன் ஆகிவிடுவான். கோல்ட்ஸ்டீனைப் பற்றிச் சொல்லப்படுவதெல்லாம் உண்மை என்று தோன்றிவிடும். இந்த மாதிரி சந்தர்ப்பங்களில் முத்தண்ணாவைப் பற்றிய அவன் வெறுப்பெல்லாம் பக்தியாகிவிடும். கோபுரம்போல உயர்ந்து, அசைக்க முடியாத, பயமென்பதே அறியாத காவலாளியாக முத்தண்ணாவைப் பற்றி எண்ணுவான் அவன். கோல்ட்ஸ்டீன் தன் குரலால் நாகரிகத்தையே அழித்துவிடுவானா என்றுகூடத் தோன்றும்.

சில சமயம் தன் விருப்பப்படி வெறுப்பை இந்தப் பக்கமும் அந்தப் பக்கமும் திருப்ப முடிந்தது. பயங்கரக் கனவு காணும் சமயத்தில், தலையணையிலிருந்த தலையை திடீரென்று இழுத்து மறுபக்கம் திருப்பிக்கொள்வதைப்போல வின்ஸ்டன் தன் வெறுப்பை கோல்ட்ஸ்டீனிடமிருந்து தனக்குப் பின்னால் உட்கார்ந்திருந்த பெண்ணின்மேல் திருப்பினான். தெளிவான, அழகான மனோராஜ்ய கற்பனைகள் அவன் மனத்தில் மிதந்து வந்தன. ஒரு ரப்பர் தடியால் அவள் சாகும் வரையில் அவளை அடித்தான். நிர்வாணமாக அவளை ஒரு கம்பத்தில் கட்டி, அவள் உடம்பில் அம்புகளைப் பாய்ச்சினான். அவளைப் பலாத்காரம் செய்துகொண்டே அவள் கழுத்தை அறுத்தான். தனக்கு அவளிடம் வெறுப்பு ஏற்பட்டதற்குக் காரணமும் அவனுக்குத் தெரியத் தொடங்கிற்று. அவள் அழகாகவும், யுவதியாகவும், பெண்மை உணர்ச்சியற்றவளாகவும் இருந்ததுதான் அவன் வெறுப்புக்கு அடிப்படைக் காரணம். அவளுடன் இன்பம் நுகர விரும்பினான் அவன்; அது நடக்காது என்றறிந்ததும் அவளிடம் வெறுப்புகொண்டான்.

வெறுப்பின் வேகம் உச்சியை எட்டியது. கோல்ட்ஸ்டீனின் குரல் இப்போது வார்த்தைகளற்ற ஆட்டுக் குரலாகவே மாறி விட்டது. ஒரு நிமிடம் அவன் முகம்கூட ஒரு ஆட்டின் முகமாக மாறியதாகத் தோன்றியது. அடுத்த விநாடி ஸ்க்ரீனில் அந்த ஆட்டுமுகத்துக்குப் பதில் ஒரு யூரேஷிய தேசத்துப் போர் வீரனின் முகம் தெரிந்தது.

கையில் இயந்திரத் துப்பாக்கியுடன் உயிருள்ளவன் போலப் பயங்கரமாகக் காட்டப்பட்டது. துப்பாக்கியைக் கண்டு முதல் வரிசைகளில் இருந்த சிலர் பயந்து பின்வாங்கினார்கள். ஆனால், அடுத்த விநாடியில் அந்த முகம் மறைந்தது. அதற்குப் பதில் முத்தண்ணாவின் முகம், கருப்புத் தலைமயிருடனும், கருப்பு மீசையுடனும் கம்பீரமாகத் தோன்றியது. சக்தியும் ஒரு அதிசயமான அமைதியும் தருவதுபோல இருந்தது அந்த முகம். முத்தண்ணா சொல்லிக்கொண்டிருந்தது எதுவும் யார் காதிலும் விழவில்லை. மக்களுக்குத் தைரியம் கூறும் வகையிலே அவர் சில வார்த்தைகள் சொன்னார். போர்க்களத்தில் நெருக்கடியான சமயத்தில் தளபதி சொல்லக்கூடிய வார்த்தைகள் போலிருந்தன அவை. ஒவ்வொரு சொல்லும் காதில் விழவேண்டும் என்கிற அவசியமேயில்லை. மொத்தத்தில் நம்பிக்கை என்கிற அவசியமேயில்லை. மொத்தத்தில் நம்பிக்கை தந்து தைரியம் ஊட்டக்கூடியவை அவை. முத்தண்ணாவின் முகம் மறைந்ததும் டெலிஸ்க்ரீனில் கட்சிக்கருத்து வாக்கியங்கள் மூன்றும் தோன்றின.

சண்டையே சமாதானம்
சுதந்திரமே அடிமைத்தனம்
அறியாமையே பலம்

இந்த வாக்கியங்களுக்குப் பின்னணியாக முத்தண்ணாவின் முகம் மங்கலாகத் தெரிந்தது. சில விநாடிகள் வரை முத்தண்ணாவின் முகம் மங்கலாக டெலிஸ்க்ரீனில் தெரிந்துகொண்டேயிருந்தது. பார்ப்பவர்களின் கண்களிலிருந்து சித்திரம் மெள்ள மெள்ள விலகுவது போல, டெலிஸ்க்ரீனிலிருந்து முத்தண்ணாவின் முகம் மறைந்தது. "என்னைக் காப்பாற்றுபவனே" என்று கூறுகிறவள்போல, பக்கத்து ஆசனத்திலிருந்த பெண் கைகள் இரண்டையும் திரையை நோக்கி நீட்டிக் கை கூப்பிக்கொண்டு நாற்காலியில் சாய்ந்துகொண்டாள். பிறகு கைகளால் முகத்தை மூடிக்கொண்டாள். அவள் பிரார்த்தனை செய்துகொண்டிருந்தாள் என்பது தெளிவாகவே தெரிந்தது.

இந்தச் சமயம் சபை பூராவும் 'முத்தண்ணா' 'முத்தண்ணா' 'முத்தண்ணா' என்று பலமாக முணுமுணுக்க ஆரம்பித்தது. அலைபோல எழுந்து மந்திரம் போல ஓங்கியது இந்த ஒலி இந்த ஓசைக்குப் பின்னணியாக கால்கள் தாளம் போடுவது மத்தளங்கள் ஒலிப்பது போலவும் இருந்தது. முப்பது விநாடிகள் வரைக்கும் இந்த முணுமுணுப்பு நீடித்தது. உணர்ச்சி மேலிடுகிற சந்தர்ப்பங்களில் அடிக்கடி உபயோகிக்கப்பட்ட ஒரு கோஷ்டி கீதம்

அது. ஒரு விதத்தில் சொல்லப்போனால் அதை முத்தண்ணாவின் அறிவுக்கும் ஆற்றலுக்கும் மக்கள் செலுத்திய காணிக்கை கீதம் என்று சொல்லவேண்டும். இன்னொரு விதத்தில் அது, மக்களுக்குத் தங்கள் மனத்தை மயக்கிக் கொள்ளத் தேவைப்பட்ட ஒரு மந்திரம் என்றுகூட சொல்ல வேண்டும்.

இசை என்கிற சாதனத்தினால் சுய அறிவை மறைத்துக் கொள்கிற ஒரு காரியம் அது. வின்ஸ்டனின் குரலில் குளிர் எடுக்கத் தொடங்கியது. பொதுவாக வெறுப்புப் பரவசத்தில் ஈடுபடுவதை அவன் பெரிதாக நினைப்பதில்லை. ஆனால், அதற்குப் பிறகு மனிதத் தன்மையற்ற இந்த மந்திர உச்சாடனம் தான் அவனுக்கு அளவற்ற பயங்கரத்தையும் வெறுப்பையும் தந்தது. மற்றவர்களுடன் சேர்ந்து அவனும் "முத்தண்ணா" என்று உச்சாடனம் செய்தான். அவ்வாறு செய்யாமல் தப்ப முடியாது. உணர்ச்சிகளை மறைத்துக்கொண்டு, முகபாவத்தில் எதையும் காட்டாமல் மற்றவர்கள் செய்வதுபோலவே செய்வது என்பது பழக்கமாகிவிட்ட ஒரு தப்பும்வழி. ஆனால், இப்படிச் செய்யும் முன் ஓரிரண்டு விநாடிகள் அவன் கண்களில் உண்மை ஒளி தோன்றிவிடும். அந்தச் சமயத்தில் யாரும் தன்னைக் கண்டு கொள்ளாமல் இருக்க வேண்டுமே என்றுதான் பயம் அவனுக்கு. இந்த இரண்டு விநாடிகளில்தான் அந்த முக்கியமான காரியம் நடந்தது. நிஜமாகவே நடந்ததா என்று கேட்டால் அவனால் நிச்சயமாகச் சொல்ல முடியாது.

அவன் ஒரு விநாடியனின் கண்களைப் பார்த்தான். ஓப்ரியன் எழுந்து நின்று மூக்குக் கண்ணாடியை எடுத்துத் துடைத்துப் போட்டுக்கொண்டிருந்தான். அவன் கண்கள் வின்ஸ்டனின் கண்களைச் சந்தித்தன. ஒரே நொடிதான். ஆனால், அந்த நொடியில், அந்தப் பார்வையில் ஒரு உண்மை விளங்கியதாகத் தோன்றிற்று. தன்னைப் போலவேதான் ஓப்ரியனும் சிந்திக்கிறான் என்பது வின்ஸ்டனுக்குத் தெரிந்தது. தவறுதல் ஏற்பட இடமில்லை. ஒருவர் விஷயம் மற்றவனுக்குப் புரிந்து விட்டது. அவர்கள் கண்கள் பேசிக்கொண்டு விட்டன. "உன் மனத்திலிருப்பது என்னவென்று எனக்குத் தெரியும். அதையே தான் நானும் எண்ணுகிறேன். கட்சியைப் பற்றியும் அதன் கொள்கைகளைப் பற்றியும் உன் வெறுப்பு, அருவருப்பு, அலட்சியம் எல்லாம் எனக்கும் தெரிகின்றன. ஆனால், நீ கவலைப்படாதே, நானும் உன் கட்சிதான்." என்று ஓப்ரியன் சொன்ன மாதிரி இருந்தது. ஓப்ரியனின் முகமும் மற்றவர்கள் முகம் போலாகிவிட்டது.

அவ்வளவுதான். இது நடந்ததா என்பது பற்றி இப்போது வின்ஸ்டனுக்குச் சந்தேகமாகக்கூட இருந்தது. இந்த மாதிரி சம்பவங்களில் தொடர்ந்து செய்வது ஒன்றுமில்லை. தன்னைப் போலவே மற்றவர்களில் சிலர் நினைக்கிறார்கள். கட்சிக்கு எதிரான சிந்தனைகளை வளர்க்கிறார்கள் என்று அவனுக்கு ஒரு நம்பிக்கை ஊட்டுவதைத் தவிர வேறு எதற்கும் இந்தச் சம்பவம் பயன்படாது. பதுங்கிப் பதுங்கி ஜனங்களில் சிலர் அரசாங்கக் கட்சிக்கு எதிராகச் சதிசெய்வதாகச் சொல்லிக் கொண்டார்களே, அது உண்மையாகவும் இருக்கலாம் என்று தோன்றிற்று. சகோதரர்கள் சேனை என்று ஒன்று இருப்பது உண்மைதான் போலும்! முடிவில்லாத போலீஸ் கண்காணிப்பையும் மீறி ஒரு சகோதர சேனை செயலாற்றுவது ஆச்சரியம்தான். பலர் சிறைப்பட்டார்கள். பலர் கொலையுண்டார்கள். பலர் அடிமைகளாக வேலை செய்யத் தண்டனை விதிக்கப்பட்டார்கள். எனினும் இன்னும் பலர் ரகசியத்தில் சதியாலோசனை செய்துகொண்டுதான் இருந்தார்கள் என்று சம்சயம் ஏற்பட்டது. சகோதர சேனை என்பது வெறும் பொய்யல்ல என்பது இதனால் தெரிந்தது. சில நாட்கள் வின்ஸ்டனுக்கு அது பற்றி நம்பிக்கை வரும். சில நாட்கள் நம்பிக்கை வராது. உண்மை என்று சொல்லும்படியாக ஆதாரம் எதுவும் கிடையாது. ஏதோ ஒருவன் கண்களில் ஒரு பாவம். அதை இப்படிச் சொன்னாலும் சொல்லலாம் - அப்படிச் சொன்னாலும் சொல்லலாம்.

சில சமயம் சிலர் பேசும் சம்பாஷணைகளில் ஏதாவது ஒரு பகுதி காதில் விழும். கக்கூஸ் சுவர்களில் எழுதியிருப்பது ஏதாவது கண்ணில்படும். யாராவது இரண்டு பேர் சந்திக்கும்போது அவர்கள் ரகசியமாக ஏதோ சைகைகள் பரிமாறிக் கொள்கிற மாதிரித் தோன்றும். அதெல்லாம் வெறும் யூகம் தான். வேறுஅல்ல. எல்லாம் அவன் கற்பனை தவிர வேறு எதுவும் இல்லை என்றும் சொல்லலாம். மறுபடியும் ஓப்ரியனை நிமிர்ந்து பார்க்காமல் அவன் தன் அறைக்குப் போய்விட்டான். அந்த நொடியில் உருவான விஷயத்தைத் தொடர்ந்து கவனிக்கலாம் என்கிற எண்ணமே அவன் மனத்தில் உதிக்கவில்லை. எப்படித் தொடர்வது என்று தெரிந்தாலும்கூட நடவடிக்கை எதுவும் எடுப்பதென்பது மிகவும் ஆபத்தான காரியம். ஒரு விநாடி, இரண்டு விநாடிகள், அவர்கள் கண்கள் சந்தித்துச் சதியா லோசனையில் ஈடுபட்டிருந்தன அவ்வளவுதான். சம்பவம் அத்துடன் முடிந்துவிட்டது. ஆனால், அதுவே தனியாக, சிறப்பாக ஞாபகத்தில் வைக்க வேண்டிய சம்பவம். தனித்து வாழும் அவனுக்கு ஒரு துணை கிடைத்தது போலிருந்தது அந்தச் சம்பவம்.

அந்தச் சம்பவம்தான் வின்ஸ்டனை குறிப்பு எழுதும் வேலையில் ஈடுபடச் செய்தது. இதைத்தான் அவன் அப்போது தன் நினைவுக்குக் கொண்டு வந்தான். தன் நாற்காலியில் நிமிர்ந்து உட்கார்ந்தான். ஒரு ஏப்பம் விட்டான். வயிற்றிலிருந்த மது நாற்றம் அடித்தது ஏப்பத்தில்.

எதிரிலிருந்த காகிதத்தில் பதிந்தன அவன் கண்கள். உதவியற்றவன் மாதிரி சிந்தனையிலாழ்ந்தவனாக உட்கார்ந்திருக்கும் போது அவன் கை விரல்கள் தாமாக எதையோ எழுதியிருக்கின்றன என்பதை அப்போதுதான் கவனித்தான். முன் எழுதியது போல சிறிய எழுத்துகள் அல்ல அவை. பெரிதாக தனித்தனி எழுத்துகளில் அழகாகவே அவன் எழுதி இருந்தான்.

ஒழிக முத்தண்ணா
ஒழிக முத்தண்ணா
ஒழிக முத்தண்ணா
ஒழிக முத்தண்ணா
ஒழிக முத்தண்ணா

என்று திரும்பத் திரும்ப எழுதி அரைப் பக்கத்தை நிரப்பியிருந்தான்.

இதைக் கண்டதும் அவன் மனத்தில் ஒரு பீதி எழுந்தது. டைரியைத் திறந்ததே சதிக்குற்றத்துக்குச் சமமான காரியம். அதில் இதை எழுதியது அதைவிடப் பெரிய குற்றமாகி விடாது. எனினும் அவனுக்குப் பயமாகத்தான் இருந்தது. எழுதிய பக்கத்தை கிழித்தெறிந்துவிட்டு, இந்தக் குறிப்பு எழுதுகிற முயற்சிக்கு முற்றுப்புள்ளி வைத்துவிடலாமா என்றுகூட எண்ணினான்.

ஆனால், அவன் அப்படிச் செய்யவில்லை. அதனால் எவ்வித உபயோகமும் இல்லை என்று அவனுக்குத் தெரியும். ‘ஒழிக முத்தண்ணா’ என்று அவன் எழுதினாலும் ஒன்றுதான்... எழுதாவிட்டாலும் ஒன்றுதான். குறிப்புகள் எழுதினாலும் எழுதா விட்டடாலும் வித்தியாசம் ஒன்றுமில்லை. எப்படியும் சிந்தனைப் போலீஸ் அவனைக் கண்டுபிடித்துவிடும். பேனா எடுத்துக் காகிதத்தில் எழுதாவிட்டாலும்கூட அவன் செய்யக்கூடிய குற்றங்களில் மிகவும் மோசமானதைச் செய்துவிட்டவன்தான், சிந்தனை குற்றம் என்று சொல்வார்களே, அதைச் செய்துவிட்ட அவன் தப்ப வழி ஏது? சிந்தனைக் குற்றத்தை என்றைக்கும் வெளிவராமல் மறைத்து வைப்பதென்பது சாத்தியமே அல்ல. கொஞ்ச நாள் ஏமாற்றலாம்... ஆனால், நாளடைவில் உண்மை வெளிப்பட்டுவிடும். சிந்தனைக்

குற்றத்தை ஒப்புக்கொள்ள வேண்டிய அவசியம் ஏற்பட்டே தீரும். சிந்தனைப் போலீஸ் கண்டுபிடித்துவிடும்.

இரவில்தான் சிந்தனைக் குற்றவாளிகளைக் கைது செய்வார்கள். இரவில் தவிர மற்ற நேரங்களில் போலீஸ் வராது. தூக்கத்திலிருந்து திடீரென்று எழுப்பி, கையைத் தோள் மேல் வைத்து முரட்டுத்தனமாக உலுக்கி, கண்களில் வெளிச்சத்தைப் போட்டு மயக்கச் செய்து, கொடூரமான முகங்கள் புடை சூழ ரகசிய போலீஸார் அழைத்துச் செல்வார்கள். அழைத்துச் செல்லப்படுபவர்களில் முக்காலே மூணுவீசம் பேர்வழிகளுக்கு விசாரணையோ, அறிக்கையோ, மறுக்க சந்தர்ப்பங்களோ அளிப்பதில்லை. அவர்கள் மறைந்துவிடுவார்கள். இரவில் எங்கோ போனவர்கள் மறுபடியும் யார் கண்ணிலும் படவேமாட்டார்கள். மக்கள் பட்டியலிலிருந்து அவர்கள் பெயர் எடுக்கப்பட்டுவிடும். அவர்கள் செய்தது எதுவும் யாருக்கும் அதற்குப் பிறகு ஞாபகம் வராது. அப்படி ஒருவன் இருந்தானா என்று கேட்கிற அளவுக்குச் சில நாளில் சந்தேகம் வந்துவிடும். இருந்தவன் இல்லாது போய் விடுவான் - ஒரு விநாடியில் அவன் இருந்த சுவடுகூட தெரியாது. தண்ணீர் நீராவியாக மாறி மறைவது போல, இந்த சிந்தனைக் குற்றவாளிகளும் ஆவியாக மாறி மறைந்துவிடுவார்கள்.

ஒரு நிமிஷம் ஒரு நிலையற்ற ஆவேசம் வந்தவன் போலக் கை நடுங்க, உடல் நடுங்கக் குறிப்புப் புத்தகத்தில் கிறுக்கினான் வின்ஸ்டன். "என்னைச் சுட்டுவிடுவார்கள், அதுபற்றி நான் துளியும் கவலைப்படவில்லை. கழுத்தின் பின்பகுதியிலே பிடறியில் சுடுவார்கள். முத்தண்ணா ஒழிக. சுடட்டும், அதுபற்றி நான் கவலைப்படவில்லை. கழுத்தில், பின்னாலிருந்து சுடுவார்கள்; சுடட்டும். ஒழிக முத்தண்ணா, எனக்குக் கவலையில்லை..."

நாற்காலியில் சாய்ந்துகொண்டு உட்கார்ந்தான். அவனுக்கே இப்படி நிலைதடுமாறியது அவமானமாக இருந்தது; அடுத்த நிமிஷம் திடுக்கிட்டு எழுந்தான். அறைக்கதவை யாரோ தட்டினார்கள்.

அதற்குள்ளாகவா! சத்தம் கேட்டதும் எப்படி ஒரு எலி ஆடாமல் அசையாமல் உட்கார்ந்திருக்குமோ, அதுபோல வின்ஸ்டன் உட்கார்ந்திருந்தான். யாராக இருந்தாலும் ஒருதரம் கதவைத் தட்டிவிட்டுப் போய்விடட்டுமே என்று பேசாதிருந்தான். ஆனால், கதவு மீண்டும் தட்டப்பட்டது. காலதாமதம் செய்வது சரியல்ல. இதயம் படபடவென்று அடித்துக் கொண்டது. ஆனால், முகத்திலே பாவம் எதுவுமில்லாமல் எழுந்து கதவருகே போனான்.

2

கதவுத் தாளைத் திறக்கக் கையை நீட்டியபோது தன் மேஜைமேல் குறிப்புப் புத்தகம் திறந்தபடியே கிடப்பது அவன் கண்ணில்பட்டது. அதில் எழுதியிருந்த 'ஒழிக முத்தண்ணா' என்கிற வாக்கியம் அவ்வளவு தூரத்திலும் தெளிவாகத் தெரியும் படியாக அவ்வளவு பெரிதாக இருந்தது. முட்டாள்தனமான காரியம்தான். மசி காயும்முன் அதை மூடி, அழகிய தன் டைரியை வீணாக்க விரும்பாமல்தான் அவன் அதைத் திறந்துவைத்திருந்தான். இதை ஞாபகப்படுத்திக்கொண்டான் அவன்.

பெருமூச்சுவாங்க, அவன் கதவைத் திறந்தான். திறந்தவுட னேயே ஒரு நிம்மதி பிறந்தது அவனுக்கு. வர்ணமற்ற, நசுக்கப்பட்ட பாவத்துடன் ஒரு பெண் வெளியே நின்று கொண்டிருந்தாள்.

"தோழரே!" என்று கெஞ்சுகிற குரலில் ஆரம்பித்துத் தொடர்ந்து கூறினாள் அவள்: "நீ வந்தது காதில் விழுந்தது. எங்கள் சமையலறைச் சாக்கடை சரியாக இல்லை. வந்து பார்க்க முடியுமா?"

அந்த அம்மாள் பார்ஸன்ஸின் மனைவி; அதே மாடியிலிருந்த வேறு ஒரு குடும்பத் தலைவி. (திருமதி என்கிற வார்த்தைக்குக் கட்சியில் ஆதரவு கிடையாது. தோழர் என்னும் சொல்லே வழக்கத்திலிருந்தது. ஆனால், சில பெண்களைப் பற்றிப் பேசும்போது அந்த வார்த்தை தானாகவே வந்துவிடும்.) முப்பது வயதிருக்கும் அவளுக்கு; ஆனால், அதிக வயதானவள் போல காணப்பட்டாள். அவள் முகத்திலிருந்த கோடுகளுக்கிடையில் புழுதிபடிந்திருக்கிறது என்று எண்ணும்படியாக இருந்தது. அவளைப் பின் தொடர்ந்து போனான் வின்ஸ்டன். இப்படிச் சில்லறையாக ஏதாவது ரிப்பேர் செய்வதென்பது தினசரித் தொல்லைதான். 1930இலோ அதற்கும் முந்தியோ கட்டப்பட்ட கட்டிடம் அந்த வெற்றிமாளிகை. பழைய கட்டிடத்தின் பல பகுதிகளிலிருந்து காரை பெயர்ந்து செதில் செதிலாக விழுந்து கொண்டிருந்தது பல இடங்களில். பனி உறையும்போது பல இடங்களில் தண்ணீர்க் குழாய்கள் வெடித்துவிடுவதென்பதும் அடிக்கடி நேரக்கூடியதே. மழை பெய்ததால் தளங்கள் பல இடங்களில் ஒழுகின. உஷ்ணம் தரும் குழாய்கள் முழு உஷ்ணமும் தருவதில்லை - அல்லது வேலையே செய்யாது. முடிந்த வரையில் நாமாக ஏதாவது ரிப்பேர்கள் செய்துகொள்வதுதான் சரி. ஒரு ஜன்னல் கண்ணாடியை ரிப்பேர் செய்யவேண்டுமானால் அதற்கென்று ஏற்பட்ட குழுவினருக்கு

மனுச்செய்து அனுமதி வாங்கிச்செய்து முடிப்பதற்குள் வருடங்கள் இரண்டு மூன்று ஆனாலும் ஆகிவிடும்.

"டாம் இல்லாததினால்தான் இப்படி" என்றாள் திருமதி பார்ஸன்ஸ் பொதுப்படையாக.

வின்ஸ்டன் வாழ்ந்த இடத்தைவிட பார்ஸன்ஸ் இருப்பிடம் பெரியது. ஆனாலும் வேறு விதத்தில் அதுவும் அடைசலாகவும் அழுக்காகவும்தான் இருந்தது. எல்லாவற்றையும் அடித்துக் கீழே போட்டு மிதித்துவிட்டமாதிரி ஒரு தோற்றம் இருந்தது. ஏதோ ஒரு பெரிய மிருகம் உள்ளே புகுந்து எல்லாவற்றையும் புரட்டி உருட்டிவிட்டமாதிரி ஒரு தோற்றம். விளையாட்டு ஆயுதங்கள் பல - ஹாக்கித் தடி, குத்துச் சண்டை கை உறைகள், ஒரு கால்பந்து பிரித்துவிடப்பட்ட ஒரு சிறு கால்சட்டை - எல்லாம் தரையிலே கிடந்தன. மேஜைமேல் நோட்டுப் புத்தகங்களும், சாப்பாட்டுத் தட்டுமுட்டு சாமான்களும் கிடந்தன. சுவர்களிலே கட்சிக் கொடிகளும், வாலிபர் சங்கக் கொடிகளும், வேவு பார்க்கும் சங்கச் சின்னங்களும், பெரிய அளவில் முத்தண்ணாவின் படமும் இருந்தன. கட்டிடம் பூராவுக்கும் பொதுவான அந்த வெந்த முட்டைக்கோஸ் வாடை இங்கும் வீசியது. அதைவிட மேலாக ஓங்கி நின்றது. எங்கிருந்தோ வந்து அங்கு வீசிய வியர்வை நாற்றம். பக்கத்தறையில் டெலிஸ்க்ரீனிலிருந்து வந்துகொண்டிருந்த ராணுவ இசைக்கு ஏற்ப யாரோ ஒருவன் ஒரு சீப்பையும் காகிதத்தையும் வைத்துக்கொண்டு இசை எழுப்பிக்கொண்டிருந்தான்.

"குழந்தைகள்" என்று பயத்துடன் பக்கத்தறைப் பக்கம் பார்த்துக்கொண்டே சொன்னாள் திருமதி பார்ஸன்ஸ். "இன்று அவர்கள் வெளியே போகவில்லை, உண்மையில்..."

பாதி வாக்கியங்களுடன் நிறுத்துவது அவள் வழக்கம். அறைச் சாக்கடையும் பேஸினும் முக்கால்வாசி நிரம்பியிருந்தன. அதில் தேங்கியிருந்த நீர் பசுமையாக இருந்தது. முட்டைக்கோஸ் வாசனை இங்கு அதிகமாகவே இருந்தது. வின்ஸ்டன் மண்டியிட்டு பேஸின் குழாய் வளைவைப் பார்த்தான். குனிவது என்பதே அவனுக்கு வெறுப்பான விஷயம். கைவிரல்களை விட்டுக் குடைவதும் வெறுப்பாகத்தான் இருந்தது. என்ன செய்வது? குனிந்ததால் இருமல் வேறு தொடங்கிவிடும்போல இருந்தது. திருமதி பார்ஸன்ஸ் என்ன செய்வதென்றறியாமல் நின்றாள்.

"டாம் வீட்டில் இருந்தால் ஒரு நொடியில் இதைச் சரிப்படுத்திவிடுவான்" என்றாள் அவள். "இந்த மாதிரியான விஷயங்களை ரிப்பேர் செய்வதில் கெட்டிக்காரன் அவன். கையால் வேலை செய்வதில் சமர்த்தன் டாம்தான்..."

உண்மை மந்திரிசபையில்தான் பார்ஸன்ஸும் வின்ஸ்டனுடன் வேலை பார்த்தான். உடல் பருத்தவன், ஆனால், சுறு சுறுப்பாக அசட்டுத்தனமான காரியங்களை எப்போதும் செய்து கொண்டே இருப்பான். முட்டாள்தனமான உற்சாகங்களின் மொத்த உருவம் அவன். கட்சியின் அஸ்திவாரமே அது போன்ற அசட்டு மக்களின் உற்சாகமும் ஒருமைப்பாடும்தான். சிந்தனைப் போலீசையும்விட நம்பகமானவர்கள் இவர்கள். உண்மையிலேயே எப்போதும் கட்சி நன்மைக்காக உழைப்பவர்கள் இவர்கள். வாலிப சங்கத்திலிருந்து முப்பத்தைந்து வயதான சமயத்தில் வெளியேற்றப்பட்டவன். அவன் வாலிபர் சங்கத்தில் சேரும்முன் அவன் வேவுக் காரச் சிறுவர் சங்கத்தில் சட்டரீதியான வயதுக்கும் அதிகமாக ஒரு வருடம் இருந்தான். இப்போது அவன் உண்மை மந்திரி சபையில் அறிவு தேவையற்ற ஒரு சாதாரண வேலையைப் பார்த்து வந்தான். வேலையைத் தவிர மற்றபடி விளையாட்டுக் கமிட்டி போன்ற பொதுப் பணிகளில் அவன் முன்னணியில் நின்றான். சேர்ந்து நடப்பது, பாராட்டு ஊர்வலங்கள் எடுப்பது, சேமிப்பு நடவடிக்கைகள், விருப்பப்பட்டு வேலை செய்வது போன்ற காரியங்களில் அவன் எப்போதும் ஈடுபட்டிருப்பான். அமைதியான ஒரு பெருமையுடன், சுங்கானைப் புகைத்துக்கொண்டே, சென்ற நான்கு வருடங்களாக தான் தவறாது பொதுஜன நிலையத்திற்குச் சென்றுவருவதாகச் சொல்லிக்கொள்வான். ஒருநாள்கூட அவன் போகத் தவறியதில்லை. உழைத்து வாழ்ந்தவன் அவன் என்பதற்கு அறிகுறியாக அவனை அணுகும்போதே வியர்வை நாற்றம் அடிக்கும். அவன் நகர்ந்துவிட்ட பிறகும்கூட, அவன் இருந்த இடத்தில் அந்த வியர்வை நாற்றம் அகலாமல் கொஞ்ச நேரம் இருக்கும்.

"குரங்குப் பிடி இருக்கிறதா?" என்று கேட்டான் வின்ஸ்டன், குழாய்த் திருப்பத்தைக் கழற்ற முயன்றுகொண்டே.

"குரங்குப் பிடியா?" எனக் கூறியபின், "குழந்தைகள்..." என்றாள் திருமதி பார்ஸன்ஸ்.

குழந்தைகள் பலமான சப்தம் செய்துகொண்டு சமையலறைக்குள் வந்தன. திருமதி பார்ஸன்ஸ் குரங்குப் பிடியைக் கொணர்ந்தாள். வின்ஸ்டன் தேங்கியிருந்த தண்ணீரை ஓட விட்டுவிட்டு, குழாயில்

அடைத்துக்கொண்டிருந்த மயிர்ச்சுருளை அருவருப்புடன் கையால் எடுத்துப் போட்டான். குளிர்ந்த தண்ணீர்க் குழாயில் கைவிரல்களை விட்டு முடிந்தவரையில் சுத்தம் செய்தான். பிறகு பக்கத்து அறைக்குள் போனான்.

காட்டுமிராண்டித்தனமான குரல் ஒன்று, "கையைத் தூக்கு தலைக்குமேலே" என்று உத்தரவிட்டது.

அழகான ஒரு பையன்; ஒன்பது வயதிருக்கும். அவன் முகத்திலே கொடூரம் தாண்டவமாடியது. மேஜைக்குப் பின்னால் ஒளிந்துகொண்டிருந்தவன் எழுந்து விளையாட்டுத் துப்பாக்கியை நீட்டினான். அவன் தங்கை இரண்டு வயது சின்னவள்; அதே போல ஒரு மரக்கட்டையை எடுத்துக் காட்டினாள். இருவரும் ஒற்றர்களின் ஆடையான நீலநிறக் கால்சட்டைகள், சிவந்த நிற கழுத்துக் குட்டைகள் அணிந்திருந்தார்கள்; வின்ஸ்டன் தலைக்கு மேலே தன் கைகளைத் தூக்கினான். ஆனால், இது விளையாட்டல்ல என்கிற ஒரு எண்ணம் அவன் மனத்தில் எழுந்தது. அந்த ஒற்றர்களின் முகபாவம் அவ்வளவு கொடூரமும் தீவிரமும் நிரம்பியதாக இருந்தது.

"நீ சதிகாரன்! நீ சிந்தனைக் குற்றவாளி! நாட்டுக்கு எதிராக வேலை செய்யும் ஒற்றன்! உன்னைச் சுட்டுப் பொசுக்கிவிடுவேன். உப்புச் சுரங்கங்களில் அடிமையாக வேலை செய்ய அனுப்பி விடுவேன்" என்று கூவினான் பையன்.

திடீரென்று இருவரும் அவனைச் சுற்றி ஆனந்தத் தாண்டவம் ஆட ஆரம்பித்துவிட்டார்கள். "சதிகாரன்", "சிந்தனைக் குற்றவாளி" என்று கூறிக்கொண்டு குதித்தார்கள். தன் அண்ணனின் காரியங்கள், வார்த்தைகள் எல்லாவற்றையும் தங்கையும் பூரணமாக எதிரொலித்தாள். பிற்காலத்தில் மனிதனைக் கொல்லும் சக்திவாய்ந்த புலிகளாக வளர்ந்து தீங்கு விளைவிக்கப் போகும் புலிக்குட்டிகள் குதிப்பது போல இருந்தது, அவர்கள் குதிப்பும் கூத்தாடலும் வின்ஸ்டனுக்கு. வின்ஸ்டனை உதைக்க வேண்டும், காட்டிக்கொடுத்து அவன் அவஸ்தைப்படுவதைப் பார்த்து ஆனந்திக்கவேண்டும் என்கிற ஒரு பாவம் அவர்கள் கண்களிலே இருந்தது. கையில் உண்மையாகவே துப்பாக்கி இருந்தால் பையன் என்ன செய்வானோ என்று எண்ணினான் வின்ஸ்டன்.

குழந்தைகளையும் வின்ஸ்டனையும் மாறி மாறிப் பார்த்தாள் திருமதி பார்ஸன்ஸ்.

"அப்பாடா, என்ன சப்தம் போடுகிறார்கள் குழந்தைகள்" என்றாள் அவள். "இன்று தூக்குத் தண்டனை நிறைவேற்றப்படுவதைப் பார்க்கப்போக அவர்களுக்கு அனுமதி கிடைக்கவில்லை" என்று கோபம். அவர்களை அழைத்துப்போக எனக்கு நேரமில்லை. பார்ஸன்ஸ் வந்து அவர்களை அழைத்துப்போவதென்றால் நேரமாகிவிடும்."

பையன் உரத்த குரலில், "நாங்கள் ஏன் அந்தத் தூக்குத் தண்டனையைப் பார்க்கக்கூடாது?" என்று கத்தினான்.

"தூக்குப் போடுவதைப் பார்க்கவேண்டும் நாங்கள் பார்க்கவேண்டும்" என்று அவன் தங்கையும் சேர்ந்து கத்தினாள். சுற்றிச்சுற்றி வந்து குதித்தாள் அவளும் பையனுடன், வின்ஸ்டனுக்கு அப்போது ஞாபகம் வந்தது; சண்டைக்காலத்தில் குற்றம் செய்த சில கைதிகள் அன்று மாலை தூக்கிலிடப்பட இருந்தார்கள். மாதத்துக்கொரு தடவையாவது நடக்கிற காரியம்தான் தூக்குத் தண்டனை நிறைவேற்றுதலும். மக்கள் விழுந்தடித்துக் கொண்டு அதை வேடிக்கை பார்க்கப் போவார்கள். முக்கியமாகக் குழந்தைகள், அதிலும் ஒற்றர் படையைச் சேர்ந்த குழந்தைகள் அந்தக் காட்சியைக் காணப்போகத் துடிப்பார்கள். திருமதி பார்ஸன்ஸிடம் விடைபெற்றுக்கொண்டு கிளம்பினான் வின்ஸ்டன். ஆனால், அவன் வாசற்படியை அடைந்தபோது அவன் கழுத்தில் ஏதோ வந்து பலமாகத் தாக்கியது. அதனால் அவனுக்கு அதிகமாக வலித்தது பழுக்கக் காய்ச்சிய கம்பியை முதுகில் பாய்ச்சிய மாதிரி இருந்தது. திரும்பிப் பார்த்தான். திருமதி பார்ஸன்ஸ் தன் பிள்ளையைப் பிடித்து உள்ளே இழுத்துக்கொண்டிருந்தாள். அவன் கையில் ஒரு கவண் கல்லெறி இருந்தது.

"கோல்ட்ஸ்டீன்!" என்று கத்தினான் பையன். கதவு சாத்தப்பட்டது. அந்தத் தாயின் முகத்திலேயிருந்த பீதிதான் வின்ஸ்டனுக்கு இப்போது தன் வலியையும் விடப் பெரிதாகப்பட்டது.

தன் இருப்பிடம் திரும்பியதும் டெலிஸ்க்ரீனைத் தாண்டிப் போய் மேஜையருகே உட்கார்ந்தான். கழுத்தில் வலித்த இடத்தில் தடவிவிட்டுக்கொண்டான். டெலிஸ்க்ரீன் பாடுவது நின்று விட்டது. ஒரு ராணுவ அதிகாரியின் குரல் 'பறக்கும் கோட்டை' ஒன்றைப் பற்றி காவியமயமாக விவரித்துக்கொண்டிருந்தது.

பாவம்! அந்தக் குழந்தைகளை வைத்துக்கொண்டு அவள் மிகவும் சிரமமான வாழ்க்கைதான் நடத்திக்கொண்டிருக்க

வேண்டும். ஒரு வருடம், இரண்டு வருடம் போவதற்குள் தங்கள் தாயாரே சரியானபடி கட்சிக் கொள்கைகளுக்கேற்றபடி நடந்து கொள்கிறாளா இல்லையா என்று குழந்தைகள் ஒவ்வொரு விநாடியும் வேவுபார்க்கத் தொடங்கிவிடும். இப்போது குழந்தைகள் எல்லாமே பயங்கரவாதிகளாகத்தான் வளர்ந்துகொண்டிருந்தன. இதில் மிகவும் வெறுக்கத்தக்க விஷயம் என்னவென்றால், குழந்தைகளை ஒற்றர் சங்கத்தில் சேர்த்து, அவர்களைக் காட்டுமிராண்டிகளாக்குவதில் அரசாங்கமே ஈடுபட்டிருந்ததுதான். கட்சி வகுக்கும் வழிகளைத் தவிர வேறு எந்த வழிகளிலும் செல்ல மறுத்தன குழந்தைகள் எல்லாம். கட்சி விஷயம் என்றால், மற்றெல்லாவற்றையும் விட்டுவிட்டுத் தனி பக்தி செலுத்தின குழந்தைகள். கட்சி கீதங்கள், ஊர்வலங்கள், கொடிகள், ஸ்லோகங்கள், பொய்த் துப்பாக்கிகளுடன் போர்ப் பயிற்சி, முத்தண்ணாவை வணங்குதல் எல்லாமே அவர்களுக்குப் பிடித்திருந்தன. ஏதோ விளையாட்டுப்போல இதெல்லாம் அவர்கள் ரத்தத்திலே ஊறிவிட்டன. இதற்குப் புறம்பான எல்லாவற்றையும் அவர்கள் வெறுத்தார்கள்.

கட்சி விதிகளை அங்கீகரிக்க மறுத்தவர்களை கட்சியின் எதிரிகள், அந்நியர்கள், சதிகாரர்கள், சிந்தனைக் குற்றவாளிகள் என்று வெறுத்தன குழந்தைகள். முப்பது வயதுக்கு மேலாகி விட்டவர்கள் குழந்தைகளைக் கண்டு பயப்படுவது என்கிற நிலைமை எங்கும் சாதாரணமாகிக் கொண்டிருந்தது. இதற்குக் காரணம் நிறையவே இருந்தது. வாரத்தில் ஒரு செய்தியாவது டைம்ஸ் பத்திரிகையில் ஒரு "குழந்தை வீரனைப்" பற்றி வராமல் இராது. தன் தாயும் தகப்பனும் பேசிக்கொண்டது பற்றி சிந்தனைப் போலீசுக்கு சொல்லித் தந்து, அவர்களைக் கைதியாக்கி வைக்கவே குழந்தைகள் முயன்றன. அதுவே அவர்கள் கடமை என்று அவர்களுக்கு போதனை ஏற்றிவைக்கப்பட்டு வந்தது.

கவண்கல் பட்ட இடத்தில் வலி மறைந்துவிட்டது. அரை மனத்துடன் மீண்டும் பேனாவை எடுத்தான் வின்ஸ்டன். டைரியில் எழுத வேறு ஏதாவது விஷயம் கிடைக்குமா என்று சிந்தித்தான். திடீரென்று மீண்டும் அவனுக்கு ஓப்ரியன் ஞாபகம் வந்தது.

பல வருடங்களுக்கு முன் - அதாவது ஏழு வருடங்களுக்கு முன் - அவன் ஒரு கனவு கண்டான். கனவில் கும்மிருட்டான ஒரு அறையில் அவன் இருந்தான். மற்றொரு பக்கத்தில் உட்கார்ந்திருந்த ஒருவன் அவனைத் தாண்டும்போது, "நாம் இருட்டே இல்லாத ஒரு இடத்தில் சந்திப்போம்" என்று சொன்னான். அமைதியாக,

க.நா. சுப்ரமண்யம்

மெதுவாக, சாதாரணமான விஷயம் சொல்லப் படுவதுபோல சொல்லப்பட்டது. அது ஒரு வேண்டுகோள்; ஒரு உத்தரவுகூட அல்ல. தயங்காமல் சொல்லிவிட்டுப் போய் விட்டான். இதில் விசேஷம் என்னவென்றால், கனவுகண்ட சமயத்தில் இந்த வார்த்தைகள் அப்படி விசேஷ அர்த்தம் உள்ளவையாக அவனுக்குப்படவில்லை. அவன் மனசை அவ்வளவாகத் தொடவில்லை. கொஞ்சம் கொஞ்சமாகப் பல நாட்களுக்குப் பிறகு அந்த வார்த்தைகளுக்குப் புது அர்த்தம், ஆழமான அர்த்தம் இருப்பதாகத் தோன்றியது. ஒப்ரியனை அவன் முதல் தடவையாகப் பார்த்தது, அந்தக் கனவு கண்ட பின்னரா அல்லது அதைக் காண்பதற்கு முந்தியா என்று அவனுக்கு நிச்சயமாக ஞாபகம் இல்லை. அந்த இருட்டில் கேட்ட குரல் ஒப்ரியனுடையதுதான் என்பது எப்போது அவன் மனத்தில் முதல் தடவையாகத் தோன்றியது என்பதும் அவனுக்கு ஞாபகம் இல்லை. எனினும் ஒப்பரியன் பற்றிய இந்த ஞாபகம் அவன் மனத்தில் இருந்து கொண்டேயிருந்தது.

ஒப்ரியன் நண்பனா, விரோதியா என்று வின்ஸ்டனால் நிச்சயமாகப் புரிந்துகொள்ள முடியவில்லை. அதனால் ஒன்றும் பாதிக்கப்படாது என்பது மட்டும் நிச்சயமே! அவர்கள் இருவருக்குமிடையிலே ஒரு பிணைப்பு இருந்தது என்பதுதான் முக்கியமான விஷயம். அது அன்பினால் ஏற்பட்டதா, ஒரு சகோதர பாவத் தோழமையால் ஏற்பட்டதா என்பது முக்கியமல்ல; பிணைப்பு இருந்ததுதான் முக்கியம் என்று எண்ணினான் வின்ஸ்டன். "இருட்டில்லாத இடத்தில் சந்திப்போம் நாம்" என்று சொன்னான் அவன். அதற்கு அர்த்தம் என்னவென்று வின்ஸ்டனுக்குத் தெரியாது. எப்படியாவது, என்றாவது ஒரு நாள் அது உண்மையாகலாம்; நிறைவேறலாம் என்பதுதான் அவன் மனத்தில் பதிந்திருந்த உண்மை.

டெலிஸ்க்ரீன் குரல் ஓய்ந்தது. ஒரு கம்பீரமான, தெளிவான கொம்பு ஊதி ஓய்ந்தது. பிறகு டெலிஸ்க்ரீன் அறிக்கை காதை துளைக்கும் குரலில் தொடர்ந்தது;

"கவனியுங்கள், கவனமாகக் கேளுங்கள். மலையாளக் கரையிலிருந்து செய்தி வந்திருக்கிறது. தென்னிந்தியாவிலுள்ள நம் சேனைகள் மகத்தான வெற்றிபெற்றுவிட்டன. இந்த வெற்றியினால் சண்டையின் முடிவே நெருங்கிக்கொண்டிருப்பதாக எண்ண இடம் இருக்கிறது. இதோ செய்தி..."

கெட்ட செய்தி வருகிறது என்று எண்ணினான் வின்ஸ்டன். ஒரு எதிரி சேனையைப் பூராவும் அழித்துக் கொன்றுவிட்ட செய்தி,

மேலும் பல தகவல்களுடன் விவரமாக வந்தது. கைதானவர்களும் கொல்லப்பட்டவர்களுமாக எண்ணிக்கை பெரிய தொகைதான். இதைத் தொடர்ந்து சாக்லேட் பங்கீட்டின் அளவு அடுத்த வாரம் முதல் முப்பது கிராம்களிலிருந்து இருபதாகக் குறைக்கப்படும் என்றும் அறிவிக்கப்பட்டது.

அப்போது ஏப்பம் விட்டான் வின்ஸ்டன். மதுவின் போதை குறைந்துகொண்டிருந்தது. வெற்றியைக் கொண்டாடவோ அல்லது சாக்லேட் ரேஷன் குறைந்தது பற்றிய ஞாபகத்தைக் குறைக்கவோ தேசியகீதம் பாடியது டெலிஸ்க்ரீன். "ஓஷியேனியா! உனக்காகத் தான்" என்று பாடும்பொழுது எல்லோரும் எழுந்து நிற்க வேண்டும் என்பது விதி. அவன் உட்கார்ந்துகொண்டேயிருந்தான்.

"ஓஷியேனியா" பாட்டுக்குப் பின் மெல்லிசை கீதம் தொடங்கியது. முதுகு மட்டும் டெலிஸ்க்ரீனுக்குத் தெரியும்படியாக நடந்து போய் ஜன்னலருகே நின்றான் வின்ஸ்டன். வெளியே வெளிச்சமாகவும் தெளிவாகவும் குளிராகவும்தான் இருந்தது இன்னமும். எங்கேயோ தொலைவில் ராக்கெட் வெடிகுண்டொன்று வெடித்த சப்தம் கேட்டது. இப்போது வாரத்துக்கு இருபது அல்லது முப்பது என்கிற கணக்கில் பாய்ந்துவரும் குண்டுகள் லண்டன் பிரதேசத்திலே வெடித்துக் கொண்டிருந்தன.

தெருவிலே கிழிந்த சுவரொட்டியின் மூலை இங்ஸாக் என்கிற வார்த்தையை மூடி மூடித் திறந்துகொண்டிருந்தது "புது மொழி", "இரட்டைச் சிந்தனை", "கடந்த காலத்திய சரித்திர உண்மைகள்கூட சௌகரியப்படிமாற்றல்" முதலியவைதான் புனிதமான இங்ஸாக் கொள்கைகள். இதைப்பற்றி நினைக்கும்போதே, கடலுக்கடியில் நடப்பவன் போல உணர்ந்தான் வின்ஸ்டன். அது ஒரு ராட்சஸ உலகம். அதில் அவன்தான் ராட்சஸன். அவன் தனியாக இருந்தான். இறந்த காலம் இறந்துவிட்டது. எதிர்காலம் எப்படியிருக்கும் என்று கற்பனை செய்ய முடியாமல் இருந்தது. இப்போது உயிருடனிருந்த மனிதர்களில் ஒருவனாவது தன் கட்சியிலிருப்பான் என்று அவன் எப்படி நம்ப முடியும்? கட்சியின் சர்வாதிகாரம் காலத்தின் முடிவு வரை நீடிக்காது என்று யார் சொல்ல முடியும்? 'உண்மை மந்திரி' சபைக் கட்டிடத்தின் மேல் கொட்டை எழுத்துகளில் எழுதப்பட்டிருந்த வாக்கியங்கள் அவன் கண்களில் பட்டன.

சண்டையே சமாதானம்
சுதந்திரமே அடிமைத்தனம்
அறியாமையே பலம்

தன் சட்டைப் பையிலிருந்து ஒரு இருபத்தைந்து பைசா காசை எடுத்துப் பார்த்தான். அதிலும் இந்த மூன்று வாக்கியங்களும் எழுதப்பட்டிருந்தன. பின்பக்கத்தில் முத்தண்ணாவின் முகம் பதிக்கப்பட்டிருந்தது. காசிலிருந்த படத்தின் கண்களும்கூட நேராகப் பார்த்துக் கண்காணித்தன. காசுகள், முத்திரைகள், புத்தகங்களின் அட்டைகள், கொடிகள், தோரணங்கள், சுவரொட்டிகள், பொட்டலங்கள் சுற்றும் காகிதங்கள் முதலிய எல்லாவற்றிலுமே அந்தப்படம் காணப்பட்டது. கண்கள் எப்போதும் கண்காணித்தன; அந்தக் கண்கள் எப்போதும் உன்னைத் தொடர்ந்தன. விழித்துக்கொண்டிருந்தாலும் தூங்கினாலும், சாப்பிட்டாலும் வேலை செய்தாலும், உள்ளேயும் வெளியேயும், படுக்கையிலும் ஸ்நான அறையிலும், எங்கும் முத்தண்ணாவின் பார்வையிலிருந்து தப்ப முடியாது. உனது என்று சொல்லிக்கொள்ள மண்டையோட்டுக்குள்ளிருந்த ஒரு சிறிய குழியைத் தவிர வேறு எதுவும் உனக்குக் கிடையாது.

சூரியன் நகர்ந்துகொண்டிருந்தது. உண்மை மந்திரி சபைக் காரியாலயத்தின் ஜன்னல்கள் இரண்டு, கோட்டையின் துப்பாக்கி ஓட்டைகள் போலக் காட்சியளித்தன இப்போது. உயரமான அந்தக் கோபுரத்தின் முன் அவன் மனம் குறுகிக் கூசியது. அது பலமான கோட்டை. அதைத் தகர்த்தெறிய முடியாது. ஆயிரம் குண்டுகள் விழுந்தாலும் அசையாது அது. அவன் டைரி எழுதியது யாருக்காக? எதிர்காலத்துக்காகவா சென்றகாலத்துக்காகவா? கற்பனையில் தவிர வேறு எங்குமில்லாத ஒரு காலத்துக்காகவா? சாவு என்பது மட்டுமல்ல, பயங்கரமான ஒரு அழிவு அவனுக்காகக் காத்திருந்தது. குறிப்புப் புத்தகமே சாம்பலாகிவிடும்: அவன் உடல் உருகி ஆவியாகி விடும். சிந்தனைப் போலீஸாரைத் தவிர வேறு யாருமே அவன் எழுதுகிற குறிப்புகளை வாசிக்கமாட்டார்களோ, என்னவோ! பார்த்தால்தானே யாரும் அதை ஞாபகத்தில் வைத்திருப்பதென்பது சாத்தியமாகும்? எதிர்காலம் வரையில் எதுவுமே இல்லாமல் போய்விடுமே; என்ன செய்வது?

டெலிஸ்க்ரீனில் மணி அடித்தது. பத்து நிமிஷங்களில் அவன் கிளம்பியாக வேண்டும். மூன்று முப்பதுக்கு அவன் காரியாலயத்தில் இருக்கவேண்டும்.

விசித்திரமான விஷயம் என்னவென்றால், மணி அடித்ததைக் கேட்டதும் அவனுக்குப் புதுத் தெம்பு வருவது போலிருந்தது. தனிமையாக நின்று யார் காதிலும் விழாத ஒரு உண்மையைச்

சொல்லிக்கொண்டிருந்த பிசாசு அவன். ஆனால், அதைச் சொல்வது அவன் கடமை. அவன் சொல்லிவிட்டால் அந்தத் தொடர் சரடு அறுபடவில்லை என்கிற ஞாபகம் இருந்து கொண்டிருக்கும். சொல்வது யார் காதிலும் விழவேண்டும் என்பது அவசியமில்லை. புத்தி தடுமாறாமல் இருந்து விடுவதே மனிதப் பண்பு; அதை அழியாமல் காப்பாற்றுவதற்கு ஒரு வழி என்று தோன்றிற்று வின்ஸ்டனுக்கு. மேஜையருகே உட்கார்ந்து பேனாவை மசியில் தோய்த்து மீண்டும் அவன் எழுதினான்;

'எதிர்காலத்துக்கோ அல்லது பழங்காலத்துக்கோ சிந்தனை சுதந்திரமாகவுள்ள ஒரு காலத்துக்கு, மனிதர்கள் ஒருவர் மாதிரி ஒருவர் இல்லாமல் மாறுபட்டிருக்கும் ஒரு காலத்துக்கு, மனிதர்கள் வாழ அவசியமில்லாத ஒரு காலத்துக்கு, அப்போது உண்மை உயிருடனிருக்கும். செய்யப்பட்டதை செய்யப்படாதிருக்கக் கூடாதா என்று எண்ண வேண்டிய அவசியம் இராது.

அப்படிப்பட்ட ஒரு காலத்துக்கு, எல்லாம் ஒரே மாதிரியாகவுள்ள இந்தக் காலத்திலிருந்து, தனிமை நிரம்பிய இந்தக் காலத்திலிருந்து, முத்தண்ணாவின் காலத்திலிருந்து, இரட்டைச் சிந்தனை யுகத்திலிருந்து எழுதிய கடிதம்.

இப்பொழுதே தான் இறந்துவிட்ட மாதிரிதான் என்று எண்ணினான் அவன். தன் சிந்தனைகளைத் தெளிவாகச் சொல்லத் தெரிவது போலிருந்த இந்தச் சமயத்தில்தான் தீர்மானமான முடிவுக்கு அடியெடுத்து வைத்ததாகத் தோன்றியது அவனுக்கு. செய்கையின் பலன்கள் பூராவும் அந்தச் செய்கையிலேயே அடங்கிக் கிடந்தன. அவன் தொடர்ந்து எழுதினான்:

"சிந்தனை குற்றத்துக்குத் தண்டனை சாவல்ல. சிந்தனைக் குற்றமே இன்று சாவுதான்."

செத்தவன் என்று தன்னை அறிந்துகொண்டவுடன் எத்தனை காலம் ஜீவிக்க முடியுமோ அவ்வளவு காலமும் ஜீவித்துவிட வேண்டும் என்ற ஆசை ஏற்பட்டது. வலது கையில் இரண்டு விரல்களில் மசிக்கறை படிந்திருந்தது. இந்தச் சின்ன விஷயம் போதும். அது அவனைக் காட்டிக் கொடுத்துவிடும். காரியாலயத்தில் யாராவது (அது பெண்ணாகவும் இருக்கலாம். நாவல் இலாகாவைச் சேர்ந்த கருப்புத் தலைமயிர்ப் பெண்ணா, மண் வர்ணம் படைத்த மயிருடைய மங்கையா) சாப்பாட்டு நேரத்தில் அவன் என்ன எழுதியிருக்கக்கூடும் என்று ஆச்சரியப்பட்டுச் சிந்திப்பான்.

எழுதுவதானால் பழங்காலத்துப் பேனாவை உபயோகிப்பானேன் என்று யோசிக்கலாம். சமயம் பார்த்து அதிகாரிகள் யாரிடமாவது தன் சந்தேகத்தைச் சொல்லிவிடலாம். இதற்கெல்லாம் இடம் கொடுக்கக் கூடாதல்லவா? எனவே வின்ஸ்டன் குளிக்கும் அறைக்குப் போய் சொரசொரப்பாக இருந்த சோப்பைப் போட்டுத் தேய்த்து மசிக்கறையைப் போக்கிக் கொண்டான். மசிக்கறையைப் போக்குவதற்கு நல்ல சோப்புத்தான் அது.

டிராயரில் டைரியை வைத்தான். அதை மறைத்து வைக்க நினைப்பது உபயோகமற்ற ஒரு விஷயம். யாராவது அதைக் கண்டுவிட்டார்களா என்று பார்க்க மட்டும் வழி செய்து கொண்டான். அதில் குறுக்கே ஒரு தலை மயிரை வைத்தால் தெரிந்துவிடும். அதற்குப் பதில் புத்தகத்தின் அட்டைமேல் ஒரு ஓரத்தில் மண்ணைத் தூவினான். யாராவது டைரியை எடுத்தார்களானால் அந்த மண் ஒட்டிக்கொண்டிராது அல்லவா.

3

வின்ஸ்டன் தன் தாயாரைப் பற்றிக் கனவு கண்டு கொண்டிருந்தான்.

அவன் தாயார் மறைந்தபோது அவனுக்குப் பத்து அல்லது பதினோரு வயதிருக்கலாம். அவள் உயரமாக, சிலை போன்ற உருவம் கொண்டவள். அதிகம் பேசமாட்டாள். அவள் தலை மயிர் அற்புதமான தங்கநிறமாக இருக்கும். மெதுவாக நடப்பவள் அவள். தன் தகப்பனாரைப் பற்றி அவனுக்கு அவ்வளவு தெளிவாக ஞாபகம் இல்லை. மெல்லியவராகவும் முடிகருத்தவராகவும் இருந்ததாக ஞாபகம் இருந்தது அவனுக்கு. அவர் மூக்குக் கண்ணாடி அணிந்திருந்தார் என்றும் ஞாபகம் இருந்தது. இருவரும் 1950-1960இல் நடந்த ஆளொழிப்பு இயக்கங்கள் ஒன்றில் மறைந்துவிட்டார்கள்.

கனவில் அவன் தாயாரும் அவள் மடியில் இருந்த அவன் தங்கையும் ஒரு கிணற்றுக்குள் முழுகிக்கொண்டிருந்தார்கள். அது என்ன இடம்? கிணற்றுக்கடியிலிருந்தார்களா அவர்கள்? ஆழ வெட்டிய சவக்குழியா? ஏற்கெனவே கீழே இருந்த அது இன்னமும் கீழே போய்க்கொண்டிருந்தது. முழுகிக் கொண்டிருந்த ஒரு கப்பலின் தனி அறையிலே இருந்தார்களோ? இருட்டிக் கொண்டிருந்த தண்ணீர் வழியாக அவர்கள், மேலே நின்ற அவனையே பார்த்துக்கொண்டிருந்தனர். அவன் ஒளியில், காற்றில்

சுதந்திரமாக நின்றுகொண்டிருந்தான். அவர்கள் கீழே சாவதற்குப் போய்க்கொண்டிருந்தார்கள். அவன் மேலே இருந்ததால் அவர்கள் கீழே போக வேண்டியதாக இருந்தது. அது அவனுக்கும் தெரியும் என்பது அவர்கள் முகத்திலே தெரிந்தது. அவர்களுடைய முகங்களிலோ உள்ளங்களிலோ அவனைப்பற்றி எவ்விதக் குற்றச்சாட்டும் இல்லை. அவன் வாழ தாங்கள் இறந்தேயாகவேண்டும் என உணர்ந்து நடந்து கொண்டார்கள் அவர்கள். தப்பமுடியாத விஷயமாக அவர்களுக்குத் தோன்றியது இது.

நடந்தது என்ன என்று உண்மையில் அவனுக்கு ஞாபகம் இல்லை. தன் உயிரைக் காப்பாற்றுவதற்காக அவர்கள் இருவருடைய உயிர்களும் தியாகம் செய்யப்பட்டன என்பது மங்கிய கனவுபோல தெரிந்தது. கனவுப் பகைப் புலன்கள் பூராவும் இருந்தன. எனினும் விழித்திருக்கும்போது உள்ள அறிவுக் காரியங்களின் தொடர்ச்சிதான் அது. விழித்தெழுந்த பிறகும் அந்தச் சிந்தனைகளும் உண்மைகளும் முக்கியமானவையாகத்தான் தோன்றும். இப்போது திடீரென்று வின்ஸ்டனின் யோசனையில் தாக்கியது என்னவென்றால், முப்பது வருடங்களுக்குமுன் தன் தாயாரின் வாழ்வு துயரமும் சோகமும் நிறைந்ததாக இருந்தது. இப்போது அந்த சோகமோ துயரமோ சாத்தியமேயல்ல என்பதுதான். அந்தக் காலத்தில் குடும்பம், அன்பு, காதல், நட்பு, எல்லாம் சோக நாடகங்களில் இருந்தன. ஒரே குடும்பத்தவர் ஒருவருக்கொருவர் உதவிசெய்துகொள்வார்கள். தன்னை நேசித்துக்கொண்டே உயிர் துறந்தாள் தன் தாய் என்கிற நினைப்பு அவன் உள்ளத்து நரம்புகளைப் பிடித்து உலுக்கியது. அப்போது, கைமாறாக அவளிடம் அன்பு செலுத்த அவனுக்கு வயது போதாது! இந்த நாட்களில் இம்மாதிரி காரியங்கள் இனி நடைபெற இயலாது. பயமிருந்தது... வெறுப்பிருந்தது... வலியிருந்தது. மற்றபடி உணர்ச்சிகளின் கௌரவம் இல்லை... ஆழ்ந்த அல்லது சிக்கலான துயரங்களும் சாத்தியம் இல்லை.

திடீரென்று அவன் கனவு நிலையில் மூழ்கினான். அப்போது அவன் மெத்தென்றிருந்த புல் தரையில் நின்று கொண்டிருந்தான். கோடை காலத்தில் மாலை நேரம். சாய்ந்து பரவிய சூரிய கிரகணங்கள் உலகைத் தங்கமயமாக்கின. எதிரிலிருந்த அந்தக் காட்சி அவனுக்குக் கனவில் மிகவும் பழக்கமானது. நேரிலும் அதை எங்கேயாவது பார்த்திருக்கலாம்... அது பற்றி அவனுக்கு நிச்சயமாகத் தெரியவில்லை. அதற்குத் தங்கப் பிரதேசம் என்று தனக்குள் பெயர் சொல்லிக் கொண்டான் அவன். பழைய நாளையில் முயல் திரியும்

புல்வெளி அது. ஒற்றையடிப் பாதை ஒன்று நடுவே வளைந்து சென்றது. இங்கும் அங்கும் மணற்குன்றுகள் காணப்படுகின்றன. எதிரே இருந்த வேலி ஓரத்தில் பிரமாண்டமான எல்ம் மரங்களின் கிளைகள் காற்றில் அசைந்தன. இங்கிருந்து தென்படாவிட்டாலும் அருகில் மறைவாக ஒரு சிறு ஆறு ஓடுகிறது. தெளிவான தேக்கத்துடன் மெதுவாக ஓடுகிறது. வில்லோ மரங்களின் தாழ்ந்த கிளைகளுக்கடியில் மீன்கள் துள்ளி விளையாடுகின்றன.

கருத்த மயிருடைய அந்தப் பெண் அவனை நோக்கி வந்து கொண்டிருந்தாள்; உடனே தன் துணிகளையெல்லாம் அவிழ்த்துப் போட்டுவிட்டாள். அவள் உடல் வெண்மையாக, வழவழப்பாக இருந்தது. ஆனால், அதைப்பார்த்து அவன் ஆசைப்படவில்லை. தன் துணிகளை அவிழ்த்துப்போட்ட ஒரு காரியத்தை எவ்வளவு அழகாகச் செய்தாள் அவள் என்பதை அவன் ரசித்தான். அந்தச் செய்கை மூலம் ஒரு பண்பாட்டையும் ஒரு நாகரிகத்தையும் அழித்துவிட்டதுபோல இருந்தது. ஒரு பெரிய சிந்தனைக் கோட்டையையே தகர்த்தெறிந்து விட்ட மாதிரி இருந்தது. முத்தண்ணாவும், கட்சியும், சிந்தனைப் போலீஸும் ஒரே காரியத்தினால், அவளுடைய அந்த ஒரு செயலால் இல்லாதவர்கள் போல ஆகிவிட்டார்கள். இதுவும் பழங்காலத்துச் செய்கைதான். உதட்டில் ஷேக்ஸ்பியர் என்கிற வார்த்தையை முணுமுணுத்துக் கொண்டு வின்ஸ்டன் விழித்தெழுந்தான்.

டெலிஸ்க்ரீன் காது புளிக்கும்படியாக ஊதிக்கொண்டிருந்தது. முப்பது விநாடிகள் தொடர்ந்து ஊதியது. மணி ஏழு பதினைந்து; காரியாலயத்தில் வேலை செய்யப் போகிறவர்கள் எழுந்திருக்கும் நேரம். நிர்வாணமாகப் படுத்திருந்த வின்ஸ்டன் மனசில்லாமல் எழுந்தான். கட்சியின் வெளி அங்கத்தினர்களுக்கு வருஷத்தில் மூவாயிரம் துணிக் கூப்பன்கள்தான் தந்தார்கள். அதில் போதுமான உடைகள் வாங்க இயலாது. ஒரு ஜோடி பைஜாமா வாங்குவதற்கே அறுநூறு கூப்பன்கள் செலவாகிவிடும். ஆகவே வின்ஸ்டனிடம் போதுமான உடைகள் கிடையாது. பழைய அழுக்குப் படிந்த ஒரு சிறு கால் சட்டையையும் மேல் சட்டையையும் எடுத்து அணிந்துகொண்டான். மூன்று நிமிஷங்களில் தேகாப்பியாசம் தொடங்கவேண்டும். இருமத் தொடங்கினான் அவன். சுவாசகோசத்திலிருந்த மூச்சுக் காற்றையெல்லாம் வெளியேற்றிவிட விரும்பியவன் போல இருமினான். எழுந்தவுடன் இருமுவது என்பது வழக்கமாகிக்கொண்டிருந்தது. மூச்சுவிடத் திணறிக்கொண்டே

மீண்டும் படுத்து ஆசுவாசப் படுத்திக்கொண்டான். அவன் நரம்புகள் புடைத்தன. கணுக்காலில் சிரங்கு அரிக்கத்தொடங்கியது.

"முப்பது முதல் நாற்பது வயது கோஷ்டி" என்று ஒரு பெண்ணின் குரல் கிரீச்சென்று ஊளையிட்டது. "முப்பது நாற்பது, வரிசையாக நில்லுங்கள்! முப்பது நாற்பது!"

டெலிஸ்க்ரீனுக்கு எதிரில் போய் நிமிர்ந்து நின்றான் வின்ஸ்டன். கட்டுமஸ்தான தேகமுள்ள ஒரு மங்கையின் உருவம் டெலிஸ்க்ரீனில் தெரிந்தது.

"கைகளை வளைத்துக் காலைத் தொடுவது... ஒன்று, இரண்டு, மூன்று, நான்கு! மறுபடியும் ஒன்று, இரண்டு, மூன்று, நான்கு!"

இருமுகிற சிரமத்தில் கனவின் சுவடு வின்ஸ்டன் மனத்தில் மறந்துவிட்டது என்று சொல்ல முடியாது. முகத்தில் ஒரு சந்தோஷ பாவத்தை வரவழைத்துக்கொண்டு தன்னுடைய குழந்தைப் பருவத்தை ஞாபகப்படுத்திப் பார்த்துக்கொள்ள முயன்றான் அவன். ஞாபகப்படுத்திக்கொள்வது மிகவும் சிரமமான காரியமாக இருந்தது. 1960ஆம் ஆண்டுக்குப் பிறகு எதுவுமே அவ்வளவாக ஞாபகம் இல்லை. பார்த்துத் தெரிந்து கொள்வதற்குக்கூட எதுவும் கிடையாது. அதனால்தானோ என்னவோ, தனிமனிதனின் ஞாபகங்கள்கூட மங்கி மறைந்து விடுகின்றன. நடக்காத காரியங்கள் பல நடந்ததுபோல ஒரு ஞாபகம் இருந்தது. விவரமாகத் தெரிவதுபோல இருந்த ஒரு சம்பவம் எப்படியோ ஓரளவு ஞாபகம் இருந்தது. மற்றபடி நெடுங்கால நிகழ்ச்சிகள் எதுவும் நடந்ததாகத் தெரியவில்லை. எல்லாமே எவ்வளவோ வித்தியாசப்பட்டிருந்தன அப்போது. 'ஏர்ஸ்டிரிப் ஒன்று' என்ற பெயரில்லை இந்த தேசத்துக்கு அப்போது. இங்கிலாந்து அல்லது பிரிட்டன் என்ற பெயர் அதற்கு. லண்டன் என்கிற பெயர் மட்டும் மாறவில்லை. அது என்றுமே லண்டனாகத்தான் இருந்து வந்திருக்கிறது.

தன் தேசம் சண்டையில் ஈடுபடாதிருந்த காலம் எது என்று வின்ஸ்டனுக்கு ஞாபகம் இல்லை. குழந்தைப் பருவத்தில் கொஞ்சகாலம் சமாதானம் இருந்தது என்று ஞாபகம் இருந்தது அவனுக்கு. முதல் ஆகாய விமானத் தாக்குதல் எல்லோரையும் ஆச்சரியத்தில் மூழ்கடித்தது என்று ஞாபகம் இருந்தது அவனுக்கு. கோல்செஸ்டரில் அணுகுண்டு விழுந்த சமயம் அதுதான் போலும். அவனுக்கு அந்தப் படையெடுப்பு பற்றித் தெளிவான ஞாபகம் இல்லை. பூமிக்கடியில் இருந்த பதுங்கல் இடத்துக்குத் தன்

க.நா. சுப்ரமண்யம்

தகப்பனாரின் கையைப் பிடித்துக்கொண்டு ஓட்டமாக ஓடியது ஞாபகம் இருந்தது அவனுக்கு. வளைந்து வளைந்து சென்ற படிகளில் நடந்து நடந்து அவனுக்குக் கால்வலி எடுத்துவிட்டது என்றும் ஞாபகம் இருந்தது. பூமிக்கடியிலிருந்த ரெயில்வே ஸ்டேஷனில் தங்கியதாக ஞாபகம் வந்தது அவனுக்கு.

கல் தளத்தில் கூட்டமாக ஜனங்கள் உட்கார்ந்திருந்தனர். வரிசை வரிசையாக உலோகப் பலகைகள் அடுக்கப்பட்டிருந்தன. அதிலெல்லாம் ஜனங்கள் உட்கார்ந்திருந்தார்கள். வின்ஸ்டனும் அவன் தாயாரும் தங்கையும் தகப்பனாரும் தரையில் உட்கார்ந்திருந்தார்கள். பக்கத்தில் ஒரு கிழவனும் கிழவியும் உட்கார்ந்திருந்தது நினைவுக்கு வந்தது. அந்தக் கிழவன் அழுதுகொண்டிருந்தான். மது நெடி அவன் பக்கத்தில் எங்கும் வியாபித்துக்கொண்டிருந்தது. ஏதோ ஒரு துக்கம் தாளாமல்தான் அவன் அழுதுகொண்டிருந்தான். கிழவனுக்கு மிகவும் பிரியமான யாரோ இறந்துவிட்டதாகப் புரிந்துகொண்டான் வின்ஸ்டன். அது பேத்தியோ, பேரனோ?

அப்பொழுது முதலே இடைவிடாமல் சண்டை நிலைமை தான் நிலவிவந்தது என்று ஞாபகம் இருந்தது வின்ஸ்டனுக்கு. சண்டைதான் நீடித்தது என்றும் சொல்ல முடியாது. ஒரு சில மாதங்களில் லண்டன் தெருக்களிலேயே அடிக்கடி கைகலப்பு ஏற்பட்டது. ஆனால், யார் யாருடன் சண்டை போட்டார்கள் என்று சொல்வதற்கு இயலாது, அந்தச் சரித்திரத்தைப் பற்றி எழுதிய ரிக்கார்டுகள்கூடக் கிடையாது இப்போது. இந்தக் கட்சி அரசியல்வாதிகளுக்கு முன்னர் மற்றவர்கள் இருந்தார்கள் என்பதையே இந்த அரசாங்கம் சொல்வது கிடையாது. இந்த நிமிடத்தில், 1984இல் (அது 1984தானா?) ஓஷியேனியாவுக்கும் யூரேஷியாவுக்கும் சண்டை நடந்துகொண்டிருந்தது. அதுசமயம் கிழக்காசியாவும் ஓஷியேனியாவும் தோழர்களாக இருந்தார்கள். வேறுவிதமான தோழமையோ, விரோதமோ என்றும் இருந்ததாக யாரும் சொல்வது கிடையாது. எனினும் நான்கு வருடங்களுக்கு முன் கிழக்காசியாவும் ஓஷியேனியாவும் யுத்தம் செய்து கொண்டிருந்தன. அப்போது யூரேஷியாவும் ஓஷியேனியாவும் தோழமை பூண்டிருந்தன என்று வின்ஸ்டனுக்கு ஞாபகம் இருந்தது. அவன் நினைவுச் சக்தி கட்சிக் கட்டுப்பாடுகளுக்கு உட்பட மறுத்ததால் ஏற்பட்ட நினைவு அது. அதிகாரப்பூர்வமாகச் சொல்லவேண்டுமானால் இப்போது ஓஷியேனியா, யூரேஷியாவுடன் யுத்தத்தில் ஈடுபட்டிருப்பதால், எப்போதுமே இந்த இரண்டு தேசங்களும் விரோதிகளாகத்தான் இருந்துவந்தன. இன்றைய விரோதிதான் தவிர்க்க முடியாத கெட்ட

சக்தி. அதனுடன் ஒத்துப்போவது என்பது இன்றல்ல, நேற்றும் நாளையும் சாத்தியமேயல்ல.

தோள்பட்டையை பின்னால் தள்ளி, இடுப்பை வளைத்து, உடலை முறுக்கிக்கொண்டே பத்தாயிரம் தடவையாக வின்ஸ்டன் பயங்கரமாகச் சிந்தித்தான். இதெல்லாம் உண்மையாக இருந்து விட்டால், உண்மையிலேயே பயங்கரம்தான் என்று எண்ணினான் அவன். இவ்வாறு நடக்கவில்லை என்று கட்சி அதிகாரிகள் கூறினால், அது நடக்காமலே போனமாதிரிதான் என்கிற சரித்திர நிலை ஏற்பட்டுவிட்டால், அதற்குப் பிறகு என்ன செய்வது? சித்திரவதை, கொலை என்பதற்கெல்லாம் மீறிய கடும் தண்டனை அது.

யூரேஷியாவுடன் தாங்கள் என்றுமே சிநேகமாக இருந்ததில்லை என்று கட்சி சொல்லியது; ஆனால், நான்கு வருடங்களுக்கு முன் ஓஷியேனியாவும் யூரேஷியாவும் சிநேகமாக இருந்தன என்று வின்ஸ்டனுக்குத் தெரியும். ஆனால், இந்த உண்மை எங்கே இருந்தது? வின்ஸ்டனுடைய முக்கியமற்ற சிந்தனையில்தான் இருந்தது. அந்த உண்மை இன்னும் சில நாளில் அழிந்துவிடும். ஆம் அவனையே அவர்கள் தீர்த்துவிடுவார்களே! கட்சி சொன்ன பொய்யை மற்றவர்கள் எல்லோரும் அங்கீகரிக்கும்போது - சரித்திரம்கூட அந்தப் பொய்யையே உண்மை என்று வற்புறுத்தும்போது - பொய்யே சரித்திரமாகிவிடுகிறது! பொய் உண்மையாகிவிடுகிறது. "பழங்காலத்தைக் கட்டுப்படுத்துபவன் எதிர்காலத்தையும் கட்டுப்படுத்துகிறவன் ஆகிறான். நிகழ்காலத்தைக் கட்டுப்படுத்துகிறவனால் கடந்த காலத்தையும் கட்டுப்படுத்த முடியும்" என்று கட்சிக் கொள்கைகள் கூறின. ஆனால், சென்ற காலம் மாறுவதாக இருந்தாலும், நிகழ்காலம் எப்படி மாறும்? அது மாறாமல் தானே இருக்கும். இன்று எது உண்மையோ, அது காலத்தின் ஆரம்பம் முதல் முடிவு வரை உண்மையேதான். இது மிகவும் எளிய விஷயம்தான். நமக்கு வேண்டியது என்ன தெரியுமா? முடிவில்லாமல் தன் ஞாபகத்தையே அழித்துக்கொள்ள மனிதன் முயலவேண்டும். "உண்மைக் கட்டுப்பாடு" என்று புதுமொழி சொல்லியது. "அதாவது இரட்டைச் சிந்தனை என்றும் இதைச் சொல்லலாம்" என்கிறது புதுமொழி.

"நேராக நில்லுங்கள்!" என்று கூறி அவன் சிந்தனையைக் குலைத்தது டெலிஸ்க்ரீன். முன்னைக்கிப்போது தேகப் பயிற்சி ஆசிரியையின் குரல் சகித்துக்கொள்ளக்கூடியதாகவே இருந்தது என்று சொல்லலாம்.

கைகளைத் தொங்கவிட்டுக்கொண்டு மூச்சை உள்ளுக்கிழுத்தான் வின்ஸ்டன். பின்னர் இரட்டைச் சிந்தனைப் புதிர் வழிகளில் அவன் மனம் திரிந்துகொண்டிருந்தது. அறிவது, அறியாதிருப்பது, பொய் சொல்லும்போதே உண்மை பேசுவதாக எண்ணிக்கொள்வது, ஒன்றுக்கொன்று நேர்மாறான இரண்டு கொள்கைகளை ஒரே சமயத்தில் கடைப்பிடிப்பது, எதிர்மாறானவை என்று அறிந்தும் இரண்டையும் நம்புவது, நன்னடத்தை தேவையில்லை என்று சொல்கிற அதே சமயம் நன்னடத்தையுள்ளவனாகவும் நடிப்பது, ஜனநாயகம் அசட்டுத்தனம் என்று நினைக்கிற அதே சமயத்தில் கட்சிதான் ஜனநாயகத்தைக் காப்பாற்றும் என்று நினைப்பது, அவசியமானபோது மறந்ததைத் தேவையானபோது ஞாபகப்படுத்திக் கொள்வது, மறுபடியும் அதையே மறப்பது, இந்த யுக்திகள் எல்லாவற்றையும் அனுசரிக்க வேண்டியபோது அனுசரிப்பது இதுதான் "இரட்டைச் சிந்தனையின்" உயிர் நாடி. மிகவும் நுட்பமான தத்துவம் இது; பிரக்ஞையுமின்றி பிரக்ஞையில்லாமையை உண்டாக்குவதுடன், தானாக உண்டாக்கிக்கொண்ட பிரக்ஞை அது என்று மறந்து விடுவது ஆகிய இரண்டும்தான் 1984இல் வாழ்க்கையின் முக்கிய அம்சங்கள். இரட்டைச் சிந்தனை என்கிற தத்துவத்தைப் புரிந்து கொள்ளவே இரட்டைச் சிந்தனை வேண்டும்.

"கைவிரலால் இப்போது யாரால் காலைத் தொடமுடிகிறது என்று பார்க்கலாம்" என்றாள் தேகப் பயிற்சி ஆசிரியை. "தோழர்களே! இடுப்பிலிருந்து வளையுங்கள்... ஒன்று... இரண்டு... ஒன்று... இரண்டு..."

இந்த உடற்பயிற்சியை வின்ஸ்டன் வெறுத்தான். குதிங்காலிலிருந்து இடுப்பு வரை எங்கும் வலிக்கத் தொடங்கிவிடும் அவனுக்கு. தவிரவும் இருமல் மீண்டும் தொடங்கிவிடும். கடந்த காலத்தின் நினைவு மீண்டும் அவனைத் தொடர்ந்தது. கடந்த கால உண்மைகளை மாற்றிவிட்டது மட்டுமல்ல; அதை அடியோடு அழித்துவிட்டார்கள். ஒருவனுடைய ஞாபகத்தைத் தவிர அதை மெய் என்று சொல்ல வேறு எவ்வித ஆதாரமும் இல்லாமல் அரசாங்கமே செய்துவிட்டதே! முதன் முதலாக முத்தண்ணாவைப் பற்றி அவன் கேள்விப்பட்டது எந்த வருடம் என்று நினைவுபடுத்திக்கொள்ள முயன்றான். அறுபதுக்கப்பால் ஏதோ ஒரு வருடம்; நிச்சயமாக ஞாபகம் இல்லை அவனுக்கு. கட்சிச் சரித்திரங்களில், புரட்சிக் காலம் முதல் முத்தண்ணா முத்தண்ணாவாகவே இருந்து வந்திருக்கிறார். ஆனால், அது உண்மையல்ல. அவர் தலைவராக

வந்தது புரட்சிக்குப் பல பல வருடங்களுக்குப் பிறகுதான். ஆயிரத்துத் தொள்ளாயிரத்து முப்பது, நாற்பதிலேயே அவர் முதலாளித்துவ சமூகத்தை எதிர்த்து தீவிரமான செயல்கள் பல புரிந்தார் என்று கட்சிச் சரித்திரங்கள் கூறின. இதில் எவ்வளவு கற்பனை, எவ்வளவு உண்மை என்று யாரும் இப்போது நிச்சயமாகச் சொல்ல முடியாது. கட்சியின் ஆரம்பம் எந்த வருடம் என்றுகூட வின்ஸ்டனுக்கு நினைவில்லை. "இங்ஸாக்" என்கிற வார்த்தையை அவன் 1960க்கு முன் கேள்விப்பட்டிருந்ததாக ஞாபகமில்லை. ஆனால், அது பழைய மொழியில் இங்க்லீஸ் சோஷலிசமாக மாறியது 1960க்குப் பிறகுதானோ என்னவோ! எல்லாவற்றையுமே மூடுபனி ஒன்று மூடிக்கொண்டிருந்த மாதிரி இருந்தது. இது பொய் என்று சில சமயம் கைநீட்டிக் குற்றம் சாட்ட முடியும். உதாரணமாக ஆகாயக் கப்பல்களைக் கண்டுபிடித்தது கட்சிதான் என்பது உண்மையேயல்ல. எனினும், கட்சிச் சரித்திரங்களில் அப்படித்தான் சொல்லப்பட்டிருந்தது. தன் குழந்தைப் பருவத்திலிருந்த ஆகாயக் கப்பல்கள் பற்றிய நினைவுகள் அவனுக்கிருந்தன. ஆனால், எது பொய், எது மெய் என்று யாரும் நிச்சயிக்க முடியாது. ஒரு சமயம் மட்டும்தான் அவன் கையில் ஒரு சரித்திரப் பொய், நிரூபிக்கக்கூடிய மாதிரி அகப்பட்டுக்கொண்டது.

டெலிஸ்க்ரீன் பெண் குரலில் அதட்டலாக, "ஸ்மித்! 6079 வின்ஸ்டன் ஸ்மித். ஆம், உன்னைத்தான். வணங்கிக் குனிந்து காலைத் தொடு. இன்னும் குனி. காலை வளைக்காதே. முயற்சி செய்தால் வரும் - முயற்சி செய்ய மறுத்தால்... ரைட், தோழரே! ரைட். மற்றவர்களும் அப்பியாசத்தை நிறுத்திவிட்டு நான் செய்வதைப் பாருங்கள்."

வின்ஸ்டனின் உடம்பெல்லாம் வியர்த்துவிட்டது. அவன் முகத்தில் மட்டும் தெரிந்துகொள்ளும்படியாக எவ்வித பாவமும் தோன்றிடவில்லை. பயத்தையோ, கோபத்தையோ ஆத்திரத்தையோ முகத்தில் காட்டிவிட்டால் சகலமும் போய்விடும். ஒரு கண் சிமிட்டல் காட்டிக்கொடுத்துவிடாதா? தேகாப்பியாச ஆசிரியை குனிந்து, ஒரு விரலில் ஒரு அங்குலத்தைக் கால் கட்டை விரலுக்கு அடியில் வைத்துக்கொண்டு குனிந்து நிற்பதைப் பார்த்துக்கொண்டு நின்றான். அது அழகாக இருந்தது என்று சொல்ல முடியாது. ஆனால், உண்மையிலேயே அதிசயமாகத் தான் இருந்தது.

"பார்த்தீர்களா? இப்படித்தான் நீங்களும் செய்யவேண்டும் என்று நான் சொல்லுகிறேன். எனக்கு முப்பத்தொன்பது வயதாகிறது நான்கு குழந்தைகள் பெற்றிருக்கிறேன் நான். இப்போது பாருங்கள்."

மறுபடியும் குனிந்து அவள் கை விரலால் தரையைத் தொட்டாள். "என் கால்கள் வளையவில்லை. உங்களுக்கு மனமிருந்து முயற்சி செய்தால் நீங்களும் இதைச் செய்யலாம். நாற்பத்தைந்து வயதாகாதவன் இதை வெகு சுலபமாகச் செய்ய முடியும். சேனையில் முன் நின்று சண்டை செய்யும் பாக்கியம் நம் எல்லோருக்கும் கிடைக்காது. அதில்லாவிட்டாலும் நம் உடம்பைச் சரிவரப் பார்த்துக்கொள்ளலாம்; திடமாக இருக்கலாம்! மலபார் முன்னணியை ஞாபகத்தில் வையுங்கள். அவர்கள் எவ்வளவு கஷ்டப்படுகிறார்கள் என்று சிந்தியுங்கள். இப்போது மறுபடியும் முயலுங்கள். ஹா! அதுதான் சரி தோழரே. முன்னைக்கிப்போது முன்னேற்றம்" என்று, வின்ஸ்டன் பல வருடங்களில் முதல் தடவையாகக் கால்களை வளைக்காமல் குனிந்து கை விரலால் தரையைத் தொட்டபோது சொன்னாள் தேகாப்பியாச ஆசிரியை.

4

அருகிலிருந்த டெலிஸ்க்ரீனைக்கூட மறந்தவனாக வின்ஸ்டன் பெருமூச்சொன்றுவிட்டான். தினசரிக் காரியங்கள் தொடங்கி விட்டன. பேசி எழுதும் இயந்திரத்தை அருகில் இழுத்து, அதன் வாய்ப்பக்கம் இருந்த தூசியைத் துடைத்தான். வலதுபக்கமிருந்த குழாய் வழியாக வந்து அவன் முன் மேஜைமேல் கிடந்த நான்கு காகிதச் சுருள்களைப் பிரித்துப் பார்த்தான்.

அவன் எதிரிலிருந்த அறையின் சுவரிலே மூன்று ஓட்டைகள் இருந்தன. பேசி எழுதும் இயந்திரத்துக்கு வலது பக்கம் இருந்த ஓட்டை வழியாக உத்தரவுகள் வரும். வலதுபக்கம் உள்ள ஓட்டை சற்றே பெரியது, அது வழியாகப் பத்திரிகைகள் வரும். வின்ஸ்டன் கைக்கு எட்டும்படியாகப் பக்கத்துச் சுவரில் தபால் பெட்டி வாய் மாதிரி ஒரு பொந்து இருந்தது. வேண்டாத காகிதங்களை இதில்தான் போடவேண்டும். இந்த வாயில் போட்டால் குப்பைகள் எல்லாம் மறைந்துவிடும். இதுபோன்ற பல்லாயிரம் வாய்கள் இந்தக் கட்டிடத்தின் பல இடங்களிலும் இருந்தன. ஒவ்வொரு அறையிலும் தவிர, வெளிக்கூடங்களிலும், நடை பாதையிலும், மேலும் பல இடங்களிலும் இந்த மாதிரி வாய்கள் இருந்தன. ஏதோ காரணத்துக்காக இந்த வாய்களுக்கு "ஞாபக வாய்கள்" என்று பெயர் வைத்திருந்தார்கள். அதில் போடுகிற காகிதங்களும் குப்பைகளும் கட்டிடத்தில் எங்கேயோ இருந்த அடுப்பில் சேர்ந்து பொசுங்கிப் போய்விடும்.

வின்ஸ்டன் நான்கு காகிதங்களையும் பிரித்துப் பார்த்தான். இரண்டொரு வரிகளே ஒவ்வொரு காகிதத்திலும் எழுதப்பட்டிருந்தன. முழுவதும் புது மொழியல்ல அது; ஆனால், காரியாலயங்களில் உபயோகித்த ஒரு சுருக்கெழுத்தில் எழுதியிருந்தது.

"டைம்ஸ் 17-3-84 முத்தண்ணா பேச்சு தவறாக அச்சாகியிருக்கிறது. ஆப்பிரிக்கா, சரிப்படுத்து.

டைம்ஸ் 19-12-84 மூன்று வருடத் திட்டத்தின் நான்காவது பாகத்தில் லட்சியங்களிலும் புள்ளிவிவரங்களிலும் 83 எழுத்துப் பிழைகள், திருத்து.

டைம்ஸ் 14-2-84 உற்பத்தி இலாகா சாக்லேட் கணக்கு தப்பு, சரி செய்.

டைம்ஸ் 13-12-83 முத்தண்ணா பேச்சு, இல்லாத மனிதரைப் பற்றி சொல்லியுள்ளது, திருத்தி எழுதவும்."

நான்காவது உத்தரவைத் திருப்தியுடன் எடுத்துத் தனியாக வைத்தான். கொஞ்சம் நுட்பமான, சிரமமான காரியம் அது; பொறுப்பானதும்கூட. அதைக் கடைசியில் செய்யலாம். மற்ற மூன்றும் சாதாரண சில்லறை விஷயங்கள். இரண்டாவது உத்தரவுப்படி பல புள்ளி விவரங்களில் முழுகி எழுந்திருக்க வேண்டும். மற்ற இரண்டும் சுலபமே.

டெலிஸ்க்ரீன்மூலம் குறிப்பிட்ட பழைய டைம்ஸ் பத்திரிகைகளைக் கேட்டான் வின்ஸ்டன். இரண்டொரு நிமிடங்களுக்குள்ளாகவே அவை இரண்டாவது துவாரத்தின் வழியாக வந்துவிட்டன. பத்திரிகையில் வந்த செய்திகளைப் பல காரணங்களால் மாற்றவேண்டிய அவசியம் இருந்ததைத்தான் அந்த உத்தரவுகள் வற்புறுத்தின. எப்படி மாற்றவேண்டும் என்றும் உத்தரவுகள் தெரிவித்தன. உதாரணமாக மார்ச் பதினேழாம் தேதி டைம்ஸில் முத்தண்ணா செய்த பிரசங்கம் ஒன்று பிரசுரமாகியிருந்தது. அதில் தென்னிந்தியாவில் சண்டையிட்டுக் கொண்டிருக்கும் சேனை சும்மா இருக்கும் என்றும், வட ஆப்பிரிக்கா முன்னணியில்தான் யுத்தம் சுறுசுறுப்பாக இருக்கும் என்றும் முத்தண்ணா பேசியதாக விவரம் வெளிவந்திருந்தது. ஆனால், அப்படி நடக்கவில்லை. வட ஆப்பிரிக்காவில் ஒன்றும் நடக்கவில்லை - தென்னிந்தியாவில் தான் கட்சி சேனை சுறுசுறுப்பாக முன்னேறியிருந்தது. நடந்த காரியத்தை முன்கூட்டியே சொன்னமாதிரி முத்தண்ணாவின் பேச்சைத் திருத்தி எழுதவேண்டியது அவசியமாயிற்று. இரண்டாவது

உத்தரவும் இதே போன்ற ஒரு விஷயம் பற்றியதுதான். வருகிற வருடத்தில் உற்பத்தி எவ்வளவு இருக்கும் என்று முத்தண்ணா சொன்னது பிசகிப் போய்விட்டது என்று நேற்றைய பத்திரிகையில் வந்த புள்ளி விவரங்கள் கூறின. இந்தப் புள்ளிவிவரங்களை வைத்துக்கொண்டு முத்தண்ணாவின் அன்றையப் பேச்சைத் திருத்திவிடவேண்டும் என்பது வின்ஸ்டனுக்கு வந்த உத்தரவு. மூன்றாவது உத்தரவும் அதேபோலத்தான். 'அடுத்த வருடம் சாக்லேட் ரேஷன் குறைக்கப்படமாட்டாது' என்று மினி ப்பௌண்டி காரியாலயம் ஒரு தேதியில் வாக்களித்திருந்தது. ரேஷன் இப்போது குறைக்கப்பட்டுவிட்டபடியால் 'மினி பிளெண்டி குறைக்கப்படும் என்றுதான் சொல்லிற்று' என்றுதான் அன்று சொல்லிற்று என்று திருத்திவிட வேண்டும்.

ஒவ்வொன்றையும் திருத்தி எழுதியானதும் டைம்ஸ் பிரதியுடன் அதை இரண்டாவது வாய் வழியாக அனுப்பி விட்டான் வின்ஸ்டன். பிறகு உத்தரவுகள், அது பற்றி அவன் எடுத்த குறிப்புகள் எல்லாவற்றையும் குப்பைக் குழாய் வழியாகப் போட்டுவிட்டான். இது தானாகவே அவசரம் சிறிதுமில்லாமல் செய்த காரியம்.

அவன் உத்தரவுகள்படி செய்து எழுதிய அந்தக் குறிப்புகள், திருத்தங்கள் என்ன ஆயின என்று விவரமாக, நிச்சயமாக அவனுக்குத் தெரியாது. டைம்ஸ் பத்திரிகையில் செய்யவேண்டிய திருத்தங்களையெல்லாம் செய்து வேறு ஒரு பிரதி அச்சடித்து வைத்துக்கொண்டு விடுவார்கள். பழைய பிரதிகள் எல்லாம் கொளுத்திவிடப்படும். பத்திரிகைகளில் மட்டுமல்ல, புத்தகங்கள், சஞ்சிகைகள், துண்டுப்பிரசுரங்கள் எல்லாவற்றிலேயும் மெய் பொய்யாக்கப்படும். இந்தக்காரியம் தினசரி நடந்துகொண்டிருந்தது. கட்சிக் காரியங்களில் எந்தச் சமயத்தில் எந்தக் குறிப்புத் தேவையானாலும் இப்படித் தயார் செய்துவிடுவதற்கு ஒரு இலாகா இடைவிடாமல் வேலை செய்துகொண்டிருந்தது. சரித்திரத்தையே அடித்துத் திருத்தி எழுத மகத்தான ஒரு சாதனமாக அந்த இலாகா சேவை செய்தது. இவ்வாறு பல தடவைகள் மாறியிருக்கும் ஒரு டைம்ஸ் இதழ். ஆனால், அதுதான் கிடைக்கும். அசல் பிரதி அழித்து விடப்பட்டிருக்கும். புத்தகங்கள் பலவும் இந்த மாதிரி திருப்பிச் சேர்க்கப்பட்டு திருத்தப்பட்டதுண்டு. தவறுகளைத் திருத்துவது என்று பெயரே தவிர உண்மையில் இது மெய்யைப் பொய்யாக்குவது என்று யாரும் சொல்வதில்லை. சரித்திர ஞாபகத்துடன் கட்சிக்காகச்

செய்யப்படுகிற திருத்தங்கள் இவை என்றுதான் அதிகாரிகளும் மற்றவர்களும் தங்களையே திருப்தி செய்துகொண்டார்கள்.

உண்மையில் அது பொய் என்றுகூடச் சொல்வதற்கில்லை. ஒரு அர்த்தமற்ற அறிக்கைக்குப் பதில் இன்னொரு அர்த்தமற்ற புது அறிக்கையை வெளியிடுவது என்பதுதான் இது என்று வின்ஸ்டனுக்குத் தோன்றியது. அர்த்தமற்ற விவரங்கள், விவகாரங்கள் இவ்வளவும். நேரடியாகப் பொய் சொன்னால் அதை உலகம் ஏற்காது. இந்த மாதிரிப் பொய்கள் யாரையும் எப்படியும் பாதிக்க முடியாது. தவிரவும் புள்ளிவிவரங்களில் பழையதானாலென்ன? புதிதானாலென்ன? இரண்டுமே ஒன்றுதானே ! இரண்டு விவரங்களுமே கற்பனை என்று இருக்கும்போது இதில் என்ன வித்தியாசம். உதாரணமாக, குறிப்பிட்ட ஒரு மூன்று மாதங்களில் பதினாலரைக் கோடி ஜதை பூட்ஸுகள் உற்பத்தி செய்யப்படும் என்று சொல்லப்பட்டது. அந்த மூன்று மாதங்களில் செய்யப்பட்டதாக வெளியிடப்பட்ட கணக்கு 6 கோடி ஜதைகள்தான். அதற்காக முன்னால் சொன்னது 5 கோடிதான் என்று திருத்தி எழுதவேண்டி இருந்தது. அந்த மூன்று மாதங்களில் ஒரு ஜதை பூட்ஸுகள் கூடச் செய்யப்படாமல் இருந்திருக்கலாம்; எனவே எல்லா விவரங்களுமே பொய்தான். இதில் கூட்டல், குறைத்தல் இதிலெல்லாம் பயன் என்ன? ஜனங்களில் பாதிப்பேர் காலில் பூட்ஸுகள் இல்லாமல் நடக்க வேண்டியதாக இருந்தது என்னும் போது, பத்திரிகையில் லட்சம், கோடி என்று கணக்கெழுதுவதால் யாருக்கு என்ன பயன்? பெரியதாயினும் சிறியதாயினும் எது பற்றியும் நிலைமை இதுவேதான். வருடம், மாதம், தேதிகூடச் சில சமயம் பொய்த்துவிடுகிற அளவுக்குப் பொய்யும் மெய்யும் கலந்துவிட்டன என்றுதான் சொல்லவேண்டும்.

கூடத்துக்கப்பால் எதிர்ச் சராகத்தில் ஒரு சிறிய உருவம் உட்கார்ந்து கையில் ஒரு பத்திரிகையுடன் பேசி எழுதும் இயந்திரத்துக்குள் ரகசியமாக ஏதோ சொல்லிக்கொண்டிருந்தது. அவன் பெயர் டில்லட்ஸன். வின்ஸ்டனை விரோதப் பார்வை பார்த்துவிட்டு அவன் தன் ரகசியக் காரியத்தைத் தொடர்ந்து நடத்தினான்.

வின்ஸ்டனுக்கு டில்லட்ஸனை நன்றாகத் தெரியும் என்று சொல்ல முடியாது. அவன் என்ன வேலையில் ஈடுபட்டிருந்தான் என்பதும் சரிவரத் தெரியாது. இந்த ரிக்கார்ட்ஸ் இலாகாவில் யாரும் தாங்கள் செய்துகொண்டிருந்த வேலை பற்றி மனம் திறந்து எதுவும் பேசமாட்டார்கள். காகிதங்கள் புரட்டும்போது சடசடவென்று

ஓசைபடுவதும், அவரவர் பேசி எழுதும் இயந்திரத்துடன் பேசுவதும்தான் அங்கு நிறைந்திருந்த சப்தம். இலாகாவில் வேலை செய்த பலரை நேரில் வின்ஸ்டனுக்குத் தெரியவே தெரியாது. இரண்டு நிமிட வெறுப்பு நேரத்தின்போது அவர்கள் குறுக்கும் நெடுக்கும் போவதைப் பார்த்திருப்பான்; அவ்வளவுதான். உதாரணமாக அடுத்த அறையில் அந்தத் தங்கவர்ணத் தலைமயிர்க் காரி உட்கார்ந்திருந்தாள் என்பது வின்ஸ்டனுக்குத்தெரியும். அவள் என்ன வேலையில் ஈடுபட்டிருந்தாள் என்பதும் அவனுக்குத் தெரியும். எக்காரணத்தினாலோ ஒழித்துக்கட்டப்பட்ட மனிதர்களின் பெயர்கள், நினைவுகள் எங்கிருந்தன என்று தேடிப்பிடித்து, அவற்றை அழித்துவிடுவது அவள் வேலை, அப்படி ஒரு மனிதன் இருந்தான் என்பதற்கோ, அவன் அழித்து விடப்பட்டான் என்பதற்கோ ஆதாரமே எங்கும் இல்லாமல், அவன் ரிக்கார்டுகள் பூராவையும் மாற்றிவிடுவது அவள் வேலை. அவள் புருஷனே இரண்டு வருடங்களுக்கு முன் இப்படி அழிக்கப்பட்டவர்களில் ஒருவன்தான்.

இரண்டு அறைகளுக்கப்பாலிருந்து ஆம்பிள் போர்த் என்னும் மனிதன், ஒரு காலத்தில் எழுதப்பட்டு, இன்னமும் அவசியமாக இருந்த கவிதைகளை இன்றைய கட்சிக் கொள்கைகளுக்கு ஏற்றபடி திருத்தி அமைப்பதில் ஈடுபட்டிருந்தான். இந்தக் கூடத்தில் ஐம்பது பேர் இப்படிப் பல காரியங்களில் ஈடுபட்டிருந்தனர். உண்மை மந்திரிசபையின் பல இலாகாக்களில் இது ஒரு இலாகாவின் சிறு பகுதிதான். கற்பனையில்கூட எண்ணிப் பார்க்க முடியாத பல வேலைகளைச் செய்துகொண்டு அந்தக் கட்டிடத்தில் ஆயிரக்கணக்கான சிப்பந்திகள் மேலும் கீழும் நடுவிலும் இருந்தார்கள். அச்சு இயந்திரங்கள் இருந்தன. பிறர் குரலை அதே போல தத்ரூபமாக ஏற்றுப் பேசக்கூடியவர்கள் பலர் அங்கிருந்தார்கள். பிறர் மாதிரி தங்கள் உருவத்தை மாற்றிக்கொள்ளக்கூடியவர்களின் இலாகா ஒன்றிருந்தது. எந்த சமயத்துக்கு எவர் அவசியமானாலும், அவரை டெலிஸ்க்ரீன் முன் நிறுத்திப் பேசவைக்கும் சக்தி வாய்ந்தது உண்மை மந்திரிசபை.

புத்தகங்கள் இலாகா வெகு விஸ்தாரமானது, அங்கு வேலை பார்த்தவர்களைக் கொண்டு ஒரு சைன்யமே தயார் செய்யலாம். இதற்கெல்லாம் மேலே, எங்கோ ஒரு மூலையிலிருந்து யார் கண்ணிலும் படாமல், இத்தனை வேலைகளையும் நடத்திவைத்த மகாமேதைகள் இருந்தார்கள். எதை எதிர்காலத்துக்கு வைத்துக்

கொள்வது, எதை அழிப்பது, எதைத் திருத்துவது என்று தீர்மானிக்கும் 'இலாகா மூளைகள்' எங்கேயோ இருந்தன.

'ரிக்கார்ட்ஸ் இலாகா' என்பது உண்மை மந்திரி காரியாலயத்துக்கு ஒரு சின்ன இலாகாதான். உண்மை மந்திரிசபையின் முக்கிய வேலை வேறு. ஓஷியேனியா மக்களுக்குப் பத்திரிகைகள், புத்தகங்கள், பொழுதுபோக்குகள், பாடப் புத்தகங்கள், நாடகங்கள், நாவல்கள் எல்லாம் தயாரித்துத் தருவதுதான் அதன் முக்கிய அலுவல். புள்ளிவிவரமோ, கவிதையோ, உடற்கூறு சாஸ்திரமோ, நாட்டுக் கவிதையோ, குழந்தைகள் புத்தகமோ, அது அகராதியோ எதுவானாலும் அதன் பொறுப்புத்தான். கட்சிக்குத் தயார் செய்கிற மாதிரி மற்ற பொதுமக்களுக்கும் இவற்றையெல்லாம் தயார் செய்வது அந்த மந்திரிசபையின் பொறுப்பு. ஒரு பெரிய இலாகா பொதுஜனங்களுக்காக வேலை செய்துவந்தது. குப்பைப் பத்திரிகைகள், ஆண் பெண் உறவு நாவல்கள், குற்றக் கதைகள், ஜோசியம் முதலிய எல்லாம் இந்த இலாகாவின் உற்பத்திதான். கவிதை எழுதுவதற்கென்று அங்கே பிரத்தியேகமான பல இயந்திரங்கள் இருந்தன. ஆண் பெண் உணர்ச்சிகளில் கீழ்த்தர உணர்ச்சிகளைத் திருப்தி செய்யக்கூட ஏற்ற புத்தகங்களைத் தயாரித்து வெளியிட ஒரு இலாகா வேலை செய்துகொண்டிருந்தது. இந்த இலாகாவுக்கு போர்னோஸெக் என்று பெயர். ஆனால், இந்த இலக்கியத்தைக் கட்சி அங்கத்தினர்கள் யாரும் படிக்கக்கூடாது என்று தடை இருந்தது.

மேலும் மூன்று உத்தரவுகள் வந்தன. அவையும் எளிய விஷயங்களே. அவற்றை முடிக்கும்முன் இரண்டு நிமிட வெறுப்பு நேரம் குறுக்கிட்டது. வெறுப்புநேரம் முடிந்த பிறகு அவன் தன் அறைக்குத் திரும்பினான். புது மொழி அகராதியை எடுத்து வைத்துக்கொண்டு தன்னுடைய முக்கியமான அன்றைய அலுவலைத் தொடங்கினான். அதுதான் முதலில் கிடைத்த நான்காவது உத்தரவு.

அவனுக்குத் தன் வேலையில் உண்மையாகவே அதிக ஆனந்தம் இருந்தது என்றுதான் சொல்லவேண்டும். அநேகமாக அதில் பெரும் பகுதி அலுப்புத் தரும் தினசரிக் காரியங்கள்தான். ஆனால், சில சமயம் அதில் ஒரு பிரச்சனை மனதைக் கவரக் கூடியதாக இருக்கும். கணக்கில் ஒரு சிக்கலான பிரச்சனைக்கு விடை கண்டுபிடிக்கிற மாதிரி விடை கண்டுபிடிக்க வேண்டிய பிரச்சனைகள் சில அவ்வப்போது தோன்றி, அவன் வேலையை சுவாரசியமுள்ளதாக ஆக்கும். இங்ஸாக் கொள்கைகளையும், கட்சியின் விருப்பங்களையும் தவிர வேறு

எதையும் நிச்சயமாகச் சொல்லமுடியாது. அதை மட்டும் கொண்டு திருப்திகரமான ஒரு காரியத்தைச் செய்து முடிப்பது மகிழ்ச்சியாக இருக்கும். இந்தமாதிரியான சந்தர்ப்பங்களில் வின்ஸ்டன் தன்னையே மறந்து வேலையில் முழு மனதுடன் ஈடுபடுவான். சில சமயம் டைம்ஸ் தலையங்கங்களைக்கூட அவன் திருத்தியிருக்கிறான்.

"டைம்ஸ் *3-12-83*, மு.அ. பேச்சு, ரொ.ரொ. சரி, அ.இல். பற். திரு எபி நடந்தே எ."

இதற்கு விரிவாக வியாக்கியானம் செய்தால் அர்த்தம் பின் வருமாறு ஆகும்: "அன்றைய தேதியில் முத்தண்ணாவின் பேச்சு எழுதப்பட்டிருப்பது திருப்திகரமாகவே இல்லை. மிகவும் தவறாக இருக்கிறது. இல்லாதவர் ஒருவரைப் பற்றி முத்தண்ணா பேசியதாக இருக்கிறது. திருப்பிச் சரியாக எழுதவும். எழுதிச் சேர்க்கு முன் மேலதிகாரியின் அபிப்பிராயம் தெரிந்துகொள்ளவும். எழுதியதை மேலதிகாரிக்கு அனுப்பவும்."

தவறு என்று குறிப்பிட்ட அந்தக் கட்டுரையைப் படித்துப் பார்த்தான் வின்ஸ்டன். அதில், மிதக்கும் கோட்டைகளிலுள்ள வீரர்களுக்கு சிகரெட்டுகள் முதலியன சப்ளை செய்யும் ஒரு சங்கம் பற்றியும், அதில் சுறுசுறுப்பாக இருந்த விதர்ஸ் என்ற ஒருவரைப் பற்றியும் குறிப்பிட்டு முத்தண்ணா பெரிதாகப் பாராட்டிப் பேசியிருந்தார்.

மூன்று மாதங்களுக்குப் பிறகு அந்தச் சங்கம் இருந்த இடமே தெரியாமல், காரணமில்லாமல் மறைந்துவிட்டது. உள் கட்சி அங்கத்தினனாக, முத்தண்ணாவின் பாராட்டுக்கும் பட்டங்களுக்கும் உரியவனாக இருந்த தோழர் விதர்ஸ் காணாமற்போய் விட்டான். அது பற்றி எங்கும் எவ்விதத் தகவலுங்கிடையாது. கட்சி அங்கத்தினர்கள் குற்றம் சாட்டப்பட்டால் விசாரணை விவரங்களோ, தண்டனை விவரங்களோ வெளியே வரவே வராது. ஆயிரக்கணக்கான ஜனங்கள் அப்புறப்படுத்தப்பட்டாலும்கூட அது வெளிவராது. சில சமயம் பலர் தங்கள் குற்றங்களை ஒப்புக் கொண்டு, முத்தண்ணாவுக்கு எதிராகச் சதி செய்ததாக ஏற்றுக் கொண்டு கொல்லப்படுவார்கள். அது தவிர பலர் போன இடமே தெரியாமல் போய்விடுவார்கள். அவர்கள் இறந்துவிட்டார்கள் என்றுகூடச் சொல்லமுடியாது. வின்ஸ்டனுக்குத் தெரிந்து முப்பது பேர்வழிகள் - அவன் பெற்றோர்கள் உட்பட இப்படி மறைந்திருக்கிறார்கள்.

தோழர் டில்லட்ஸன் இன்னமும் ரகசியமாகத்தான் பேசி எழுதும் இயந்திரத்துள் பேசிக்கொண்டிருந்தான். வின்ஸ்டன் இப்போது செய்துகொண்டிருந்த அதே காரியத்தைத்தான் அவனும் செய்துகொண்டிருந்தானோ? இருக்கலாம். முக்கியமான வேலையை இரண்டு மூன்று சிப்பந்திகளைச் செய்யச்சொல்லி, எது நன்றாக இருக்கிறது என்று பார்த்துப் பொறுக்கிக்கொள்வது இலாகாவின் வழக்கம். இரண்டு மூன்று பேர் என்று சொல்வது கூடப் பிசகு; டஜன் சிப்பந்திகள்கூட அதே காரியத்தில் ஈடுபட்டிருக்கலாம். இலாகா தலைவர்கள் யாராவது அவைகளைப் படித்துப் பார்த்து, எது நன்றாக இருக்கிறது என்று தேர்ந்தெடுப்பார்கள். அது சரித்திரக் கட்டுரையாகிவிடும்.

விதர்ஸ் எதற்காக ஒழிக்கப்பட்டான் என்பது வின்ஸ்டனுக்குத் தெரியாது. லஞ்சம் வாங்கினானோ அல்லது செயல் திறமையற்றவனாக இருந்தானோ? கட்சியில் அவன் பெரியவனாகிவிடப் போகிறானே என்றுகூடக் கருதி முத்தண்ணா அவனைத் தீர்த்துக் கட்டியிருக்கலாம்! கட்சிக் கொள்கைகளை அவன் பூரணமாக ஏற்றுக்கொள்ளவில்லையோ, என்னவோ ! வேறு யாரையாவது அச்சுறுத்துவதற்காக அவன் அழிக்கப்பட்டாலும் அழிக்கப்பட்டிருக்கலாம். இப்போது விதர்ஸ் இல்லை. ஆகவே அவன் என்றுமே இருந்ததில்லை என்பது கட்சியின் வாதம். முத்தண்ணாவின் பேச்சில் அவன் பெயர் வந்ததால், அவன் இருந்தான் என்பது ஏற்பட்டுவிடும். அப்படி ஏற்படக் கூடாது என்பதுதான் இலாகா உத்தரவு. என்ன செய்யலாம் என்று யோசித்தான் வின்ஸ்டன்.

முத்தண்ணாவின் பேச்சை வழக்கப்படி சதிகாரர்கள், சிந்தனைக் குற்றவாளிகள் ஆகியவர்களைக் கண்டிக்கும் பேச்சாக மாற்றி எழுதிவிடலாம். அல்லது போர் வெற்றி ஒன்றையோ அல்லது பொருளாதார வெற்றி ஒன்றையோ சொல்ல வைக்கலாம். அப்படித்தான் பல ரிக்கார்டுகளை மாற்ற வேண்டி வரும். புதிதாகக் கற்பனை ஒன்று உண்டாகவே, திடீரென்று தோழர் ஆகில்வி என்கிற பெயர் வின்ஸ்டனின் மனதில் உதித்தது. அவன் சேனையின் முன்னணியில் வீரப்போர் புரிந்து உயிர்துறந்தான். மற்றவர்களுக்கு ஒரு உதாரணமாக அவனை எடுத்துக்காட்டினார் முத்தண்ணா. அப்படிப்பட்ட ஒரு ஆசாமி உண்மையில் இருந்ததே யில்லை. அதனாலென்ன? அச்சில் பெயர் வந்துவிட்டால், பொய்

உருவப்படங்கள் இரண்டு தயார் செய்துவிட்டால் ஆகில்வி உண்மை மனிதனாகிவிடுகிறான்.

ஒரு நிமிடம் சிந்தித்தான் வின்ஸ்டன். பிறகு பேசி எழுதும் இயந்திரத்தில் முத்தண்ணாவின் நடையில் பேசத் தொடங்கினான். “இதிலிருந்து நாம் என்ன தெரிந்துகொள்கிறோம், தோழர்களே? நமது இங்ஸாக் கொள்கைகள்படி...” என்று ஆரம்பித்தால் சுலபமாகவே முத்தண்ணாவின் பாணி வந்துவிடும்.

“மூன்றுவயது முதலே ஆகில்வி ஒரு வீரனாக இருந்தான். குழந்தைப் பருவத்திலே அவன் பொம்மைகள் வைத்துக் கொண்டு விளையாடவில்லை - சேனைகளை நடத்தினான். பதினொரு வயதில் தன் சிற்றப்பனை சிந்தனைப் போலீசுக்குக் காட்டிக் கொடுத்தான். பதினேழாவது வயதில் அவன் பால் எதிர்ப்புச் சங்கத்தில் அங்கத்தினன் ஆனான். பத்தொன்பதாவது வயதில் அவன் கண்டுபிடித்த ஒரு வெடிகுண்டு முதல்தடவையாக எறியப்பட்டபோது பதினேழு யூரேஷிய எதிரிகளை ஒரேயடியாகக் கொன்றது. இருபத்தி மூன்றாவது வயதில் அவன் தன் கடமையைச் செய்துகொண்டே உயிர் துறந்துவிட்டான். ஹெலிகாப்டரில் போர் காரியமாகப் போய்க்கொண்டிருக்கும் போது எதிரிகள் துரத்தினார்கள். கையிலிருந்த பத்திரங்களுடன் அவர்களிடம் அகப்பட்டுக்கொள்ளக்கூடாது என்று அவன் இயந்திரத் துப்பாக்கியை இடுப்பில் கட்டிக்கொண்டு இந்தியக் கடலில் குதித்துவிட்டான். ஒவ்வொருவரும் அவன் மாதிரி வீர மரணத்தையே கோரவேண்டும். இங்ஸாக், எதிரிகளை முறியடிப்பது இதைத்தவிர அவன் வேறு எதையுமே அவன் தன் ஆயுளில் பேசியதே கிடையாது.” என்று முத்தண்ணா பேசியதாக அவன் எழுதி முடித்தான்.

அவனுக்கு ஏதாவது பட்டம் அளித்ததாக எழுதலாமா என்று யோசித்தான் வின்ஸ்டன். பட்டம் அளித்தால் அதற்காகப் புதிய ரிக்கார்டுகள் ஏற்படுத்தவேண்டும். எனவே அது வேண்டாம் என்று விட்டுவிட்டான்.

அடுத்த அறையிலிருந்த டில்லட்ஸனைப் பார்த்தான். அவனும் முனைந்து வேலை செய்துகொண்டேதானிருந்தான். தான் செய்துகொண்டிருந்த வேலையையேதான் அவனும் செய்து கொண்டிருந்தான் என்பது சந்தேகமற அவனுக்குத் தெரிந்தது. யார் எழுதியதை இலாகா அதிகாரி ஏற்றுக்கொள்வார் என்று அறிவதற்கு வழி கிடையாது. ஆனால், தன் எழுத்தே சிறந்தது என்று வின்ஸ்டனுக்கு நிச்சயமாகத் தெரியும். உயிர்பெற்றுவிட்ட தோழர்

ஆகில்வியைப் பற்றி அவனுக்குச் சிறிதும் சந்தேகம் இல்லை. சார்லிமேனும் ஜூலியஸ் சீஸரும் இருந்தார்கள் என்பது எவ்வளவு நிஜமோ அதேபோல இப்போது தோழர் ஆகில்வியும் உயிர்வாழத் தொடங்கிவிட்டான்.

5

பூமிக்கடியில் தாழ்ந்த கூரையுடைய சாப்பாட்டு விடுதியில் மத்தியானச் சாப்பாட்டுக்காக நீண்ட வரிசை நின்றது. கூட்டம் நிறைந்திருந்ததால் காது செவிடுபடும்படி ஒரே சப்தமாகவும் இருந்தது. வெற்றி மது வாசனையும் வெறும் வாசனையும் கலந்து அங்கு நிறைந்திருந்தது. எதிர்க்கோடியில் உள்ள ஒரு ஓட்டை வழியாகத் தேவைப்படும்போது பத்துசதம் கொடுத்து சிறிதளவு மது வாங்கிக்கொள்ளலாம்.

“உன்னைத்தான் எதிர்பார்த்தேன்” என்று வின்ஸ்டனுக்குப் பின்னால் ஒரு குரல் கேட்டது.

திரும்பிப் பார்த்தான்; ஆராய்ச்சி இலாகாவில் வேலை செய்த அவன் நண்பன் ஸைம் நின்றுகொண்டிருந்தான். நண்பன் என்று சொல்வது பிசகாக இருக்கலாம்; நட்புக்கு இங்கு இடமில்லை. எல்லோரும் தோழர்கள்தான்; ஆனால், சில தோழர்களுடன் பேசிப் பழகுவதைவிட இன்பமாக இருந்தது. ஸைம் மொழி ஆராய்ச்சியாளன். புதுமொழியில் வல்லவன் அவன். புதுமொழி அகராதியின் பதினொறாவது பதிப்பைத் தயார் செய்துகொண்டிருந்த ஆராய்ச்சியாளர்களில் ஸைமும் ஒருவன். மிகவும் சிறியவன், கருத்த மயிருள்ளவன். அவன் கண்கள் பிதுங்குகிற மாதிரி இருந்தன. அலட்சியமும் துக்கமும் அவன் முகத்தில் எப்போதும் குடியிருந்தன.

“சவர பிளேடுகள் இருக்கின்றனவா உன்னிடம்?” என்று கேட்டான் அவன்.

தயங்காமல், “இல்லை” என்றான் வின்ஸ்டன். “எங்கெல்லாமோ தேடிப் பார்த்துவிட்டேன், ஒன்றுகூடக் கிடைக்கவில்லை” என்று தொடர்ந்து கூறினான்.

எல்லோரும் சவர பிளேடுகள் கேட்டார்கள். உண்மையில் அவனிடம் புதிய இரண்டு பிளேடுகள் இருந்தன. பல மாதங்களாக பிளேடுகளுக்குப் பஞ்சமே வந்துவிட்டதுபோல இருந்தது. எப்போதும் ஏதாவது ஒன்று அகப்படாதிருப்பது என்பது சர்வ

சாதாரணமான நிலைமைதான். ஒரு சமயம் பிளேடுகள் - ஒரு சமயம் - பொத்தான்கள் - ஒரு சமயம் பூட்ஸ் லேசுகள் - இந்த மாதிரிப் பஞ்சம் பல மாதங்கள் நீடிப்பதுண்டு. வெளிச் சந்தையில் திருட்டுத்தனமாகத் தேடி ஏராளமாகப் பணம் கொடுத்து வாங்கினால்தான் உண்டு.

"ஆறு வாரங்களாக ஒரே பிளேடை உபயோகித்து வருகிறேன்" என்றான் வின்ஸ்டன், பொய்யாக.

கியூ மெதுவாக மேலே நகர்ந்தது. மறுபடியும் நின்றது. மறுபடியும் திரும்பி ஸைமைப் பார்த்தான். எண்ணெய்ப் பசை போகாமல் குவியலாக இருந்த தட்டுகளிலிருந்து ஆளுக்கொன்று எடுத்துக்கொண்டார்கள்.

"நேற்று தூக்குத் தண்டனை பார்த்தாயோ?"

"நான் வேலை செய்துகொண்டிருந்தேன்; போக முடியவில்லை. சினிமாவில் பார்த்துவிடலாம்" என்று சொன்னான் வின்ஸ்டன்.

"இரண்டும் ஒன்றாகிவிடுமா?"

கேலி செய்யும் கண்கள் வின்ஸ்டனின் முகத்தைத் துருவிப் பார்த்தன. "உன்னை எனக்குத் தெரியுமே! நீ ஏன் அந்தத் தூக்குத் தண்டனையைப் பார்க்கப்போகவில்லை என்று எனக்குத் தெரியுமே!" என்று அந்தக் கண்கள் சொல்வதுபோல இருந்தது. அறிவாளிகளின் வழியிலே அவன் அதிதீவிரமாகக் கொள்கைப்படி நடப்பவன்; கட்சிக் கட்டுப்பாடுகளைப் பூரணமாக ஏற்றுக்கொள்பவன் அவன். எதிரிகள் எப்படிப் பணிய வைக்கப்பட்டார்கள், சிந்தனைக் குற்றவாளிகளின் விசாரணை, குற்றம் சாட்டுதல், ஒப்புக்கொள்ளுதல் முதலியவற்றை விஸ்தாரமாக சுவையுடன் வர்ணிப்பவன் அவன். அவன் மந்திரிசபையின் கீழ்த்தளத்திலே தண்டனைகள் எப்படி நிறைவேற்றப்படுகின்றன என்று விவரங்களுடன் வர்ணிப்பான் அவன். இந்த மாதிரியான விஷயங்களிலிருந்து அவன் மனத்தைத் திருப்பி, புதுமொழி பற்றிப் பேசவைத்தால் பிரமாதமாகப் பேசுவான். அதில் உண்மையிலேயே கெட்டிக்காரன் அவன்; அழகாகப் பேசுவான். அவன் கண்களைச் சந்திக்க விரும்பாமல் முகத்தைத் திருப்பிக்கொண்டான் வின்ஸ்டன்.

"நல்ல தூக்குக் காட்சி அது" என்றான் ஸைம், நாக்கைச் சப்புக்கொட்டிக்கொண்டு, "தூக்கிலிடும்போது கால்களைக் கட்டிவிட்டால் காட்சியில் சுவாரசியம் போய்விடுகிறது. கால்களை அவர்கள் உதைத்துக்கொள்ளும்போது பார்க்க எனக்குப் பிடிக்கும்.

கடைசியில் நாக்குகள் தொங்கி, நன்றாக நீலம் பாய்ந்திருப்பதைக் காண எனக்குப் பிடிக்கும். அதுதான் நல்ல காட்சி!" என்றான் தொடர்ந்து.

"அடுத்து!" என்று கையில் கரண்டியுடன் நின்ற ப்ரோல் கேட்டான்.

சாளரத்துக்குள் தங்கள் தட்டுகளை வின்ஸ்டனும் ஸைமும் நீட்டினார்கள். சட்டப்படி கிடைக்கவேண்டிய உணவு சீக்கிரமே அவர்கள் தட்டில் போடப்பட்டது. ஒரு கிண்ணத்தில் சூப், ஒரு துண்டு ரொட்டி, வெண்ணெய்க் கட்டி ஒன்று, பாலில்லாத வெற்றுக் காபி, ஒரு கட்டி செயற்கை சக்கரைக் கட்டி - இவ்வளவுதான்.

"அந்த டெலிஸ்க்ரீன் பக்கத்தில் ஒரு மேஜையிருக்கிறது, போய் உட்காரலாம் வா. போகும் வழியில் மதுவும் வாங்கிக் கொள்ளலாம்" என்றான் ஸைம்.

பிடியில்லாத சீனக் கோப்பைகளில் மதுவை வாங்கிக் கொண்டு அங்கு போய் உட்கார்ந்தார்கள். மேஜை மேல் வாந்தியெடுத்த மாதிரி சூப்பும் காபியும் சிந்தியிருந்தது. ஒரு நிமிடம் தயங்கிவிட்டு வின்ஸ்டன் மதுவை அருந்தினான். கண்களில் துளிர்த்த நீரைத் துடைத்துக்கொண்டு, சாப்பிடத் தொடங்கினான். சூப் சாப்பிட்டு முடியும் வரையில் இருவரும் பேசவில்லை. சாப்பாடு பழக்கமானதே தவிர தரமானது என்று சொல்ல முடியாது. பக்கத்தில் உட்கார்ந்திருந்தவர்களின் பேச்சுக்குரல் வாத்துகளின் குரல்போல காதில் விழுந்தது. அப்போது வின்ஸ்டன் கேட்டான்.

"அகராதி வேலை எந்த மட்டும் இருக்கிறது?"

"மெதுவாகத்தான் நடக்கிறது. நான் இப்போதுதான் உரிச்சொற்கள் பற்றித் தொடங்கியிருக்கிறேன். மிகவும் திருப்திகரமான வேலைதான். மனதைக் கவருகிற வேலை."

மொழியைப் பற்றிய பேச்சு ஆரம்பித்தவுடனேயே அவன் முகத்தில் ஒரு களையும் உற்சாகமும் தோன்றிவிட்டது. தட்டை அப்பால் நகர்த்திவிட்டு கையில் ரொட்டியையும் வெண்ணெயையும் எடுத்துக்கொண்டு காதில் விழும்படியாகக் குனிந்து சொன்னான்:

"பதினோறாவது பதிப்புத்தான் சரியான பதிப்பாக இருக்கும். அதன் முடிவான உருவத்தில் புதுமொழி வேகமாக வளர்ந்துகொண்டிருக்கிறது. வேறு மொழியே பேசுவதற்கு அவசியமில்லாமற்போகிற காலத்தில், நம் புதியமொழி இந்த

உருவத்துடன் தான் இருக்கும். உண்மையிலேயே புதிய மொழி அது. நீங்கள் எல்லோரும் அதைப் புதிதாகக் கற்றுக்கொள்ள மீண்டும் தொடங்கவேண்டியதுதான். புது வார்த்தைகளைக் கண்டு பிடிப்பதுதான் எங்கள் வேலை என்று நீ நினைக்கலாம். அதுவல்ல எங்கள் வேலை. பழைய வார்த்தைகளை அழிப்பதுதான் எங்கள் முக்கிய வேலை. ஒரு நாளில் நூறு இருநூறு வார்த்தைகளை அழித்துவிடுகிறோம் நாங்கள். 2050க்கு முன்னால் அழிக்கப்படவேண்டிய வார்த்தைகள் எதுவுமே எங்கள் புதுப்பதிப்பில் இடம் பெறாது."

ரொட்டியைக் கடித்து மென்றுகொண்டே ஒரு பண்டிதனின் உற்சாகத்துடன் தொடர்ந்து பேசினான் அவன். அவனுடைய மெலிந்து கருத்த முகம் உயிர் பெற்றது. அவன் கண்களில் இருந்த கேலி மறைந்து ஒரு கனவு காண்பவனின் பாவம் தோன்றியது.

"வார்த்தைகளை அழிப்பது என்பது ஒரு அழகான காரியம். வினைச் சொற்கள், உரிச் சொற்கள் இவற்றில்தான் அனாவசியமானவை எத்தனை இருக்கின்றன! நூற்றுக்கணக்கான பெயர்ச் சொற்களையும் வேண்டாமென்று தள்ளிவிடலாம். ஒரே அர்த்தமுள்ள வார்த்தைகள் மட்டுமல்ல, எதிர்ப் பதங்களுக்கும் அவசியமில்லை. நல்லது என்ற சொல்லுக்கு எதிர்ப்பதம் கெட்டது. அதற்குப் பதில் நல்லதல்ல என்று சொல்வது போதாதா என்ன? மிகவும் நல்லது என்பதற்கு என்ன சொல்வது? "மிக நல்லது" என்பதுதான் சிறந்த வார்த்தை. "மிக நல்லதல்ல" என்றால் எதிர்மாறான அர்த்தம். இன்னும் சிறந்ததற்கு "மிக மிக நல்லது" என சொல்லலாம். புதுமொழி பரவி விட்ட பிறகு, இந்த மாதிரி ஒரே வார்த்தையைப் பல சந்தர்ப்பங்களில் உபயோகிக்கும் வழக்கம் அதிகரித்து மிகக் குறைந்த வார்த்தைகளே தேவையாக இருக்கும். தேவையற்ற வார்த்தைகள் எதுவும் உபயோகத்திலிருந்து மறைந்துவிடும். இது எவ்வளவு அழகான காரியம்? நூறு வார்த்தைகளுக்குப் பதில் ஒரே வார்த்தை பல தொடர்களுடன் சேர்ந்து, சரியான அர்த்தங்களைச் சந்தர்ப்பங்களுக்குத் தக்கமாதிரித் தரும். இந்தப் புதுமொழித் தத்துவம் அழகானது. முதலில் இதைத் தொடங்கியவர் முத்தண்ணாதான்" என்று கடைசியாகச் சேர்த்துக்கொண்டான் ஸைம்.

முத்தண்ணாவின் பெயர் சொல்லப்பட்டவுடன் வின்ஸ்டனின் முகத்தில் ஒரு உணர்ச்சி தோன்றி மறைந்தது. ஆனால், அது உற்சாகமல்ல. முத்தண்ணாவைப் பற்றிப் பேசும் போது உற்சாகம் காட்டவில்லையானால் வந்துவிடும் ஆபத்து. அவன் உற்சாகமாக இல்லை என்பதை ஸைம் கண்டுகொண்டு விட்டான்.

“புது மொழி பற்றி உனக்குச் சரியாகத் தெரியாது. உற்சாகமே இல்லை உனக்கு. வின்ஸ்டன்” என்று வருத்தத்துடன் சொன்னான் ஸைம். “நீ புது மொழியில் எழுதும்போதுகூடப் பழைய பாணியிலேயே நினைக்கிறாய். டைம்ஸ் பத்திரிகையில் நீ எழுதுகிற சில கட்டுரைகளை நான் படித்திருக்கிறேன். அவை நன்றாக இருந்தாலும், மொழிபெயர்ப்பு போலவேதான் இருக்கின்றன. நீ இன்னமும் பழைய பாணியில் எழுதுவதையே விரும்புகிறாய். அவசியமில்லாத வார்த்தைக் காட்டிலே சுற்றிவர விரும்புகிறாய்! வார்த்தைகளை ஒழித்துக்கட்டுவதிலுள்ள இன்பத்தை அறியமாட்டாய் நீ! வருடா வருடம் வார்த்தைகளின் எண்ணிக்கைக் குறைக்கிற மொழி நம் புதிய மொழிதான் என்பதை நீ மறந்துவிடுகிறாய்!

வின்ஸ்டனுக்கும் இது ஞாபகம் இருந்தது. பேசத் தைரியமில்லாமல், அனுதாபத்துடன் சிரிக்கிறவன் மாதிரிச் சிரித்தான். ரொட்டியைக் கடித்து மென்று தின்றுகொண்டே தொடர்ந்து சொன்னான் ஸைம்.

“சிந்தனை விஸ்தாரத்தைக் குறுக்குவதுதான் புதுமொழியின் முக்கிய அடிப்படைத் தத்துவம். இப்படி மொழியை அமைத்து விட்டால், சிந்தனைக் குற்றங்கள் எதுவும் நாட்டில் நடக்காமல் நாம் தடுத்துவிடலாம். ஏனென்றால் வார்த்தைகள் இல்லா விட்டால், குற்றங்களை வெளியிடுவது எங்கனம்? அவசியமாகச் சொல்லவேண்டியதையெல்லாம் சொல்லப் போதுமான வார்த்தைகள் இருக்கும்; குற்றமானதைச் சொல்ல வார்த்தைகளே இருக்காது. பதினோறாவது பதிப்பில் நாம் சற்றேறக்குறைய அந்த நிலையை எட்டிவிட்டோம் என்றுதான் சொல்லவேண்டும். நீயும் நானும் இறந்த பிறகும்கூட மொழியைச் சுருக்கும் இந்தக் காரியம் தொடர்ந்து நடைபெற்றே வரும். வருடத்துக்கு வருடம் வார்த்தைகள் குறையும். சிந்தனைக் குற்றம் செய்வதற்கு இப்போதே அவசியமோ அஸ்திவாரமோ கிடையாது. புது மொழி வழக்கப்பட்டுவிட்டால் பிறகு சிந்தனைக் குற்றம் செய்வது சாத்தியமேயில்லாது போய்விடும். தன்னையே கட்டுப்படுத்திக்கொள்வது, உண்மையை அடக்கம் செய்வது என்பதைப் போன்ற ஒரு சாதனம்தான் புது மொழியும். ஆனால், புதுமொழி வளம் பெற்று, வழங்கத் தொடங்கிவிட்டால் மற்றவைகளுக்கெல்லாம் அவசியமே இராது. புதுமொழிதான் இங்ஸாக். இங்ஸாக்தான் புதுமொழி” என்று சொல்லிவிட்டு மேலும் சொன்னான் ஸைம். “வின்ஸ்டன், நீயும் நானும் இப்போது பேசிக்கொண்டிருக்கிற மாதிரியான ஒரு சம்பாஷணையை 2050இல்

வசிக்கும் எவனும் புரிந்து கொள்ளவே முடியாமற் போய்விடும் என்ற உண்மையை நீ எப்பொழுதாவது யோசித்துப் பார்த்ததுண்டா?"

"அதாவது..." என்று தொடங்கிய வின்ஸ்டன் மேலே சொல்லாமல் மௌனம் சாதித்தான்.

'தாழ்ந்தவர்கள் என்று கருதப்பட்ட கோடிக்கணக்கான ப்ரோல்களைத் தவிர மற்றவர்கள் இந்த மாதிரி சம்பாஷணை நடத்த முடியாது' என்று சொல்லவந்தான் வின்ஸ்டன். ஆனால், இது கட்சிக் கொள்கைக்கு விரோதமான அபிப்பிராயமாகி விடுமோ என்று எண்ணியவனாகப் பேசாதிருந்தான். ஆனால், அவன் சொல்ல வந்ததை ஸைம் ஊகித்துக்கொண்டு விட்டான்.

ஸைம் அலட்சியமாகச் சொன்னான்: "ப்ரோல்களை மனிதர்கள் என்று சொல்வதே தவறு. 2050இலோ அதற்கும் முந்தியோ பழைய மொழி என்று ஒன்று இருந்த விஷயமே எல்லோருக்கும் மறந்துவிடும். சென்ற காலத்து இலக்கியங்கள் பூராவும் அழிந்துவிட்டிருக்கும். சாஸர், மில்டன், ஷேக்ஸ்பியர், பைரன் எல்லோருடைய எழுத்துக்களுமே புதுமொழியில் மொழிபெயர்க்கப்பட்டிருக்கும். மொழி மாறுபட்டிருக்கும் என்பது மட்டுமல்ல - அர்த்தமே மாறியிருக்கும். கட்சி இலக்கியம்கூட பெரிய அளவில் மாறுபட்டுத்தான் இருக்கும். சுதந்திரம் என்கிற சிந்தனையே அற்றுப்போய் விட்டபின், "சுதந்திரமே அடிமைத்தனம்" என்கிற வாக்கியம் எப்படி அமுலிலிருக்க முடியும்? சிந்தனைச் சூழ்நிலையே மாறிவிடும். அதற்குப் பிறகு, சிந்தனையே சாத்தியமில்லாமற் போய்விட்ட பிறகு, பழைய வார்த்தைகளுக்கு அவசியமேயில்லை. கொள்கைக் கட்டுப்பாடு என்றால் என்ன? சிந்திக்காமல் இருப்பது என்பதுதான் கொள்கைக் கட்டுப்பாடு, சிந்தனைக்கு அவசியமேயில்லாமல் செய்துவிடுகிற மொழி நம்முடையதாகிவிடும். அதற்கப்புறம் யாரும் கொள்கை மாறல் செய்ய முடியாது."

இப்படியெல்லாம் பேசிய ஸைம் ஒரு நாள் அழிக்கப்பட்டு விடுவான் என்று சந்தேகத்துக்கிடமில்லாமல் தோன்றியது வின்ஸ்டனுக்கு. அவன் மிகவும் கெட்டிக்காரன். எதையும் தெளிவாகக் கண்டு, தைரியமாக மனம் திறந்து பேசுகிறான். இப்படிப்பட்ட மனிதர்களைக் கண்டால் கட்சிக்குப் பிடிக்காது. ஒரு நாள் அவன் இருந்த சுவடேயில்லாமல் மறைந்துவிடுவான். அவன் முகத்திலேயே இது எழுதியிருக்கிறது என்று வின்ஸ்டன் எண்ணினான்.

வின்ஸ்டன் ரொட்டியையும் வெண்ணெயையும் தின்று விட்டான். நாற்காலியில் சிறிது சாய்ந்துகொண்டு உட்கார்ந்து காபியைச் சாப்பிடத் தொடங்கினான். இடது பக்கத்து மேஜையில் உட்கார்ந்திருந்த கட்டைக்குரல் மனிதன் ஓயாமல் ஒரு பெண்ணிடம் பேசிக்கொண்டிருந்தான். அவள் அவனுடைய காரியதரிசியாக இருக்கவேண்டும். அந்த யுவதி வின்ஸ்டன் பக்கம் முதுகைத் திருப்பிக்கொண்டு உட்கார்ந்திருந்தாள். அவன் சொன்னதெல்லாம் சரி என்று ஆமோதித்துக் கேட்டுக்கொண்டிருந்தாள். ஒரு அசட்டுக் குரலில், "நீங்கள் சொல்வது சரி ரொம்ப சரி" என்று அவள் அடிக்கடி சொல்லிக்கொண்டிருந்தது அவன் காதில் விழுந்தது. அந்தப் பெண் பேசிக்கொண்டிருக்கும் போதுகூட அவன் பேசுவதை நிறுத்தவில்லை. அந்த மனிதனைத் திரும்பிப் பார்த்தான் வின்ஸ்டன். அவன் கதை இலாகாவில் வேலை செய்பவன்; பெரிய உத்தியோகம் வகிப்பவன். அவனுக்கு வயது முப்பது இருக்கும்; நல்ல தடித்த கழுத்தும் உரத்த குரலுடையவனுமாக இருந்தான். அவன் வாய் ஒரு நிமிடம்கூட ஓயவில்லை. தலையைப் பின்னால் சாய்த்துக்கொண்டு, மூக்குக்கண்ணாடிகளில் ஒளிபட்டுப் பிரதிபலிக்க உட்கார்ந்துகொண்டிருந்தான். அவன் வாயிலிருந்து வந்த சப்தத்திலே ஒரு வார்த்தைகூடத் தெளிவாக வின்ஸ்டன் காதில் விழவில்லை. ஒரே ஒரு தடவை மட்டும்தான் ஒரு வார்த்தை அவன் காதில் விழுந்தது "பூரணமான கடைசி ஒழிப்பு கோல்ட்ஸ்டீன் கொள்கையை அழிப்பது" – என்று வேகமாகச் சொன்னான் அவன். மற்றபடி "க்வாக் க்வாக்" என்கிற சப்தத்தைத் தவிர வேறு எதுவும் கேட்கவில்லை. வார்த்தைகள் காதில் சரிவர விழவில்லை. எனினும், அவன் சொல்லிக்கொண்டிருந்த விஷயத்தின் போக்கு தெளிவாகவே தெரிந்தது. அதில் சந்தேகத்துக்கிடமேயில்லை. கோல்ட்ஸ்டீனைத் திட்டுகிற காரியத்தை அவன் அழுத்தமாகச் செய்தான். சதிகாரர்களையும் சிந்தனைக் குற்றவாளிகளையும் கடுமையாகத் தண்டிக்கவேண்டும் என்று சொல்லிக்கொண்டிருந்தான் அவன். யூரேஷியச் சேனையின் அடாத செயல்களை அவன் கண்டித்துக் கொண்டிருந்தான். முத்தண்ணாவை வானளாவப் புகழ்ந்தான். மலபார் முனையில் சேனா வீரர்களின் சாகஸங்களைப் புகழ்ந்தான். அவன் எதைப் பற்றிப் பேசினாலும் ஒரே மாதிரிக் குரலில் பேசினான். அது என்ன விஷயமானாலும், கொள்கையிலிருந்து சற்றும் பிசகாத விஷயமாகத்தான் அவன் பேசியிருப்பான். இங்ஸாக் கொள்கையைப் பூரணமாக அறிந்தவன் பேச்சு அது என்பதில் சந்தேகமேயில்லை. இது மனிதன் அல்ல, ஒரு

க.நா. சுப்ரமண்யம்

இயந்திரம் என்று எண்ணினான் வின்ஸ்டன். மனிதனின் மூளையோ அறிவோ பேசவில்லை – அவன் தொண்டைதான் பேசிற்று. அது பேச்சே அல்ல - வெறும் வார்த்தைக் கோர்வை தான்; வாத்தின் குரல்போல சுயஉணர்வு இல்லாமல் வந்த ஒரு சப்தம் அது.

ஒரு விநாடி ஸைம் மௌனமாக இருந்தான். மேஜைமேல் சிந்தியிருந்த சூப்பில் படங்களை வரைந்தான் அவன். பக்கத்து மேஜைக் குரல் 'க்வாக் க்வாக்' என்று ஓயாது கேட்டுக்கொண்டிருந்தது.

"புது மொழியில் ஒரு வார்த்தை இருக்கிறது. உனக்கு அது தெரியுமோ, தெரியாதோ! வாத்துப் பேச்சு என்று ஒரு வார்த்தை; வாத்துப் போல அர்த்தமில்லாமல் சப்தப்படுத்துவது என்று அர்த்தம். எதிரியைப் பற்றிச் சொன்னால் அது வசவு; தமது நண்பன் ஒருவன் பற்றிச் சொன்னால் அது புகழ்ச்சி. புது மொழியில் இந்த மாதிரி இரண்டு அர்த்தம் தருகிற வார்த்தைகள் பல உண்டு" என்றான் ஸைம்.

அது பற்றி சந்தேகமேயில்லை. ஸைமை சீக்கிரமே ஒரு நாள் தீர்த்துக்கட்டிவிடுவார்கள். மனதில் ஒரு துயரத்துடன் அதைப் பற்றி எண்ணினான் வின்ஸ்டன். ஸைம் தன்னைப் பற்றி நல்லபிப்பிராயம் உள்ளவன் அல்ல என்பது வின்ஸ்டனுக்கு தெரியும். தன்னைப் பற்றி அலட்சியமாக எண்ணினான் என்பதும் தெரியும். தன்னைச் சிந்தனைக் குற்றவாளி என்று அவன் அதிகாரிகளுக்குக் காட்டிக்கொடுத்தாலும் கொடுக்கலாம். அவசியப்படாவிட்டாலும்கூட அவன் செய்வான். ஆனால், ஸைமனிடம் ஏதோ ஒரு குறை இருந்தது. அவனிடம் இருந்த குறையை என்னவென்று சொல்வது; முன் யோசனை, ஒதுங்கி நிற்கும் தன்மை, தற்காப்புக்கு அவசியமான புத்தி இவை அவனிடம் இல்லை. அவன் கொள்கையளவில் எதிரி என்று சொல்ல முடியாது. இங்ஸாக்கின் பூரண நம்பிக்கையுள்ளவன் அவன்; முத்தண்ணாவிடம் அளவு கடந்த பக்தியுள்ளவன் அவன்; வெற்றிகளை எண்ணி அவனைப்போலச் சந்தோஷப்பட்டவர்கள் கிடையாது என்றுகூடச் சொல்லலாம். சதிகாரர்களை அவன் வெறுத்தான்; கட்சி எதிரிகளை அவன் முழுமனத்துடன் வெறுத்தான். சாதாரணக் கட்சி அங்கத்தினனைவிட அவன் அதிக உற்சாகமும் வேகமும் உள்ளவன். இருந்தும் கௌரவமற்ற ஒரு தன்மை அவனிடம் காணப்பட்டது. சொல்லாதிருக்கவேண்டிய பல விஷயங்களை அவன் சொன்னான். அவன் ஏராளமான புத்தகங்களைப் படித்து ஏராளமான விஷயங்களைப் பற்றிச் சிந்தித்து வைத்திருந்தான். செஸ்ட் நட்மா சிற்றுண்டிச் சாலையில் கூடிய அறிஞர்கள், கலைவாணர்களுடன்

அவனும் கலந்துகொண்டு அளவளாவினான். அதுபற்றிச் சட்டம் எதுவும் இல்லையே தவிர அந்தக் கூட்டத்திற்குப் போனவர்களின் முடிவு நம்பிக்கை தருவதாக இல்லை. மறைந்துபோவதற்கு முன் பழைய தலைவர்களில் பலர் அங்குதான் கூடுவது வழக்கம். பல வருடங்களுக்குமுன் கோல்ட்ஸ்டீன்கூட அங்கு போய் நண்பர்களுடன் அளவளாவுவது உண்டு. ஸைமின் முடிவு என்னவாக இருக்கும் என்று சொல்வது அப்படி ஒன்றும் சிரமமான காரியம் அல்ல. அப்படி இருந்தும், தன்னுடைய அந்தரங்க அபிப்பிராயங்களை மட்டும் அவன் அறிந்தால் உடனே தன்னை சிந்தனைப் போலீசுக்கும் காட்டிக்கொடுத்து விடுவான் என்றே வின்ஸ்டன் எண்ணினான். மற்றவர்களும் விஷயம் தெரிந்தால் காட்டிக்கொடுத்துவிடுவார்கள் என்பது உண்மைதான். உற்சாகமோ, தீவிரமோ போதாது. கொள்கைக் கட்டுப்பாடு என்பது சிந்தனை செய்யாதிருப்பதுதான்.

ஸைம் நிமிர்ந்து பார்த்தான்: "இதோ பார்ஸன்ஸ் வருகிறான்" என்றான்.

அவன் குரலில், "அந்தப் பரம முட்டாள்" என்று ஒரு அர்த்தம் தொனித்தது. பார்ஸன்ஸ்தான் வெற்றி மாளிகையில் வின்ஸ்டனுக்குப் பக்கத்துப் பகுதியில் வசித்தவன். பார்ப்பதற்குச் சின்னப் பையன் பெரிதாக வளர்ந்துவிட்ட மாதிரி இருந்தான் அவன். முப்பத்தைந்து வயதான அவன் முகம் தவளை முகம்போல இருந்தது. அவன் முகத்திலே ஒரு குழந்தைத் தன்மை நிலவியது. "ஹல்லோ ஹல்லோ" என்று இருவருக்கும் சொல்லி விட்டு மேஜையின் பக்கத்து ஆசனத்தில் உட்கார்ந்தான். அவன் வந்தவுடனேயே அங்கே வியர்வை வாடை வீச ஆரம்பித்து விட்டது. எப்பொழுது பார்த்தாலும் அவனுக்கு வியர்வை வடிந்து கொண்டுதான் இருக்கும். ஸைம் ஒரு காகிதத்தைப் பிரித்து வைத்துக்கொண்டு கையில் ஒரு சிவப்பு மசிப் பென்சிலுடன், வார்த்தைகளைப் பார்க்க ஆரம்பித்துவிட்டான்.

"சாப்பாட்டு நேரத்திலுமா வேலை?" என்றான் பார்ஸன்ஸ். வின்ஸ்டனைத் தோளால் முட்டினான். "இவ்வளவு உழைப்பா? என்ன அது? என் மூளைக்கு எட்டாத விஷயம் அது என்று எனக்குத் தெரிகிறது. எதற்காக உன்னைத் தேடி வந்தேன் தெரியுமோ ஸ்மித்? நீ ஒரு சந்தா எனக்குத் தர வேண்டும்."

"என்ன சந்தா அது? என்று கேட்டான் வின்ஸ்டன், சட்டைப் பைக்குள் பணத்தைத் துளாவிக்கொண்டு, சம்பளத்தில் கால்வாசிக்கு மேல் நன்கொடைகளுக்கே போய்விடும். எத்தனை நன்கொடைகள்

தரவேண்டும் என்பது பற்றி கணக்கு வைத்துக் கொள்வதுகூடச் சில சமயம் சிரமமாகிவிடும்.

"வெறுப்பு வளரச் சந்தா. வீடு வீடாகத் தேடிச் சேர்க்கிறோமே அந்தத் தொகைக்குத்தான். நம் மாளிகைக்கு நான் தான் பொக்கிஷதார். மிகவும் விரிவான முயற்சி செய்து வெகு சிறப்பாகக் கொண்டாடப் போகிறோம் அதை. வெற்றி மாளிகை ஒரே கொடிமயமாக இருக்கப்போகிறது பார். நீ இரண்டு டாலர்கள் தருவதாகச் சொன்னாய்."

வின்ஸ்டன் தேடி இரண்டு அழுக்கடைந்த நோட்டுகளை எடுத்துத் தந்தான். அதிகம் எழுதப் படிக்க சரியாகத் தெரியாதவன் எழுதுவது போன்ற எழுத்தில் அதைத் தன் குறிப்புப் புத்தகத்தில் பதிவு செய்துகொண்டான் பார்ஸன்ஸ்.

"நேற்று என் பையன் தன் கவுண்டியினால் உன்னை அடித்துவிட்டானாமே! அதற்காக அவனை நேற்று நன்றாகக் கண்டித்தேன் நான். மறுபடியும் அப்படிச் செய்தால் அதைப் பிடுங்கி வைத்துவிடுவேன் என்று பயமுறுத்தியிருக்கிறேன்."

"தூக்குத் தண்டனையைப் பார்க்க யாரும் அழைத்துப் போகவில்லை என்று வருத்தம் அவனுக்கு" என்றான் வின்ஸ்டன்

"அதுசரி, அது சரியான விஷயம்தானே. சின்னவர்கள்தான் எனினும் அவர்களுக்கு இது விஷயத்தில் உற்சாகம் இருக்கிறது. அதுவும் என் பெண் இருக்கிறாளே அவள் மிகவும் துடி. இருவருக்கும் ஒற்றர்படையைத் தவிர வேறு ஞாபகமே கிடையாது. போனவாரம் என் பெண் இரண்டு பெண்களுடன் ஒரு அந்நியனைப் பின்தொடர்ந்துபோய் அவனை சிந்தனைப் போலீசில் பிடித்து ஒப்படைத்துவிட்டாள்."

"எதற்காக?"

"அவன் எதிரியாக இருப்பான் என்று என் பெண் நினைத்தாள். அவன் அணிந்திருந்த பூட்ஸ் நம் நாட்டு பூட்ஸ் போல இல்லை என்று கவனித்து அவனைப் போலீசிடம் ஒப்படைத்தாள் அவள்" என்றான் பார்ஸன்ஸ் பெருமையுடன்.

"என்ன ஆனான் அந்த மனிதன்?" என்று விசாரித்தான் வின்ஸ்டன்.

"அதைப் பற்றி எனக்கு நிச்சயமாகத் தெரியாது. அவன் அந்நியனாகவே இருந்திருக்கலாம். இல்லாவிட்டாலும்கூட சண்டைக் காலத்தில் ஜாக்கிரதையாக இருக்க வேண்டாமா? அவன் அந்நியனாக இருந்தால்..." என்று சொல்லிவிட்டு பார்ஸன்ஸ் வாயால் துப்பாக்கி வெடிக்கிற மாதிரி சப்தம் செய்து காட்டினான்.

தன் காகிதத்திலிருந்து நிமிர்ந்து பார்க்காமல் ஸைம், "நல்லது!" என்றான்.

"எதிரியாக இருந்தால் தப்பிவிடக்கூடாதுதான். அதில் சந்தேகமேகூடாது" என்று ஒப்புக்கொண்டான் வின்ஸ்டன்.

"சண்டை நடந்துகொண்டிருக்கிற சமயம் அல்லவா? அதைத்தான் சொல்கிறேன் நான்" என்றான் பார்ஸன்ஸ்.

தலைக்கு மேலிருந்த டெலிஸ்க்ரீனிலிருந்து ஒரு கொம்பு ஊதுகிற சப்தம் வந்தது. சேனை வெற்றி எதையும் அறிவிக்க ஊதவில்லை அது. மினி பிளெண்டி என்கிற உற்பத்தி மந்திரி சபை அறிக்கை ஒன்றை டெலிஸ்க்ரீன் வெளியிட்டது.

"தோழர்களே!" என்று ஆரம்பித்து உற்சாகமுள்ள ஒரு வாலிபனின் குரல் தொடர்ந்து சொல்லியது: "கவனியுங்கள் தோழர்களே! மிகவும் முக்கியமான செய்தி. உற்பத்திப் போரில் நாம் வென்றுவிட்டோம். சென்ற வருடத்தைவிட இந்த வருடம் வாழ்க்கைத்தரம் இருபது சதம் அதிகரித்திருக்கிறது என்பது உற்பத்தியாகி விற்பனையாகியிருக்கும் பொருள்களிலிருந்து தெரிகிறது. ஓஷியேனியா தேசம் பூராவிலும் அடக்கமுடியாத உற்சாகத்துடன் வேலை செய்த ஊழியர்கள் தொழிற்சாலைகளிலிருந்தும் காரியாலயங்களிலிருந்தும் ஊர்வலங்களும் பொதுக் கூட்டங்களும் நடத்தினார்கள். ஒருமனதாக எல்லோரும் இந்தப் புது வாழ்வுக்கும், சந்தோஷ வாழ்வுக்கும் காரணமான முத்தண்ணாவை வாழ்த்தினார்கள். எல்லையில்லா அறிவும் ஆற்றலும் படைத்தமையால் நாடு செழிப்புப் பாதையில் முன்னேறிக்கொண்டிருக்கிறது. புள்ளி விவரங்கள் வருமாறு. உணவுப் பண்டங்கள்..."

பல தடவைகள் "நமது புது சந்தோஷ வாழ்வு" என்கிற வார்த்தைகள் திரும்பத் திரும்ப வந்தன. முகத்தில் ஒருவிதத் திருப்திக் குறையுடன் அறிக்கையைக் கேட்டுக்கொண்டு, அசட்டுத்தனமாக வாய்பிளக்க உட்கார்ந்திருந்தான் பார்ஸன்ஸ். புகையிலை விலை அதிகமாதலால், பாதிபுகைத்த ஒரு சுங்கானைப் பற்றவைத்துக்கொண்டு உட்கார்ந்திருந்தான் அவன். ஒரு

சிகரெட்டை எடுத்து சாய்க்காமல் நேரே வைத்துக்கொண்டு புகைத்தான் வின்ஸ்டன். மறுநாள்தான் புது சிகரெட் ரேஷன் வரும். அதுவரை உபயோகத்துக்கு அவனிடம் நான்கு சிகரெட்டுகள்தான் இருந்தன. சாக்லேட் ரேஷன் இருபது கிராம்களாகக் குறைவதற்குப் பதில், இருபது கிராம்களாகக் கூடியது என்று பல தேசங்களில் கொண்டாட்டங்கள் நடந்ததாக அறிக்கை கூறியது. கூடியதா, குறைந்ததா? நேற்று குறைந்ததாகத்தான் அறிவிக்கப்பட்டது. இருபத்து நான்குமணி நேரத்துக்குள்ளாகவே இந்த மாறுதல் சாத்தியமாக இருந்தது அதிசயம்தான்! ஒரு முட்டாள்தனத்துடன் அது உண்மையென்று நம்ப பார்ஸன்ஸ் தயாராகத்தான் இருந்தான். போன வாரம் சாக்லேட் ரேஷன் முப்பது கிராம்களாக இருந்ததே என்று சொல்லி ஞாபகமூட்டுகிற யாரையும் சதிகாரன் என்று போலீசாரிடம் காட்டிக்கொடுக்க அடுத்த மேசையிலிருந்து பேசும் குரல் தயாராக இருந்தது. இரட்டைச் சிந்தனை என்கிற தத்துவப்படி ஸைம்கூட இதை ஏற்றுக்கொள்ளத் தயாராகவே இருந்தான்.

நம்பமுடியாத புள்ளிவிவரங்கள் சரமாரியாக டெலிஸ்க்ரீனிலிருந்து வந்துகொண்டிருந்தன. போன வருடத்துக்கு இந்த வருடம் ஏராளமான உணவுப் பொருள்கள் கிடைத்தன. அதிகத் துணிகள், அதிக மரச் சாமான்கள், அதிகப் பாத்திரங்கள், அதிக எரிபொருள்கள், அதிக கப்பல்கள், அதிக ஹெலிகாப்டர்கள், அதிகப் புத்தகங்கள், அதிகக் குழந்தைகள் எல்லாமே இவ்வருடம் அதிகம்தான். வியாதி, குற்றம், பைத்தியம் பிடித்தவர்கள் இது தவிர மற்றதெல்லாமே இவ்வருடம் அதிகம்தான் என்று டெலிஸ்க்ரீன் அலறிற்று. வருடத்துக்கு வருடம், நிமிடத்துக்கு நிமிடம், எல்லாமுமே வேகமாக முன்னேறிக்கொண்டிருந்தன.

வாழ்க்கை எப்போதும் இப்படியேதான் இருந்ததா? என்று சிந்தித்துப் பார்த்தான் வின்ஸ்டன். உணவு என்பது எப்போதுமே இவ்வளவு மோசமாகத்தான் இருந்ததா? அந்த அறையிலேயே குப்பையும் கூளமும் தெளிவாகத் தெரியக் கிடந்தன. உணவு தந்த பாத்திரங்களும் மோசமாகத்தான் இருந்தன. உணவின் தரமோ சொல்லத் தரமல்ல. எப்போதும் கெட்ட மது, கெட்ட காபி, உலோக வாசனை அடித்த சூப். இதை எல்லாம் ஏற்க வாயும் வயிறும் மறுத்தன. இதைவிட மாறுபட்ட நிலைமை எதுவும் அவனுக்கு ஞாபகமில்லை என்றுதான் சொல்லவேண்டும். அவனுக்குத்தெரிந்து போதுமான உணவோ, சுவையான உணவோ என்றுமே இருந்ததில்லைதான். துணிமணிகளும் என்றுமே

போதுமானது - மிகத் தேவையானதுகூட யாரிடமும் இருந்ததில்லை. வீடுகள் இடிந்து விழுந்துகொண்டிருந்தன. ரெயில்களில் ஒரே கூட்டம்தான். ரொட்டி எப்போதுமே கருப்பாகத்தான் இருந்தது. டீ கிடைப்பதே அருமை. காபி எப்போதும் மண் மாதிரிதான் இருக்கும். போதுமான சிகரெட்டுகள் ஒருபோதும் கிடைத்ததில்லை. இதுவா புது சந்தோஷ வாழ்க்கை? முடிவில்லாத மாரிக் காலமும், காலில் அழுக்குப் பிசுபிசுப்பு கொண்ட மேஜோடுகளும், வேலை செய்யாத லிஃப்டுகளும், சூடற்ற வெந்நீரும், மணல் கட்டி போன்ற சோப்பும் இதுதான் அவனுக்கு ஞாபகம் இருந்தது. இதில் எவ்வித மாறுதலும் இல்லை. இதெல்லாம் மோசமானவை என்று எண்ணுவதற்கு ஆதாரம் என்ன? எங்கேயோ, எப்போதோ எல்லாம் சரியாக இருந்திருக்கவேண்டும் என்பதுதானே? ஆனால், அந்தக் காலம் வின்ஸ்டனுக்கு நினைவில் இல்லை.

வின்ஸ்டன் உணவு விடுதியை ஒருமுறை கவனித்தான். மனிதர்களே அழகு குறைந்தவர்களாகிவிட்டதாகத் தோன்றியது அவனுக்கு. கட்சி ஆடைகள் அணியாதிருந்தாலும்கூட அவர்கள் அழகற்றவர்களாகத்தான் இருப்பார்கள் என்று தோன்றியது அவனுக்கு. மனிதர்கள் கம்பீரமானவர்கள், மிகவும் அழகானவர்கள் என்று நம்புவது சாத்தியமாக இருக்கலாம். சிறு உருவங்கள் கொண்டவர்களைத்தான் தேடிப் பிடித்து மந்திரி காரியாலயங்களில் வேலைக்கமர்த்தினார்கள் போலும். வயதாவதற்கு முன்னரே நடுவில் பருத்துவிட்டவர்கள் இவர்கள். குட்டையான கால்களும், அவசரமாக எங்கோ ஓடுகிற பாவமுமாக, கண்கள் சிறுத்து முகத்தில் எவ்வித உணர்ச்சியும் இல்லாமல் இருந்தார்கள் மனிதர்கள். இப்படிப்பட்ட தோற்றமுள்ள மனிதர்கள்தான் கட்சியில் பெருகிக்கொண்டிருந்தார்கள்.

மந்திரிசபை அறிக்கை மீண்டும் ஒரு கொம்பு ஊதுவதுடன் முடிந்தது. பிறகு தகர டப்பா தட்டுவதுபோல சங்கீதம் தொடங்கியது. இனந்தெரியாத ஒரு உற்சாகம் பார்ஸன்ஸைப் பிடித்துக் கொண்டது.

"உற்பத்தி மந்திரிசபை இவ்வருடம் பிரமாதமான காரியங்களைச் சாதித்திருக்கிறது" என்றான், அவன் தலையை ஆட்டிக் கொண்டு, புள்ளிவிவரங்களினால் அவன் தலை இன்னமும் சுற்றிக்கொண்டுதான் இருந்தது. "ஸ்மித், உன்னிடம் எனக்குத் தரும்படியாக சவர பிளேடு ஏதாவது இருக்கிறதா?"

"ஒன்றுமில்லை. ஆறு வாரங்களாகவே ஒரே பிளேடைத் தான் நான் உபயோகித்து வருகிறேன்" என்றான் வின்ஸ்டன்.

"கேட்கலாமே என்று பார்த்தேன்!"

"மன்னிக்கவும்" என்றான் வின்ஸ்டன்.

அறிக்கை வாசிக்கப்படும்போது அடங்கியிருந்த பக்கத்து மேஜை வாத்துக் குரல் மீண்டும் பழையபடியே உரக்கக் கேட்டது. காரணம் எதுவுமில்லாமலே வின்ஸ்டன் திருமதி பார்ஸன்ஸைப் பற்றிச் சிந்தித்தான். இரண்டு வருடங்களுக்குள்ளாகவே அவளுடைய குழந்தைகள் அவளைச் சிந்தனைப் போலீசிடம் காட்டிக்கொடுத்துவிடும். வின்ஸ்டனையும் ஓப்ரியனையும்தான்; பார்ஸன்ஸ் வெகு காலம் இருப்பான். அடுத்த மேஜை வாத்துக் குரலும் வெகு நாள் இருக்கும். கருவண்டுகள் போன்ற மந்திரி காரியாலய குமாஸ்தாக்கள் வெகுகாலம் இருப்பார்கள். கருத்த மயிருடைய அந்தப் பெண் - நாவல் எழுதும் இலாகாவிலிருந்து வந்தாளே அவள், என்றும் சிந்தனைப் போலீசிடம் அகப்பட்டுக் கொள்ள மாட்டாள். யார் அழிக்கப்படுவார்கள். யார் தப்புவார்கள் என்று பார்த்த மாத்திரத்திலேயே வின்ஸ்டனுக்குத் தெரிகிற மாதிரி இருந்தது. எந்தக் குணங்கள் அவர்களை அழியாமல் காப்பாற்றும் என்று தெரிந்துகொள்ளுவதுதான் சிரமமாக இருந்தது.

அவன் சிந்தனைகள் ஒரு உலுக்குடன் நின்றன. அடுத்த மேஜையில் உட்கார்ந்திருந்த அந்தப் பெண் திரும்பிப் பார்த்தாள். அவனையே பார்த்தாள். வேறு யாருமில்லை அவள் கருப்புத் தலைமயிருடன் இருந்தவள்தான் அவள். ஒரு விசித்திரமான அழுத்தத்துடன் தலையைச் சாய்த்துக்கொண்டு அவனைப் பார்த்தாள் அவள். உடனேயே மறுபடியும் தலையைத் திருப்பிக் கொண்டுவிட்டாள்.

வின்ஸ்டனுக்கு உடம்பில் வியர்த்தது. ஒரு பயங்கரமான பீதி அவனுள் பாய்ந்து உடனேயே! மறைந்தது அது. ஆனால், அவள் போன பிறகும்கூட பீதியின் சாயை பயங்கரமாகவே இருந்தது. எதற்காக அவள் அவனை அப்படிக் கண்காணித்துக் கொண்டிருந்தாள்? எதற்காக அவள் அவனைத் தொடர்ந்து வந்துகொண்டிருந்தாள்? அவன் வந்த பிறகு அவள் அங்கு வந்து உட்கார்ந்தாளா? அல்லது அதற்கு முன்னாலேயே வந்து விட்டாளா? அது ஞாபகம் இல்லை அவனுக்கு. நேற்று, இரண்டு நிமிட வெறுப்பின்போது அவனுக்குப் பின் உட்கார்ந்த அவள் அவனையே கவனித்துக்கொண்டிருந்தாள். அவசியம் எதுவுமில்லாமலே எதற்காக அவள் அவனைக் கண்காணித்து வந்தாள்?

முந்தைய சிந்தனை திரும்பியும் வந்தது. அவள் சிந்தனைப் போலீஸ் தொடர்பே அற்றவளாக இருக்கலாம். இருந்தாலும் தானாக வேவு பார்க்க ஆரம்பிக்கிறவர்களானால்தான் ஆபத்துகள் அதிகம் விளையும். மனதிலிருந்ததை முகத்தில் தெரியும்படியாக அவன் ஏதாவது வெளியிட்டு, அதை அவள் பார்த்து விட்டாளானால் குடியே முழுகிப்போய்விட்ட மாதிரி தான்! சின்ன விஷயங்களும் உன்னைக் காட்டிக்கொடுத்துவிடும். வெற்றிச் செய்தி வந்துகொண்டிருக்கும்போது, அதை நான் நம்ப வில்லை என்று சொல்கிற மாதிரி முகத்தை வைத்துக் கொண்டால் அதற்கே தண்டனையுண்டு. புதுமொழியில் அதற்குப் பெயர் – முகக் குற்றம்.

அந்தப் பெண் திரும்பிக்கொண்டுவிட்டாள். அவள் அவனைக் கண்காணிக்கவில்லையோ, என்னவோ! இரண்டு நாட்களாக அவள் அவன் அருகில் வந்து உட்காருவது தற்செயலாக ஏற்பட்ட ஒரு காரியம்தானோ என்னவோ! அவன் சிகரெட் அணைந்துவிட்டது. அதை ஜாக்கிரதையாக மேஜை மேல் வைத்தான். வேலை செய்த பிறகு அதை மறுபடியும் பிடிக்கலாம், புகையிலை அதுவரையில் அதில் இருந்தால். சிந்தனைப் போலீஸ் அவனைப் பிடித்துக்கொள்ளலாம்; மூன்று நாட்களுக்குள்ளாக அவன் அன்பு மந்திரிசபைச் சிறைகளில் அடைபட்டுக்கிடக்க நேர்ந்தாலும் நேரலாம். ஆனால், எது நேர்ந்தாலும் அரை சிகரெட் என்று அதை வீணாக்குவானேன்? ஸைம்தான் காகிதத்தை எடுத்துப் பையில் போட்டுக்கொண்டான் பார்ஸன்ஸ் மறுபடியும் ஏதோ சொல்லத் தொடங்கினான்.

“உன்னிடம் இதைச் சொன்னேனா? என் குழந்தைகள் இரண்டும் ஒருதரம் ஒரு கிழவியின் ஆடைக்குத் தீ வைத்து விட்டார்கள். அவள் மு.அ.வின் படத்திலே எதையோ சுற்றிக் கொண்டு போனாள் என்கிற குற்றத்தைக் கண்டுபிடித்து, அவர்களே அவளைத் தண்டித்துவிட்டார்கள். நன்றாகத் தீக் காயங்கள் பட்டுவிட்டன அவளுக்கு. என் காலத்தைவிட இந்தக் காலத்தில் ஒற்றர் படையில் விதவிதமான பயிற்சி அளிக்கிறார்கள்! தூரத்திலிருந்தபடியே பிறர் பேசுவதைக் கேட்பதற்கு அவர்களுக்கு ஒலிபெருக்கிக் கருவிகள் தந்திருக்கிறார்கள் இப்போது. விளையாட்டுத்தான் - ஆனால், சரியான பயிற்சிதானே அது. நானும் என் மனைவியும் பேசுவதையெல்லாம் என் பெண் கேட்டுவிடுகிறாள்” என்று பெருமையுடன் சொன்னான் பார்ஸன்ஸ்.

இந்தச் சமயம் டெலிஸ்க்ரீன் கிறீச்சென்று ஊதியது. வேலைக்குத் திரும்ப நேரமாகிவிட்டது. லிப்ஃடுகளைச் சுற்றிலும் ஒரே கூட்டம். மூவரும் அந்தக் கூட்டத்தில் போய்க் கலந்து கொண்டனர். வின்ஸ்டனின் சிகரெட்டிலிருந்த புகையிலை முழுவதும் இதற்குள் கீழே விழுந்துவிட்டது.

6

வின்ஸ்டன் தன்னுடைய டைரியில் எழுதிக்கொண்டிருந்தான்.

"மூன்று வருடங்களுக்கு முன், இருட்டிக் கொண்டிருந்த மாலை நேரம். பெரிய ரெயில் நிலையத்தின் பக்கத்திலிருந்த சிறிய தெரு. அங்கிருந்த ஒரு வீட்டின் திறந்த கதவருகே அவள் நின்றுகொண்டிருந்தாள். தெரு விளக்கின் வெளிச்சத்தில் அவள் முகத்தில் வாலிபம் ததும்புவது தெரிந்தது, 'மேக் அப்' சற்று அதிகம்தான். கட்சிப் பெண்கள் மேக்கப் செய்து கொள்ளுவதில்லை. தெருவில் அச்சமயம் வேறு யாருமில்லை. டெலிஸ்க்ரீன்கள்கூட எங்குமில்லை. அவள் இரண்டு டாலர்கள் கேட்டாள். நான்..."

அதற்கு மேல் எழுதுவது சிரமமாக இருந்தது. கண்களை மூடிக்கொண்டு விரலால் அழுத்தினான். அந்தக் காட்சியை வெளியேற்ற விரும்புகிறவன் போல. கெட்ட வார்த்தைகள் பலவற்றை வாய் திறந்து உரத்த குரலில் சொல்ல வேண்டும் போலத் தோன்றியது அவனுக்கு. தலையைச் சுவரில் மோதிக் கொண்டாலும் நல்லது என்று எண்ணினான் அவன். அல்லது ஜன்னல் வழியாக மசிக் கூட்டை எடுத்துத் தெருவிலே எறிய வேண்டும்போல இருந்தது. எது செய்தாவது மனத்தில் விசுவரூபம் எடுத்துக்கொண்டிருந்த அந்தச் சம்பவத்தை மறக்க வேண்டும் என்று எண்ணினான்.

உன்னுடைய மிக மோசமான எதிரி யார்? உன் நரம்பு மண்டலம்தான் என்று எண்ணினான் அவன். உள்ளேயிருந்த வேகம் எந்த நிமிஷமும் வெளிப்பட்டு அவனைக் காட்டிக் கொடுத்துவிடலாம். ஒரு சமயம் தெருவோடு நடந்து கொண்டிருந்தபோது ஒரு மனிதனின் முகம் மாறியதை அவன் பார்த்தான். அவனே அறியாத மாறுதல் அது. ஆனால், அதை மற்றவர்கள் கவனித்துக் காட்டிக் கொடுத்துவிட மாட்டார்களா? எல்லாவற்றையும்விடப் பெரிய ஆபத்து தூக்கத்தில் பேசுவதுதான். என்ன பேசுகிறோம் என்று யாருக்குத்தெரியும்?

மூச்சை அடக்கிக்கொண்டு டைரியில் எழுதினான்:

“கதவைத் தாண்டி அவளுடன் போனேன். ஒரு முற்றத்தைத்தாண்டி சமையலறைக்குள் போனேன். சுவரோரமாக ஒரு படுக்கை இருந்தது. மேஜைமேல் ஒரு விளக்கு சின்னதாக்கி வைக்கப்பட்டிருந்தது...”

எச்சில் உமிழ வேண்டும் போல இருந்தது. அவன் பற்கள் கிட்டின. அந்தப் பெண்ணைப் பற்றிய ஞாபகத்துடன் காதரினைப் பற்றிய ஞாபகமும் கலந்து வந்தது அவனுக்கு. ஆம், வின்ஸ்டன் கல்யாணமானவன்தான். காதரின்தான் அவன் மனைவி. ஆனால், இப்போது அவன் மனைவி உயிருடனிருக்கிறாளா, இல்லையா என்பதுகூட அவனுக்குத் தெரியாது. அவன் நாசியில் டைரிக் குறிப்புகள் எழுதும்போது அந்தச் சமையலறையின் வாசனை இருந்தது. மூட்டைப் பூச்சி, அழுக்குத்துணிகள், மலிவான வாசனை இவற்றின் கலப்பு அது. கட்சியைச் சேர்ந்த பெண்கள் யாரும் வாசனைத் திரவியங்கள் உபயோகப்படுத்துவது கிடையாது. ப்ரோல்கள் மட்டும்தான் வாசனைகள் உபயோகப்படுத்துவார்கள். வாசனை என்றாலே வின்ஸ்டனுக்கு ஆண்-பெண் உறவு ஞாபகம் வந்துவிடும்.

இரண்டு வருடங்களில் முதல் தடவையாக அவன் அந்த விலைமாதின் வீட்டுக்குள் நுழைந்தான். சட்டப்படி விலைமாதுகளுடன் இன்பம் அனுபவிப்பது தவறுதான்; தடுக்கப்பட்டிருந்த விஷயம்தான். அதற்குத் தண்டனை பெரிதாக இராது. உயிர் போய்விடாது. வேறு குற்றம் எதுவும் செய்யாதவனாக இருந்தால், அடிமை வேலைத் தளத்தில் ஐந்து வருடக் கட்டாய சேவையுடன் தப்பிவிடலாம். அகப்பட்டுக்கொள்ளாதிருப்பதும் சாத்தியமே. ஏழைகள் வசித்த பகுதிகளில் பெண்கள் தங்களை விற்றுக்கொள்ளத் தயாராகவே இருந்தார்கள். ஒருபுட்டி மதுவுக்கு ஒரு பெண் கிடைப்பாள். ப்ரோல்கள் மது அருந்தக்கூடாது என்று விதி இருந்தது. உண்மையில் கட்சி இந்த மாதிரியான பெண்களிடம் சிறிது சலுகைகூடக் காட்டியது என்று சொல்லலாம். ஏனென்றால் சில விஷயங்களில் மனிதர்கள் சுபாவம் கட்சிச் சட்டங்களுக்கு அடங்காததாகப் போய்விடலாம். அப்படி நேராமல் தடுக்க, இதை ஒரு குற்றமாக மதிப்பதில்லை என்று காட்டிக்கொண்டால், ஜனங்கள் மற்ற கட்சி விதிகளைப் பூரணமாகப் பின்பற்றத் தயாராக இருக்கலாம் அல்லவா? கட்சி அங்கத்தினர்கள் ஒருவருடன் ஒருவர் சிற்றின்பத்திற்காக நெருங்கிப் பழகுவதைத்தான் கட்சி பெரிதும் வெறுத்துத் தண்டித்தது. இப்படி ஏற்படுகிற அணைகள் கட்டுக்கடங்காது போய்விடலாம் என்று

பயம் இருந்தது அதிகாரிகளுக்கு. இப்படியும் இரண்டு கட்சி அங்கத்தினர்கள் காதல்கொள்ள முடியும் என்பது நடைபெறாத காரியம் என்றுதான் சொல்ல வேண்டும். கற்பனை செய்வதே சிரமமாக இருந்த இந்தக் காரியத்தைச் செய்ததாகப் பல கைதிகள் தங்களைத் தாங்களே குற்றம்சாட்டிக்கொள்ளும் சந்தர்ப்பங்களில் சொல்லிக்கொள்வதுண்டு.

சிற்றின்பத்தில் விருப்பமே இல்லாதபடிச் செய்துவிட வேண்டும் என்பதுதான் கட்சியின் லட்சியம், கல்யாணத்திலும் அதற்கு வெளியிலேயும் ஆண் பெண் உறவை சிற்றின்ப அம்சத்திலிருந்து வேறுபடுத்த வேண்டுமென்பது கட்சியின் நோக்கம். உடல் சம்பந்தமான ஒரு கவர்ச்சியுடன் கல்யாணம் செய்துகொள்ள விரும்புகிற கட்சி அங்கத்தினர்களுக்கு அனுமதி தரவே மறுத்துவிடும் கல்யாணக் கமிட்டி. கட்சிக்காக குழந்தைகள் பெறுவதற்காகத்தான் கல்யாணம் என்பது விதி. எனிமா போட்டுக் கொள்வது போல, ஆண் பெண் உறவும் சற்றே அருவருக்கத்தக்க ஒரு விஷயம் என்று எண்ணுபவர்கள் தான் உண்மையான கட்சி அங்கத்தினர்கள். இதையெல்லாம் வார்த்தைகளில் தெளிவாக யாரும் சொல்லிவிடுவதில்லை. ஆனால், குழந்தைப் பருவத்திலிருந்தே கட்சி அங்கத்தினர்களுக்கு இம்மாதிரிதான் நினைக்கப் பயிற்சி அளிக்கப்பட்டு வந்தது. இருதரப்பாரும் தனித்து வாழும் வாழ்க்கையே சிறந்தது என்று கூறும் சங்கங்கள் பலப்பட்டு வந்தன. செயற்கை முறையில் கர்ப்பம் தரிப்பதும், அப்படிப்பிறந்த குழந்தைகள் தனியான ஸ்தாபனங்களில் வளர்க்கப்பட வேண்டும் என்றும் அபிப்பிராயப்பட்ட சங்கங்கள், பால் எதிர்ப்பு சங்கம் போன்றவை, பல இருந்தன. கட்சிக் கொள்கைக்கு இது மிகவும் ஏற்றதுதான். எனினும், ஓரளவு இதையெல்லாம் பூரணமாக யாரும் நம்புவதில்லை. சிற்றின்ப, ஆண் - பெண் உணர்ச்சியைக் கொல்ல முயன்றது கட்சி. அது சாத்தியப்படாவிட்டால் அதை இழிவானதாக, அருவருக்கத்தக்க மலிவானதோர் விஷயமாகக் காட்ட வேண்டும் என்று முயற்சித்தது. இந்த முயற்சியில் கட்சி பெண்களிடையேதான் அதிகமாக வெற்றிபெற்றுவிட்டது என்று சொல்ல வேண்டும்.

அவன் மீண்டும் காதரினைப் பற்றி நினைத்தான். அவர்கள் பிரிந்து இப்போது பதினொன்று பன்னிரண்டு வருடங்களாகி விட்டன. அவளைப் பற்றி அவன் நினைப்பதே துர்லபம். தனக்குக் கல்யாணமாகியிருந்த செய்தியையே அவன் பல நாள் சேர்ந்தாற்போல மறந்து விடுவான். பதினைந்து மாதங்கள்தான்

அவர்கள் சேர்ந்திருந்தார்கள். விவாகரத்து செய்துகொள்வதை கட்சி அனுமதிப்பதில்லை. ஆனால், குழந்தைகள் இல்லாத தம்பதிகள் பிரிந்து வசிப்பதற்குக் கட்சி தடை எதுவும் சொல்வதில்லை.

காதரின் நெட்டையாக இருப்பாள். தங்கநிறமான தலை மயிருடன், நேராக நிமிர்ந்து அழகாக நடப்பாள். அழகான முகம், ஆனால், அவளுக்கு மூளையே கிடையாது என்பதை வின்ஸ்டன் அதிசீக்கிரமே கண்டு கொண்டுவிட்டான். கட்சியின் வாக்கியங்கள்தான் அவள் சிந்தனைகள் எல்லாம். கட்சி சொன்னால் அதற்காக எந்த அசட்டுத்தனத்தையும் ஏற்றுக் கொள்ள அவள் தயாராகவே இருந்தாள். "மனித உருவத்தில் கிராம போன்" என்று அவளுக்குப் பெயர் வைத்திருந்தான் வின்ஸ்டன். ஆண்-பெண் உறவு என்று ஒன்றில்லாவிட்டால் அவனால் அவளுடன் எவ்வளவு காலம் வேண்டுமானாலும் வசித்திருக்க முடியும்.

அவன் அவளைத் தொட்டாலே போதும், அவள் தனக்குள் சுருங்கி விடுவாள். அவளை அணைவது மரப் பொம்மையை அணைவதுபோல இருக்கும். அணைகிற சமயத்திலே பிடித்துத் தள்ளுவது போல இருக்கும். ஒத்துழைப்போ எதிர்ப்போ கிடையாது அவளிடம். கடவுளே என்று எதையும் சகித்துக் கொண்டு அவன் கூப்பிட்டு அவள் வரும்போது வின்ஸ்டனுக்கு எரிச்சலாக இருக்கும். கொஞ்ச நாட்களுக்குப் பிறகு அந்த உறவு அருவருப்பும் பயங்கரமும் கொண்டதாகி விட்டது. ஆனால், அவளுக்குக் குழந்தை பெற்றுக்கொள்ள வேண்டும் என்று ஆசைமட்டும் இருந்தது. வாரத்தில் ஒருநாள் அவளே "இன்றிரவு..." என்று ஞாபகப்படுத்துவாள். அதற்கு அவள் சொல்கிற பெயர்கள்கூட வின்ஸ்டனுக்கு எரிச்சலை உண்டாக்கின. "குழந்தை உண்டாக்குவது" என்பாள். அல்லது "கட்சிக்கு நம் கடமை" என்பாள். அதிர்ஷ்டவசமாகக் குழந்தை உண்டாகவில்லை, சீக்கிரமே அவர்கள் பிரிந்துவிட்டார்கள்.

மெல்ல பெருமூச்சுவிட்டான் வின்ஸ்டன். பேனாவை எடுத்து டைரியில் எழுதினான்;

"படுக்கையில் படுத்தாள் அவள்; எவ்விதமான காதல் விளையாட்டுமில்லாமல், அவள் தன் ஆடையை விலக்கிக் கொண்டாள்! நான்..."

காதரின் ஞாபகமும், கட்சிக் கொள்கைக்குப் பலியான அவள் உடலும் அந்தச் சமயத்திலும் அவன் ஞாபகத்தில் இருந்தன. அந்தச் சமயத்திலும் அவன் தன் தோல்வியையும் ஆத்திரத்தையும்

உணர்ந்தான். பல வருடங்களுக்கு ஒருமுறை, இப்படி அழுக்கான படுக்கையில், மலிவான செண்டு வாசனையுடன் யாரோ ஒரு பெண்ணுடன் எவ்வித ஈடுபாடுமில்லாமல் சுகித்துப் பயன் என்ன? ஏன் எனக்கென்று ஒரு பெண் இருக்கக் கூடாது? உண்மைக் காதல் என்கிற அதிசயம் இப்போதெல்லாம் நினைக்க முடியாத காரியம். கட்சிக் கட்டுப்பாட்டுக்கு உட்பட்ட பெண்கள், பெண்மையே அற்றவர்களாகிக் கொண்டிருந்தார்கள். கன்னிகழியாதிருப்பது என்பதும் அவர்கள் கொள்கைகளில் ஒன்று. இதற்கு விலக்கானவர்கள் இருக்கத்தான்வேண்டும் என்று அவன் பகுத்தறிவு சொல்லியது. ஆனால், கட்சிக் கொள்கை என்கிற சுவரை அவனால் தகர்த்தெறிய முடியவில்லை, சிற்றின்பம் என்கிற காரியத்தை அனுபவித்தால் அதுவே குற்றமாகிவிடும். ஆசைப்படுவதே சிந்தனைக் குற்றம்தான். காதரினையாவது அவனால் தட்டி எழுப்ப முடிந்திருந்ததானால்...

அவன் டைரிக் குறிப்பை முடிக்க முயன்றான். அவன் எழுதினான்.

"விளக்கைப் பெரிதாக்கினேன்; விளக்கு வெளிச்சத்தில் அவளைப் பார்த்ததும்..."

அந்த விளக்கு பெரிதானதும் மிகவும் பிரகாசமாக இருந்தது. அந்த மங்கையை இப்போதுதான் சரிவரப் பார்க்க முடிந்தது. அவளை நோக்கி அடி எடுத்து வைத்தவன் பயத்துடனும் ஆசையுடனும் தயங்கினான். அங்கு வந்ததில் எத்தனை ஆபத்துகளைச் சமாளித்தாகவேண்டும் என்று எண்ணிப் பார்த்தான். வெளியே போகும்போது அவனைக் காவலாளிகள் பிடித்துவிடலாம். வெளியே அவனுக்காக அவர்கள் காத்திருப்பார்களோ என்னவோ. அப்படியானால் செய்ய வந்ததைச் செய்யாமல் மாட்டிக்கொள்வது முட்டாள்தனம்.

விளக்கு ஒளியில் அவன் கண்டது என்ன தெரியுமோ? யுவதி என்று எண்ணிய பெண் கிழவி என்பதைக் கண்டான். அதையும் டைரியில் குறித்துத்தானேயாகவேண்டும். அவள் வாயில் பற்களேயில்லை.

அவசரமாக எழுதினான்:

"வெளிச்சத்தில் அவள் கிழவி என்பது தெரிந்தது. வயது ஐம்பதுக்கும் அதிகமாக இருக்கலாம். இருந்தும் அவளை விட்டுவிடவில்லை நான்."

கண்களை மூடிக்கொண்டு விரலால் அழுத்திக்கொண்டான். எழுதிவிட்டான் ஒரு வழியாக. அதனால் எவ்வித மாறுதலும் ஏற்பட்டுவிடவில்லை. கீழத்தரமான வார்த்தைகளை வாய்விட்டுச் சொல்லவேண்டும் என்கிற ஆசை அளவுக்கு மீறி எழுந்தது அவனுக்கு.

7

"நம்பிக்கை என்று ஏதாவது இருந்தால் அது ப்ரோல்களிடம்தான் இருக்கும்" என்று எழுதினான் வின்ஸ்டன்.

நம்பிக்கைக்கு இடம் இருந்தால், அது ப்ரோல்களிடம்தான் இருக்க முடியும். ஓஷியேனியாவின் ஜனங்களில் 85 சதவிகிதம் கொண்ட அந்தச் சாதாரண மக்கள்தான் பலத்துடன் எழுந்து கட்சியை அழிக்க முடியும். உள்ளேயிருந்து யாரும் கட்சியை அழிப்பதென்பது முடியாத காரியம். அதன் எதிரிகள் - அப்படி அதற்கு எதிரிகள் உண்டானால் - ஒன்று சேருவதோ, ஒருவரை ஒருவர் அறிவதோகூட சாத்தியமேயல்ல. சகோதர சேனை என்று ஒன்றிருப்பது உண்மை என்று வைத்துக்கொண்டாலும்கூட, இரண்டு மூன்றுக்கு மேற்பட்ட எண்ணிக்கையில் அவர்கள் கூடுவதென்பதே சாத்தியமில்லை. புரட்சி என்பது ஒரு பார்வையில் இருக்கலாம் - குசுகுசுத்த ஒரு வார்த்தையில் இருக்கலாம். ப்ரோல்கள் மட்டும் சக்தியை உணர்ந்து ஒன்றுகூடிப் புரட்சி செய்ய மனங்கொண்டு விட்டார்களானால், கட்சி விழுந்துவிடும். குதிரை எழுந்து உலுக்கி ஈக்களை விரட்டுவது போல விரட்டினால் கட்சி பலம் போய்விடும். அப்படிச் செய்யலாம் என்று அவர்களுக்கு இன்றோ நாளையோ ஒரு நாள் தெரியாமலா போய்விடும்? இருந்தாலும்...!

ப்ரோல்கள் பிரதேசத்தில் ஒருநாள் ஒரு புரட்சி நடந்தது. அந்தச் சப்தத்தையும், ஆரவாரத்தையும் கேட்ட வின்ஸ்டன் கட்சியின் வீழ்ச்சி தொடங்கிவிட்டது என்றுதான் எண்ணினான். ஆனால், விஷயம் வேறு ஒன்றுமில்லை. தகரத் தட்டுகள் விற்ற ஒரு கடையில் தட்டுகள் காலியாகிவிட்டன. வாங்கிய பெண்களும் வாங்காத பெண்களும் - எல்லோரும் ப்ரோல்கள்தான்- சண்டையிட்டுக்கொண்டிருந்தனர். ஒரே தகரத்தட்டை இரு பெண்மணிகள் பிடித்துக்கொண்டு சண்டை போட்டனர். இத்தனை சண்டையையும் ஆரவாரத்தையும் அவர்கள் முக்கியமான ஒரு விஷயம்பற்றிச் செய்யக்கூடாதோ?

"அவர்களுக்குச் சுயஉணர்வு ஏற்படும் வரையில் அவர்களால் புரட்சிசெய்ய முடியாது. புரட்சி செய்யும் வரையில் அவர்களுக்குச் சுய உணர்வு வராது" என்று எழுதினான் வின்ஸ்டன்.

கட்சிப் பாடப்புத்தகங்களில் வருகிற வாக்கியமாகக்கூட இருக்கலாம் இது. அடிமைத் தளைகளிலிருந்து கட்சிதான் ப்ரோல்களை விடுதலை செய்தது என்று கட்சி சொல்லிற்று. புரட்சிக்குமுன் முதலாளிகள் அவர்களை அடிமைப்படுத்திக் கொடுமை செய்தார்கள். சுரங்க வேலை செய்யப் பெண்களைக் கட்டாயப்படுத்தினார்கள். (இப்பவும் சுரங்க வேலையில் பெண்கள் ஏராளமாகத்தான் ஈடுபட்டிருந்தனர்.) ஆறு வயதிலிருந்தே சிறுவர்கள் தொழிற்சாலைகளில் வேலை செய்ய வேண்டியதாக இருந்தது. ப்ரோல்களை விடுதலை செய்ததாகச் சொன்ன அதே கட்சி அவர்கள் அடிமைப்பட்டுத்தான் இருக்க வேண்டும் என்றும், அவர்கள் தாழ்ந்தவர்கள் என்றும் இரட்டைச் சிந்தனைக் கொள்கைப்படி அவர்களுக்குப் பாடம் கற்றுத் தந்தது. மிருகங்களைப் போல சில எளிய விதிகளுக்குட்பட்டு அவர்கள் வாழ்ந்து வந்தனர். அவர்கள் தங்கள் அலுவல்களைச் செய்துகொண்டு குழந்தை குட்டிகளையும் பெற்றுக் கொண்டிருக்கும் வரையில் அவர்கள் பக்கம் யாரும் போகமாட்டார்கள். பிறந்து, சாக்கடையில் வளர்ந்து, பன்னிரண்டு வயது முதல் உழைத்து, இருபதாவது வயதில் கல்யாணம் செய்து கொண்டு, முப்பது வயதில் நடுத்தர வயதினராகி, அறுபது வயது வரையில் இருந்துவிட்டுச் செத்தார்கள். கடினமான உடல்வேலை, குடும்பத்தையும் வீட்டையும் காப்பாற்றுவது, அண்டை அயலாருடன் சில்லறைச் சண்டைகள், சினிமாப் படங்கள், கால்பந்து, மதுபானம், சூதாட்டம் இவைதான் ப்ரோல்களின் வாழ்க்கை. அவர்களை அடக்கி வைத்துக்கொள்வதில் சிரமம் சிறிதும் இல்லை. சிந்தனைப் போலீஸில் ஒரு சிலர் அவர்களிடையே போய் அவர்களைச் சரிவரக் கவனித்துக் கொண்டார்கள். கட்சிக் கொள்கைகளை அவர்களுக்குச் சொல்லித்தர எவ்வித முயற்சியும் செய்யப்படவில்லை. அவசியப் படுகின்றபோது பயன்படுத்திக்கொள்வதற்காக ஓரளவு தேசப்பற்று மட்டும் ப்ரோல்களுக்கு இருந்தால் போதும். வேறு எதையும் அவர்களுக்குச் சொல்லித் தருவதில்லை. அதிருப்தியடைந்த சில சமயங்களில்கூட அவர்களைச் சமாதானப்படுத்த தெரிந்து கொண்டிருந்தார்கள் சிந்தனைப் போலீஸார். பெரிய விஷயங்களை விட்டுவிட்டு சின்ன விஷயங்களில் அவர்களைத் திருப்தி செய்ய அவர்கள் தயாராகவே இருந்தனர். பல ப்ரோல்களின் வீடுகளிலே டெலிஸ்க்ரீன்கள் கூட கிடையாது. சாதாரணப் போலீஸ்கூட

அவர்கள் வாழ்க்கையில் அவ்வளவாகக் குறுக்கிடுவது கிடையாது. லண்டனில் குற்றம் செய்வோரின் எண்ணிக்கை பெரியதாகவே இருந்தது. திருடர்கள், கொள்ளைக்காரர்கள், விலைமாதுகள், மருந்து வியாபாரிகள் என்று எவ்வளவோ ரகங்கள் இருந்தன. இதெல்லாம் ப்ரோல்களிடம்தான் அவை இருந்து வந்தன என்பதனால் அதுபற்றி போலீஸ் அவ்வளவாகக் கவனம் செலுத்துவதில்லை. சிற்றின்ப விஷயங்களிலேகூட அவர்கள் தங்களிஷ்டப்படி, பழைய மாதிரியே வாழ்வதை யாரும் தடுப்பதில்லை. அவர்களுக்கு விவாகரத்தும் அனுமதிக்கப்பட்டது. அவர்கள் வேண்டும் என்று விரும்பியிருந்தால் வழிபாட்டு சுதந்திரம் தரப்பட்டிருக்கும். அவர்களைச் சந்தேகிக்க வேண்டியதேயில்லை. அவர்கள் தாழ்ந்தவர்கள். "மிருகங்களும் ப்ரோல்களும் சுதந்திரமுள்ளவர்கள்" என்று கட்சிக் கோட்பாடு ஒன்று சொல்லிற்று.

தன் கணைக்கால் சிரங்கைச் சொறிந்துகொண்டான் வின்ஸ்டன். புரட்சிக்குமுன் வாழ்க்கை எப்படி இருந்தது என்பதைத்தான் அவனால் ஞாபகப்படுத்திப் பார்த்துக் கொள்ளவே முடியவில்லை. குழந்தைகளின் சரித்திரப் பாட புத்தகம் ஒன்றை அவன் திருமதி பார்ஸன்ஸிடமிருந்து கடன் வாங்கி வந்திருந்தான். அதிலிருந்து ஒரு பகுதியை அவன் தன் டைரியில் எழுதிக்கொண்டான்.

"புகழ் வாய்ந்த புரட்சிக்குமுன், பழைய நாட்களில், லண்டன் இவ்வளவு அழகான நகரமாக இல்லை. இருட்டான, குப்பை கூளம் நிறைந்த, ஆபாசமான நகரமாக இருந்தது. வீடோ, துணி மணிகளோ இல்லாதவர்கள் ஆயிரக்கணக்கில் இருந்தார்கள். உன்னைவிட வயது குறைந்த சிறுவர்கள் பன்னிரண்டு மணி நேரம் வேலை செய்ய வேண்டியதாக இருந்தது. சரியாக வேலை செய்யாவிட்டால் குழந்தைகளையும் சாட்டையால் அடிப்பார்கள். இவ்வளவு ஏழ்மைக்கும் மத்தியில் சிலர் பணக்காரர்களாக இருந்தார்கள். ஒவ்வொருவருக்கும் முப்பது பேருக்கும் அதிகமான வேலைக்காரர்கள் இருந்தார்கள். அவர்களுக்கு முதலாளிகள் என்று பெயர். கொழுத்த ஆனால், இரக்கமற்ற மனிதர்கள்; குரூரமான முகம் உள்ளவர்கள். எதிர்பக்கத்தில் உள்ள படத்தைப் பார். உலகில் பெரும்பகுதி முதலாளிகளுக்கே சொந்தமாக இருந்தது. மற்றவர்களை அவர்கள் அடிமைகளாக நடத்தினார்கள். நிலம், வீடுகள், தொழிற்சாலைகள், பணம் எல்லாமே முதலாளிகளுக்குத்தான் சொந்தமாக இருந்தது. சொல்வதைக் கேட்க மறுப்பவர்களைச்

சிறையிலடைத்துச் சித்திரவதை செய்தார்கள் அவர்கள். முதலாளிகளில் முக்கியமானவனுக்கு அரசர் என்றும் பெயர். மேலும்...''

இந்தப் பட்டியல் வரிசை வின்ஸ்டனுக்கு மனப்பாடமாகத் தெரியும். பிஷப்புகள், நீதிபதிகள் மற்றும் பொது இடங்களில் தண்டனைகள் எல்லாவற்றையும் பற்றி வரிசையாக வரும். போப் என்பவரின் கால் கட்டை விரலை முத்தமிடுகிற வழக்கம் பற்றியும் எழுதியிருக்கும். குழந்தைகளுக்கான புத்தகமாதலால், அதில் முதல் இரவு உரிமை சட்டம் என்பது பற்றி எதுவும் எழுதியிராது. தன் தொழிற்சாலையில் வேலை செய்கிற எந்தப் பெண்ணுடனும் இன்பம் அனுபவிக்க முதலாளிக்குள்ள உரிமை பற்றிய சட்டம் அது.

இதில் எவ்வளவு உண்மை, எவ்வளவு பொய் என்று இப்போது யாரால் நிச்சயமாகச் சொல்லமுடியும். புரட்சிக்கு முன் இருந்ததைவிட சராசரி மனிதன் இப்போது முன்னேறியிருப்பதாகக் கூறப்படுகிறது உண்மையாகக்கூட இருக்கலாம். அப்படியில்லை என்பதற்கு உன் உள்ளத்தில் தோன்றிய எதிர்ப்பைத் தவிர வேறு ஆதாரம் ஒன்றுமில்லை. ஒரு காலத்தில் இதைவிட நிலைமை உயர்வாகத்தான் இருந்திருக்க வேண்டும். எப்படியும் இதைவிட மாறுபட்டுத்தான் இருந்திருக்க வேண்டும். இன்றைய புது வாழ்க்கையைப் பற்றிய வரையில் குறிப்பாகச் சொல்லவேண்டியது, இதன் கொடுமையையோ பயத்தையோ அல்ல. இதன் அலங்காரமின்மை, வர்ணமின்மை ஒட்டுதலின்மை என்றுதான் சொல்ல வேண்டும் என்று வின்ஸ்டனுக்குத் தோன்றியது. டெலிஸ்க்ரீன்களின் மூலமாக வெளிவந்த பொய்களுக்கும் வாழ்க்கைக்கும் சம்பந்தமே இல்லை. அதே போலக் கட்சி லட்சியங்களுக்கும் இன்றைய வாழ்க்கைக்கும் சிறிதும் சம்பந்தமேயில்லை. கட்சி அங்கத்தினனுக்கும்கூட, வாழ்க்கையில் பெரும்பகுதி பட்டுக்கொள்ளாத ஒரு பகுதி, அரசியல் ஆட்சி செலுத்தாத ஒரு பகுதிதான். ரெயிலில் நிற்க இடத்துக்குச் சண்டை போடுவது, அலுப்புத் தரக்கூடிய வேலைகளைச் செய்துமுடிக்க முயலுவது, கிழிந்த ஆடையைத் தைப்பது, ஒரு சிகரெட் துண்டைக் காப்பாற்றுவது, சவர பிளேட் தேடுவது என்று போய்க் கொண்டிருந்தது வாழ்நாள். கட்சி லட்சியம் உன்னதமானது, உயர்வானது, பளபளப்பானது. இரும்பும் சிமெண்ட்டும் போட்டு எழுப்பிய மாளிகை அது. பெரும் இயந்திரங்களும் பீதிதரும் ஆயுதங்களும் நிறைந்தது. தோளோடு தோள் கொடுத்து, ஒரே கருத்துக்களைக் கத்திக்கொண்டு, ஒரே லட்சியத்துடன் முன்னேறிக்கொண்டிருக்கும் சேனை வீரர்களையும், மக்களையும்,

தொழிலாளிகளையும் கொண்ட தேசம்தான் கட்சி லட்சியம். முப்பது கோடி மக்கள் ஒரே முகம் படைத்தவர்களாக இருப்பது தான் கட்சி லட்சியம். ஆனால், நடைமுறையில் அழுகிக் கொண்டிருக்கும் குப்பைகள் படிந்த நகரங்களாகவும், உண்ணப் போதிய உணவு இல்லாத பட்டினிப் பட்டாளமாகவும், கந்தல்களும் கிழிந்த பூட்ஸுகளும் அணிந்த ஏழைகளாகவும்தான் இருந்தது இவ்வுலகம். முட்டைகோஸ் வாடையும் கக்கூஸ் நாற்றமும் மக்களை விடாது எப்போதும் துரத்தி வந்தன. லட்சோப லட்ச குப்பைத் தொட்டிகள் நிறைந்த நகரமாகிக் கொண்டிருந்தது. இந்தக் காட்சியுடன் ஓடாத சாக்கடையுடன் திருமதி. பார்ஸன்ஸின் உருவமும் வின்ஸ்டனின் மனதில் எழுந்தது.

குனிந்து காலை மறுபடியும் சொறிந்துகொண்டான். இன்னும் அதிக உணவும், அதிக உடைகளும், அதிக வீடுகளும், அதிக விளையாட்டுகளும் கொண்டவர்களாக மனிதர்கள் இருந்ததாகக் காது புளிக்க டெலிஸ்க்ரீன்கள் இரவும் பகலும் புள்ளிவிவரங்களை அள்ளி வீசின. ஜனங்கள் இப்போது முன்னைவிட அதிக ஆயுள் உள்ளவர்களாக இருந்தார்கள் என்றும், குறைவான நேரம் உழைத்தார்கள் என்றும், உருவத்தில் பெரியவர்களாகவும், நல்ல தேகாரோக்கியம் பெற்றவர்களாகவும், அதிக சந்தோஷமுள்ளவர்களாகவும், அதிகமான அறிவுள்ளவர்களாகவும் இருந்தார்கள் என்றும் டெலிஸ்க்ரீன்கள் அலறின. ஐம்பது வருடங்களுக்கு முன் இருந்ததற்கு இப்போது உலகம் வெகுவாக முன்னேறிவிட்டது என்று டெலிஸ்க்ரீன்கள் சொன்னதில் ஒரு வார்த்தையைக்கூட மறுக்கவும் முடியாது, உண்மையென்று நிரூபிக்கவும் முடியாது. ப்ரோல்களின் கல்வியறிவுகூட 40 சதம் என்றும், புரட்சிக்கு முன் 15 சதம்கூட இல்லை என்றும் கட்சி சொல்லியது. புரட்சிக்கு முன் குழந்தைகளின் மரணம் ஆயிரத்துக்கு முந்நூறாக இருந்தது; இப்போது ஆயிரத்துக்கு நூற்றியறுபதாகக் குறைந்திருக்கிறது என்று கட்சி சொல்லியது. இப்படியாகப் புள்ளிவிவரங்கள் ஒன்றன்பின் ஒன்றாகத் தொடர்ந்தன. ஏற்றுக்கொள்ளப்பட்ட விஷயங்களில் எல்லாமே வெறும் கற்பனையாக இருக்கலாம். முதலாளிகள் என்கிற வர்க்கம் இருந்தது என்பதே உண்மை என்று எப்படிச் சொல்லமுடியும்?

எல்லாம் மூடுபனியில் மறைந்திருந்தது. சென்ற காலத்தைப் பூரணமாக அழிந்தாகிவிட்டது. அழித்ததைக்கூட உலகம் மறந்துவிட்டது. பொய் மெய்யாகிவிட்டது. அவன் வாழ்வில் ஒரே ஒரு தடவை, ஒரு பொய் மெய்போல ஆக்கப்பட்டதற்கான

உறுதியான, திட்டமான ஆதாரம் அவனுக்குக் கிடைத்திருந்தது. அந்த ஆதாரம் அவன் கைகளில் ஒரு அரைநிமிட நேரம் இருந்தது. காதரினும் அவனும் பிரிகிற சமயம் 1973இல் என்று நினைவு அவனுக்கு, ஆனால், அந்தச் சம்பவம் ஏழெட்டு வருடங்களுக்கு முன் நடந்தது.

60 முதல் 70 வரையில் புரட்சியின் ஆரம்ப காலத்திய தலைவர்களை ஒழித்துக்கட்டும் காரியம் சுறுசுறுப்பாக இருந்தது. 1970இல் முத்தண்ணாவைத் தவிர வேறு யாரையும் காணவில்லை. மற்ற தலைவர்கள் எல்லோரும் எதிரிகளின் கையாள்கள், சதிகாரர்கள் என்று குற்றம் சாட்டப்பட்டு அழிக்கப்பட்டு விட்டனர். புரட்சிக்கு எதிராக அவர்கள் மாபெரும் சதி செய்ததாகக் குற்றம் சாட்டப்பட்டு பெரும்பாலும் ஒழிக்கப்பட்டு விட்டனர். கோல்ட்ஸ்டீன் மட்டும் தப்பி ஓடிப்போய் எங்கேயோ ஒளிந்துகொண்டிருந்தான். ஒரு சிலர் காணாமல் எப்படியோ போய்விட்டார்கள். பெரும்பான்மையோர் பொது விசாரணைக்குப் பிறகு தங்கள் குற்றங்களை ஏற்றுக்கொண்டதாக அறிக்கைகள் விட்டு பிறகு உயிர் துறந்தனர். கடைசிவரையில் தப்பியிருந்த தலைவர்களில் ஜோன்ஸ், ஆரான்ஸன், ரூதர் போர்டு மூவரையும் சொல்லவேண்டும். 1965ஆம் ஆண்டில்தான் அவர்களும் சிறைப்பட்டனர். அதற்குப் பின் அவர்களைப் பற்றி யாருக்கும் எதுவும் தெரியாது. அவர்கள் இருந்தார்களா, இறந்தார்களா என்பதுகூட யாருக்கும் தெரியாது. திடீரென்று ஒரு நாள் அவர்கள் மீண்டும் தோன்றினார்கள். எதிரிகளுடன் நட்புக்கொண்டிருந்ததாகவும், கட்சிப் பணத்தைக் கையாண்டதாகவும், கட்சி அங்கத்தினர்கள் பலரைக் கொன்றதாகவும், புரட்சிக்கு முந்தியே தொடங்கிவிட்ட முத்தண்ணாவின் தலைமையை எதிர்த்ததாகவும், ஆயிரக் கணக்கான மக்கள் சாவதற்குக் காரணமாக இருந்த தீயிடல், கொலை, கொள்ளை முதலியவற்றில் கலந்துகொண்டதாகவும் அவர்கள் தங்கள் குற்றங்களை ஒப்புக்கொண்டார்கள். அவர்களை மன்னித்து கட்சியில் ஏற்றுக்கொண்டார் முத்தண்ணா. பெரிய உத்தியோகங்கள் என்று சொல்லும்படியான, ஆனால், பொறுப்பு சிறிதும் இல்லாத உத்தியோகங்கள் அவர்களுக்குத் தரப்பட்டன.

அவர்கள் விடுதலையானபின் ஒருதரம் வின்ஸ்டன் அவர்கள் மூவரையும் சேர்ந்தாற்போல செஸ்ட்நட் விடுதியில் பார்த்தான். அம் மூவரும் அவனைவிட வயதில் பெரியவர்கள். அழிந்துபோன ஒரு காலத்தின் பிரதிநிதிகள்; வீரம் நிறைந்த கட்சியின் ஆதிநாட்களிலிருந்து வந்தவர்கள் அவர்கள். உள் நாட்டு யுத்தம், தலைமறைவாக இருந்து

சதிசெய்வது போன்ற சாதனைகள் அவர்களுக்கு ஒரு அழியாப் புகழைத் தந்தன. முத்தண்ணாவின் பெயர் தெரிவதற்கு முன்னமே ஜனங்களுக்கு இந்த மூன்று வீரர்களின் பெயர்களும் தெரியும் என்று வின்ஸ்டனுக்கு ஒரு ஞாபகம் இருந்தது. ஆனால், அப்பொழுதே உண்மை மாறத்தொடங்கிவிட்டது என்றுதான் சொல்ல வேண்டும். சிந்தனைப் போலீசின் கையில் அகப்பட்டவர்கள் தப்புவது துர்லபம். அதிலும் தப்பியவர்கள் அவர்கள். ஆனால், மறுபடியும் அகப்பட்டுக்கொள்வார்கள் என்பது நிச்சயம். சவக்குழிக்குப் போகக் காத்திருக்கும் பிணங்கள் போன்றவர்கள் அவர்கள்.

அவர்கள் அருகில் போக யாரும் துணியவில்லை. அவர்களை நெருங்குவதே ஆபத்து. மூவரில் ரூதர் போர்டின் உருவம்தான் வின்ஸ்டனுக்கு மிகவும் பிடித்திருந்தது. அவன் ஒரு தேசிய கேலிச்சித்திரக்காரன். புரட்சிக்கு முன்னும் பின்னும் அவன் வரைந்த கேலிச் சித்திரங்கள் ஜனங்களை வெகுவாகக் கவர்ந்து உணர்ச்சிகளைத் தூண்டின. ஆனால், இப்போது ஒரு மலை தகர்ந்துகொண்டிருப்பதுபோல அவன் ஜனங்கள் கண்களுக்கெதிரிலேயே கொஞ்சம் கொஞ்சமாக தகர்ந்துகொண்டிருந்தான் என்று சொல்லும்படியாக இருந்தான்.

அவர்கள் எதிரில் ஒரு சதுரங்கப் பலகை இருந்தது. ஆனால், அவர்களில் ஒருவரும் காய்களை நகர்த்தி ஆட்டம் ஆடவில்லை. யோசனையில் ஆழ்ந்தவர்களாக அவர்கள் உட்கார்ந்திருந்தார்கள். டெலிஸ்க்ரீனில் ஷேக்ஸ்பியரின் ஒரு பழைய கவிதை புது மெட்டில் பாடப்பட்டது. ரூதர் போர்டின் கண்களில் நீர் நிறைந்திருந்தது என்று கவனித்தான் வின்ஸ்டன். ஆரான்ஸனுக்கும் ரூதர் போர்டுக்கும் மூக்கு உடைந்து தைக்கப்பட்டிருந்ததையும் ஒரு நடுக்கத்துடன் கவனித்தான்.

இதற்குச் சில நாட்களுக்குப் பிறகு அவர்கள் மூவரும் மீண்டும் கைதானார்கள். விடுதலையடைந்த நாள் முதலே அவர்கள் சதிக்குற்றம் செய்ததாக ஒப்புக்கொண்டார்கள். இரண்டாவது விசாரணையின்போது, பழைய குற்றங்களுடன் புதுக் குற்றங்களையும் சேர்த்து ஏற்றுக்கொண்டார்கள் அவர்கள். இந்தத் தடவை அவர்கள் தீர்த்துக்கட்டப்பட்டார்கள். கட்சி சரித்திரத்தில் அவர்கள் மூவருடைய முடிவும், சதி செய்யும் கட்சி அங்கத்தினர்களுக்கு ஒரு எடுத்துக்காட்டாக எழுதப்பட்டது. இதற்கு ஐந்து வருடங்களுக்குப் பிறகு 1973இல், ஒரு நாள் தகவல் குழாயில் வந்து விழுந்த கடிதக் கற்றைகளை வின்ஸ்டன் பிரித்துப் புரட்டியபோது பழைய டைம்ஸ்

பத்திரிகைத் துண்டு ஒன்று அவன் கண்ணில்பட்டது. அதில் இருந்த ஒரு படத்தில் இந்த மூவரும் குறிப்பிட்ட ஒரு தேதியில் நியூயார்க் நகரில் ஒரு கூட்டத்தில் கலந்து கொண்டதாக அவர்கள் படத்துடன் செய்தி பிரசுரமாகியிருந்தது.

இதில் விசேஷம் என்னவென்றால், இரண்டு விசாரணைகளின்போதும் மூவரும் அந்தத் தேதியில் யூரேஷியாவில் இருந்ததாக வாக்குமூலம் தந்திருந்தார்கள். எதிரிகளான யூரேஷியர்களைத் தேடிப்போய் அந்தத் தேதியில் யூரேஷிய ராணுவத் தலைவர்களைச் சந்தித்து, அவர்களுக்கு ஓஷியேனியாவின் ராணுவ ரகசியத் தகவல்களை விற்றதாக அவர்கள் ஒப்புக்கொண்டிருந்தார்கள். ஆனால், வின்ஸ்டன் கையில் கிடைத்த பழைய பத்திரிகைத் துண்டு தந்த தகவல் வேறு. அதிலிருந்து ஒரே ஒரு முடிவுக்குத்தான் வரமுடியும். அதாவது அந்தத் தலைவர்கள் தந்த ஒப்புதல் வாக்குமூலம் பச்சைப்பொய் என்பதுதான்.

உண்மையில் இது ஒன்றும் புதிதல்ல என்றுதான் சொல்ல வேண்டும். ஒழித்துக்கட்டுகிற வேகத்தில், மறைகிறவர்கள் எல்லோருமே உண்மையில் குற்றவாளிகள்தான் என்று வின்ஸ்டன் என்றுமே பூரணமாக நம்பியதில்லை. ஆனால், இப்போது அவன் கையிலிருந்தது தவிர்க்க முடியாத, தப்ப முடியாத ஆதாரம், அழித்துவிட்டதாகக் கட்சி எண்ணியிருக்கும் பழமையின் துணுக்கு ஒன்று அவன் கையில் அகப்பட்டுவிட்டது. பண்டைக் காலத்து எலும்பு ஒன்று கிடைக்கத் தகாத இடத்தில் அகப்பட்டு, ஆராய்ச்சியாளனின் கொள்கைக் கோபுரம் பூராவையும் தகர்த்தெறிவதுபோல, இந்த ஆதாரம் வின்ஸ்டன் கையில் மாட்டிக்கொண்டது. உலகுக்கு இதைக் காட்டி, அதன் அர்த்தத்தையும் அவன் எடுத்துச்சொல்ல முடியுமானால்...!

அவன் எதுவும் நடக்காத மாதிரித் தன் வேலையைத் தொடர்ந்து செய்துகொண்டிருந்தான். டெலிஸ்க்ரீன் கண்ணில் அந்தப் படம் பட்டுவிடாமல் மறைத்து வைத்துவிட்டுத் தன் காரியத்தைக் கவனித்தான்.

ஒரு பத்து நிமிடங்கள் தான் என்ன செய்வது என்று தயங்கினான் அவன். பிறகு, அந்தப் போட்டோ யார் கண்ணிலும் படுவதற்கு முன் இதர குப்பைக் காகிதங்களுடன் அதை ஞாபக வாய்க்குள் போட்டுவிட்டான். ஒரு நிமிடத்தில் அது எரிந்து சாம்பலாகப் போயிருக்கும்.

அது நடந்து பத்துப் பதினொரு வருடங்கள் ஆகிவிட்டன. இப்போது என்றால் அவன் அந்தப் படத்தைப் பத்திரப்படுத்தி வைக்கத் துணிந்திருப்பான். அந்தப் படம் போய் விட்டதே தவிர, அதைக் கையில் பத்துநிமிடமாவது வைத்திருந்த காரணத்தினால் தன் வாழ்க்கை வழிகளிலும் சிந்தனைகளிலும் ஒரு மாறுதல் ஏற்பட்டிருக்கிறது என்று அவன் எண்ணினான். சென்ற காலத்தை அழிக்கும் நிறம் கட்சிக்குக் குறைந்திருப்பது போலத் தோன்றிற்று அவனுக்கு.

இருந்தாலும், அந்தப் படத்தைச் சாம்பலிலிருந்து மறுபடியும் கிளப்பமுடியும் என்றாலும்கூட, அது உண்மை என்று யாரும் ஒப்புக்கொள்ள மாட்டார்கள் என்பதும் உண்மைதானே! எத்தனையோ மாறுதல்கள் நிகழ்ந்துவிட்டன. இப்போது எதிரி யூரேஷியா அல்ல; கிழக்காசியாதான் நமது எதிரி என்றாகி விட்டது. அதுபோல ஏற்பட்ட மாறுதல்களால் அந்தப் படத்துக்கு முக்கியத்துவமே இல்லாமல் போய்விடும். விசாரணைப் பத்திரங்களும், வாக்குமூலங்களும்கூடத் திருப்பி எழுதப்பட்டு, ஆரம்ப உண்மைகளும் தேதிகளும் இப்போது முக்கியமிழந்து கூடப் போயிருக்கலாம். சென்ற காலம் மாறிவிட்டது என்பது மட்டுமல்ல - கட்சியின் கையில் அது அடிக்கடி மாறிக்கொண்டிருந்தது. இப்படிப் பொய்யான சிருஷ்டிகள் ஏன் தேவையாக இருந்தன என்பதுதான் அவனுக்குப் புரியவில்லை. சில சமயங்களில் உடனடியான ஒருவித லாபம் இருந்தது தெரிந்தது. மற்றபடி இப்படி அடிக்கடி மாற்று வந்தால் கட்சிக்கோ மற்றவர்களுக்கோ லாபம் என்ன? தன் டைரியில் அவன் எழுதினான்:

"கடந்துபோன காலத்தை எப்படி மாற்றுகிறார்கள் என்று தெரிகிறது. ஏன் என்றுதான் தெரியவில்லை" என்று.

பல தடவைகளைப் போல, இப்போதும் இப்படியெல்லாம் சிந்திக்கத் தனக்குத்தான் பைத்தியம் பிடித்துவிட்டதோ என்று யோசித்துப் பார்த்தான். அவன் மட்டும் அவ்வாறு சிந்தனை செய்வது பைத்தியக்காரத்தனமல்லாமல் வேறென்ன? ஒரு காலத்தில் சூரியனை பூமி வலம் வருகிறது என்று கூறியதைப் பைத்தியக்காரத்தனமாகக் கருதினார்கள். சென்ற காலத்தை மாற்ற முடியாது என்று எண்ணுவதை இப்போது பைத்தியக்காரத்தனம் என்று எண்ணலாம். அவனைத் தவிர அப்படி வேறு யார் எண்ணினார்கள்? அப்படித் தனியாக, ஒருவனாக நினைப்பவன் பைத்தியக்காரன்தானே? பைத்தியக்காரனாக இருப்பது பயங்கரமானதாக அவனுக்குத் தோன்றவில்லை. தான் நினைப்பது

தவறாக இருந்துவிடப் போகிறதோ என்றுதான் அவனுக்குப் பயமாக இருந்தது.

குழந்தைகளின் சரித்திரப் பாடப் புத்தகத்தை எடுத்து அதன் முகப்புப் பாடமாக அமைந்திருந்த முத்தண்ணாவின் படத்தைப் பார்த்தான். மனத்தை மயக்கும் கண்கள் அவனையே நோக்கின. அந்தக் கண்களில்தான் என்ன சக்தி? உன் மண்டையோட்டுக்குள் புகுந்து, மூளையைக் கலக்கி, உன் நம்பிக்கைகளைத் தகர்த்து, பயமுறுத்தி, உன் புலன்கள் தரும் உண்மையைக்கூட மறுக்க வைக்கும் சக்திவாய்ந்தவை அந்தக் கண்கள். கடைசியில் இரண்டும் இரண்டும் ஐந்துதான் என்று கட்சி சாதித்தாலும் சாதித்துவிடும். அதை நம்பியேதானாகவேண்டும். அந்தச் சாதனையும் வந்தே தீரும்; தவிர்க்கமுடியாத ஒரு முடிவு அது. அனுபவம் என்பதன் அடிப்படையையும், உண்மை என்பது அழியாதிருக்கும் ஒன்றுதான் என்கிற கொள்கையையும் மறுத்தது அவர்களுடைய கட்சித் தத்துவம். சாதாரண அறிவு என்பதுதான் தவிர்க்கப்பட வேண்டிய சிந்தனைச் சதி. இதில் பயங்கரம் என்னவென்றால், இந்தச் சாதாரண அறிவு என்கிற சதிச் செயலுக்காக அவர்கள் அவனைத் தூக்கிலிட்டுவிடலாம் என்பதல்ல. அவர்கள் கூறுவது உண்மையாக இருக்கலாமோ என்கிற சந்தேகம்தான் உண்மையிலே பயங்கரமானது. இரண்டும் இரண்டும் நான்கு என்பது உண்மைதானா? அது பொய்யாக ஏன் இருக்கக்கூடாது? பூமியின் கவர்ச்சி சக்தி வேலை செய்கிறது என்பது என்ன நிச்சயம்? சென்ற காலம் மாற முடியாது என்று எப்படிச் சொல்வது? சென்ற காலமும், அனுபவப்பூர்வமாக உணரக்கூடிய உலகமும் மனத்தில் உள்ளவை என்று வைத்துக்கொண்டால், மனத்தை மாற்றிக் கட்டுப்படுத்த முடியும் என்றும் வைத்துக்கொண்டால், அதற்கப்புறம் என்ன?

முடியாது. அவனுக்குத் திடீரென்று புதுத் தைரியம் பிறப்பதுபோல இருந்தது. இப்போது ஓப்ரியனின் முகம் அவன் கண்முன் தோன்றியது. ஓப்ரியன் தன் கட்சிதான் என்று அவனுக்குத் தோன்றியது. டைரியில் அவன் எழுதுவதே ஓப்ரியனுக்காகத்தான். முடிவில்லாத ஒரு கடிதம் மாதிரி அதை எழுதிக்கொண்டிருந்தான் அவன். ஒரு குறிப்பிட்ட நண்பருக்காக எழுதப்படுகிற டைரியாதலால் அதில் உணர்ச்சியும் வேகமும் அதிகமாக இருக்கலாம் அல்லவா?

கண்களையும் காதுகளையும் நம்பாமல் இருக்கக் கட்சி தன் அங்கத்தினர்களை வற்புறுத்தியது. அதுதான் அவர்களுடைய முடிவான உத்தரவு. இதை எதிர்த்து அவன் சொல்லக்கூடிய

எதையும் கட்சிக்காரர்கள் உடனே தவிடுபொடியாக்கிவிடுவார்கள். அவர்களைப் புரிந்துகொள்வதோ, அதற்குப் பதில் சொல்வதோ அவனுக்கு முடியாத காரியம். ஆனால், அவன் சொல்வதுதான் சரியான விஷயம். கட்சி செய்வது தவறு; அதில் சந்தேகமேயில்லை. அவன் கூறுவது உண்மை என்பதை மறுக்க முடியாது. உண்மை என்றும் உண்மைதான். கற்கள் கடினமானவை. தண்ணீர் குளிர்ச்சியாக இருக்கும். தாங்கப்படாத சாமான்கள் தரையில் விழும். இதெல்லாவற்றையும் யாரும் மறுக்க முடியாது. புலன்கள் கூறுவது பொய்யல்ல. முக்கியமான ஒரு விஷயத்தை எடுத்துக் கூறுபவன் போல, இந்த டைரியை ஓப்ரியன் படிப்பதாக எண்ணி அவன் தன் டைரியில் மேலும் எழுதினான்:

“சுதந்திரம் என்பதென்ன? இரண்டும் இரண்டும் நான்கு தான் என்று சொல்லச் சுதந்திரம் தேவை. அதை ஒப்புக் கொண்டுவிட்டால், மற்றதெல்லாம் தானே தொடரும்.”

8

எங்கிருந்தோ காபி வாசனை வந்தது. ‘வெற்றிக் காபி’ அல்ல; நல்ல காபி வாசனை. தன்னிஷ்டமில்லாமலே தயங்கினான் வின்ஸ்டன். குழந்தைப் பருவத்தில் மறந்துபோன ஞாபகங்கள் பல மீண்டும் தோன்றுவதுபோல இருந்தது. எங்கேயோ ஒரு கதவு சாத்தப்பட்ட சப்தம் கேட்டது. அந்தக் குழந்தைப் பருவத்து உலகம் எங்கேயோ ஓடி ஒளிந்து கொண்டு விட்ட மாதிரி இருந்தது.

வெகுதூரம் நடந்துவிட்டான் அவன். அவன் கால்வலித்தது, சிரங்கு அரித்தது. பொதுக் கட்டிடத்தில் அவன் இடம் இரண்டாவது தடவையாக - அதாவது மூன்று வாரங்களில் இரண்டாவது தடவையாகக் காலியாக இருக்கும். வந்ததையும் போனதையும் அவர்கள் கவனிக்காமலா இருப்பார்கள்! கவனித்து ஏன் என்று கட்சி உரிய காலத்தில் கேட்கும். அசட்டுத்தனமான காரியம்தான் அவன் செய்தது. கொள்கையளவில் கட்சி அங்கத்தினனுக்கு உரிய காலம் என்று ஒன்றும் கிடையாது. படுக்கும்போது தவிர அவன் ஒருபோதும் தனியாக இருப்பது கூடாது. தனிமையை நாடி அவன் செய்யக்கூடிய காரியங்களெல்லாம் சந்தேகத்துக்கு இடமானவைதான். வேலை செய்வதோ, சாப்பிடுவதோ, பொழுதுபோக்குவதோ எல்லாம் தன் சகாக்களுடன்தான் செய்யவேண்டும். தனியாகக் காற்றுவாங்கப் போவதும்கூட தவறாக நினைக்கப்படக்கூடிய

செய்கைதான். புதுமொழியில் இதற்கு 'சொந்த வாழ்வு' என்று பெயர். மற்றவர்களுடன் ஒத்துப்போக, ஒத்துவாழ அறியாதவன் என்று குற்றம் சாட்டும் வார்த்தை அது. காரியாலயத்திலிருந்து அவன் வெளியே வந்தபோது, ஏப்ரல் மாதத்துக் கதகதப்பும் நீலவானும் அவனை மயக்கின. பொதுக்கூடத்தில் எழுந்ததாக குழப்பமும் சப்தமும் கூச்சலும் சகிக்கமுடியாதுபோல இருந்தது. எங்கே போகிறோம் என்கிற சிந்தனையேயில்லாமல் அவன் மனம் போனபடி நடந்தான்.

டைரியில் "நம்பிக்கை உண்டானால், அந்த நம்பிக்கை ப்ரோல்களால்தான் பலிக்கவேண்டும்" என்று எழுதினான் வின்ஸ்டன். அந்த வார்த்தைகள் அவனுக்கு அடிக்கடி ஞாபகத்துக்கு வந்தன. அசட்டுத்தனமான யோசனைதான் அது; விளங்காத உண்மைதான் அது. வடகிழக்கு லண்டனில் அப்போது நடந்துகொண்டிருந்தான் அவன். முன் ஒரு காலத்தில் சந்தபான் க்ராஸ் ஸ்டேஷன் அங்கிருந்தது. கோணலும் மாணலுமாக இருந்த தெருவிலே இரட்டை மாடி வீடுகள் சிதிலமாகிக்கொண்டிருந்தன. சாக்கடை நீர் அங்கும் இங்கும் தெருவிலே தேங்கிக் கிடந்தது. திரளான ஜனங்கள் சுறுசுறுப்பாக அங்குமிங்கும் போய்க்கொண்டிருந்தார்கள். வாலிபம் ததும்பிய பெண்கள், பெண்களைத் துரத்திக்கொண்டு போகும் வாலிபர்கள், அந்தப் பெண்கள் இன்னும் பத்து வருடங்களில் எப்படியாகிவிடுவார்கள் என்று காட்டுவதற்காகவே போல, வயதான வாத்துப் போன்று நடந்த இடைபெருத்த பெண்கள், காலில் செருப்பு இல்லாமல் கந்தல்கள் அணிந்த சிறு பையன்கள் முதலியவர்கள் தெருவில் நிறைந்திருந்தார்கள். ஜன்னல் கண்ணாடிகளில் கால் பாகத்திற்கு மேல் உடைந்து, காகிதம் ஒட்டப்பட்டிருந்தன. ஜனங்களில் யாரும் வின்ஸ்டனைக் கவனிக்கவில்லை. வீட்டு வாசலில் நின்றுகொண்டு பருத்த கைகளைக் கட்டியபடி ராட்சசிகள் போன்ற இரு பெண்கள் பேசிக்கொண்டிருந்தார்கள். அவர்கள் பேச்சு அவன் காதில் விழுந்தது.

"அது சரி. நீயும் அந்த சமயம் என் மாதிரிதான் செய்திருப்பாய் என்று நான் சொன்னேன். பிறரைக் குற்றம் சொல்வது சுலபம். என் பிரச்சனைகள் உன் பிரச்சனைகள் ஆகாது."

"நானும் அதேதான் சொல்லுகிறேன்."

அவன் வந்ததைக் கண்ட அவர்கள் பேசுவதை சிறிது நேரம் நிறுத்தினார்கள். அவர்கள் பேச்சு தாழ்ந்தவர்களின் பேச்சு. சந்தேகத்துடன் அவர்கள் அவனைப் பார்த்தார்கள் என்று சொல்ல

முடியாது. ஆனால், புதிதாக ஒருவன் அங்கு வந்ததும், தாங்கள் பேசிக்கொண்டிருந்ததை நிறுத்திவிட்டார்கள். கட்சிச் சின்னமாகிய நீலநிற வெளிக் கோட்டை இந்தப் பிரதேசங்களில் பார்ப்பதே அருமை. இங்கு ஏதாவது வேலையிருந்தாலொழிய, ஒருவன் வருவதே அசட்டுத்தனம்தான். காவலாளிகள் அவனைத் தடுத்து நிறுத்தலாம். "உன் பேப்பர்களைக் காண்பி. இப்படித்தான் வீடு போக உனக்கு வழியா? எப்போது காரியாலயத்திலிருந்து கிளம்பினாய்?" என்றெல்லாம் கேட்பார்கள் அவர்கள். ஒரு புதிய வழியாக வீடுபோய்ச் சேரக்கூடாது என்று சட்டம் ஏதாவது உண்டா, என்ன? ஆனால், அதைப் பற்றிக் கேள்வி கேட்டால், சிந்தனைப் போலீஸ் ஏன், என்ன என்று விசாரிப்பதை என்றுமே நிறுத்தாது. தினமும் தொந்தரவு கொடுத்துக்கொண்டுதான் இருக்கும்.

திடீரென்று தெருவிலே பரபரப்பு ஏற்பட்டது. எல்லாப் பக்கங்களிலிருந்தும் பல குரல்கள் எச்சரிக்கை விடுத்தன. முயல்கள் வளைகளுக்குள் பதுங்குவது போல ஜனங்கள் தங்கள் வீடுகளுக்குள் போய்ப் பதுங்கினார்கள். தெருவில் ஒரு நீர்த் தேக்கத்தில் விளையாடிக்கொண்டிருந்த குழந்தையை அதன் தாய் வாரிச் சுருட்டிக்கொண்டு உள்ளே ஓடினாள். சந்திலிருந்து வந்த ஒரு கருப்புச் சட்டைக்காரன் வின்ஸ்டனை அணுகி வானத்தை நோக்கிக் கையை உயர்த்திக் காட்டினான்.

"பாருங்கள் ஐயா... மேலே குண்டு வெடிக்கப்போகிறது. ஜாக்கிரதை. கீழே படுத்துக்கொள்."

பறக்கும் குண்டுகளில் ஒன்று அந்தப் பக்கம் வருகிறது என்பதை அவர்கள் எப்படியோ உணர்ந்துகொண்டுவிட்டார்கள். குண்டுகள் ஒலி வேகத்தைவிட அதிவேகமாகத்தான் வருவதாகப் பெயர். ஆனால், ப்ரோல்களுக்கு எப்படியோ அவை வருவது முன் கூட்டியே தெரிந்துவிடுகிறது.

வின்ஸ்டன் கைகளைத் தூக்கி தலை மேல் வைத்துக் கொண்டு நெடுஞ்சாண் கிடையாகக் குப்புறப்படுத்துவிட்டான். பூமியே அதிருவது போல இருந்தது. ஏதோ பொருட்கள் லேசாக அவன் முதுகின்மேல் வந்து விழுந்தன. பக்கத்து ஜன்னலிலிருந்த கண்ணாடி தூளாகி அவன் மேல் விழுந்தது என்று எழுந்த பிறகுதான் தெரிந்தது.

அவன் மேலே நடந்தான். இருநூறு கஜத்துக்கப்பால் இருந்த சில வீடுகளை அந்தக் குண்டுகள் அழித்துவிட்டன. வானிலே ஒரு

புகைக் கொடி படர்ந்திருந்தது. மணிக்கட்டிலிருந்து துண்டிக்கப்பட்ட ஒரு கை ரத்தம் தோய்ந்து நடுத்தெருவிலே கிடந்தது.

அதை உதைத்துச் சாக்கடையில் தள்ளிவிட்டு, கூட்டத்தில் அகப்பட்டுக்கொள்ளாது இருப்பதற்காகக் குறுக்கு வழியில் புகுந்தான் வின்ஸ்டன். மூன்று, நான்கு நிமிடங்களில் அவன் குண்டு விழுந்த பிரதேசத்தைத் தாண்டி விட்டான். மணி எட்டாகிக்கொண்டிருந்தது. வாடிக்கையாகப் ப்ரோல்கள் வந்து போய்க்கொண்டிருந்த மதுக்கடைகள் நிறைந்து வழிந்தன. அவற்றின் உள்ளே இருந்து சிறுநீர், மரத்தூள், புளித்த பீர் ஆகியவற்றின் வாடைகள் நிறைந்த நாற்றம் வந்துகொண்டிருந்தது. அந்த மதுக்கடைக்குப் பக்கத்தில் ஒரு கட்டிட மூலையில் மூன்று பேர் நெருக்கி நின்றுகொண்டு, ஒரு பத்திரிகையில் லாட்டரி முடிவுகளைப் பார்த்துக்கொண்டு தங்களுக்குள் காரசாரமாக விவாதித்துக்கொண்டிருந்தார்கள்.

கடந்த 14 மாதங்களில் 7இல் முடிவடையும் எந்த நம்பருக்கும் பரிசு விழவே இல்லை என்று ஒருவன் அடித்துக் கூறினான்.

விழுந்திருக்கிறது என்று மறுத்துச் சொன்னான் இன்னொருவன்.

"இரண்டு வருடமாக ஒவ்வொரு லாட்டரி முடிவையும் எழுதி வைத்திருக்கிறேன். வீட்டுக்கு வா காட்டுகிறேன்" என்றான் முதலாமவன்.

"7 எண்ணுக்கு லாட்டரி விழுந்திருக்கிறது. பிப்ரவரியில் அதுவும் பிப்ரவரி இரண்டாம் வாரத்தில் விழுந்திருக்கிறது" என்று விடாப்பிடியாகக் கூறினான் மற்றவன்.

இப்படிப் பேச்சு நடந்துகொண்டிருந்தது.

சுமார் 30 மீட்டர் தூரம் கடந்து போன பிறகு திரும்பிப் பார்த்தான் வின்ஸ்டன். அப்போதும் விவாதம் தொடர்ந்து நடந்துகொண்டிருந்தது. அதுவும் மிகுந்த ஆவேசத்துடன் நடந்து கொண்டிருந்தது.

ப்ரோல்கள் இந்த லாட்டரி சூதாட்டத்தில் அதிக கவனம் செலுத்தினார்கள். வாராவாரம் நிறையப் பணம் புரண்ட இந்த லாட்டரிகளில்தான், மற்றெல்லா பொதுக் காரியங்களைவிட ப்ரோல்களுக்கு ஈடுபாடு அதிகம். அவர்களில் லட்சக்கணக்கானவர்கள் உயிர் வாழ்ந்ததற்கே முக்கிய காரணம் இந்த லாட்டரிதான் என்று சொல்லலாம். ஆனந்தம், லட்சியம், ஆர்வம், புத்திக்கு உற்சாகம் எல்லாம் அதில்தான் இருந்தது. எழுதப்படிக்கத் தெரியாத

மனிதர்கள்கூட இந்த லாட்டரிகள் சம்பந்தப்பட்ட மட்டில் மிகவும் சுறுசுறுப்பாகக் கணக்குகள் போட்டு, முடிவுகள் கூறும் வல்லமையுள்ளவர்களாக இருந்தார்கள். லாட்டரியில் எப்படி ஏராளமாக ஜெயிப்பது என்று வழிகள் சொல்லித் தருகிற கெட்டிக்கார ப்ரோல்கள் பலர் சுலபமாகப் பணம் சம்பாதித்துக்கொண்டு வாழ்க்கை நடத்தினார்கள். லாட்டரி நடத்துவதற்கும் வின்ஸ்டன் வேலை பார்த்த மந்திரி சபைக்கும் சம்பந்தமில்லை. லாட்டரிகள் மினி பிளெண்டி அதாவது உற்பத்தி மந்திரி சபையைச் சேர்ந்தவை. லாட்டரிகளில் கொடுப்பதாகச் சொல்லப்படும் பரிசுகள் பொய் என்பது கட்சி அங்கத்தினர்கள் எல்லோருக்குமே தெரியும். ஒருவரை ஒருவர் சந்திக்கக்கூட முடியாத நிலையில் வசித்த ப்ரோல்களுக்கு மத்தியில் பரிசுகளை யாருக்கோ கொடுத்ததாகச் சொல்லி ஏமாற்றுவதில் சிரமம் எதுவுமில்லை.

ஆயினும் நம்பிக்கை என்று ஒன்று உண்டானால் அது ப்ரோல்களிடம்தான் குடியிருந்தாக வேண்டும். வேறு வழி அவர்களுக்குக் கிடையாது. அதை எண்ணித்தான் உயிர் வாழ வேண்டும். வார்த்தைகளில் சொல்லும்போது அதற்கு அர்த்தமிருப்பதுபோல இருந்தது. செயலில் அது எப்படி முடியுமோ, யார் சொல்ல முடியும்? சுற்றிலும் காணப்பட்ட இந்த ப்ரோல்களிடம் நம்பிக்கை வைப்பது சாத்தியமான காரியமா? அவன் சென்ற பாதை மலைச் சரிவிலே இறங்கிக்கொண்டிருந்தது. இந்த இடம் வின்ஸ்டனுக்குப் பழக்கப்பட்ட இடம்போல இருந்தது. இதற்குப் பக்கத்திலிருந்த ஒரு கடையில்தான் அவன் மசிக்கூடும் பேனாவும் வாங்கினான்.

சந்தின் எதிரில் ஒரு மதுக்கடை இருந்தது. கடை பார்ப்பதற்கு மிகவும் அசுத்தமாக இருந்தது. முதுகு வளைந்த ஒரு கிழவன், சுறுசுறுப்பாக நடந்து வந்து கதவுகளைத் திறந்து கொண்டு உள்ளே போனான். கிழவனுக்கு எண்பது வயதாவது இருக்கும். புரட்சி நடந்த காலத்தில் அவன் வாலிபனாக இருந்திருப்பான். முதலாளித்துவ உலகம் என்று ஒன்றுண்டானால், அதற்கும் இன்றைய உலகத்துக்கும் பாலமாக இருந்த இக் கிழவனைப்போல லண்டனில் இரண்டொருவர்தான் இருப்பார்கள் என்று எண்ணினான் வின்ஸ்டன். புரட்சியைக் கண்ட வீரர்கள் கட்சியில் யாரும் கிடையாது. '1950-1960' வருடங்களில், ஒழித்துக்கட்டல் அலையில் பலரும் இறந்து விட்டார்கள். பண்டைக் காலத்தில் நிலைமை எப்படியிருந்தது என்று யாராவது சொல்வதற்கு உண்டானால், அது ஒரு ப்ரோலாகத்தான்

இருக்க முடியும். டைரியில் தான் எழுதிய குழந்தைகளின் சரித்திர புத்தகம் ஞாபகம் வந்தது வின்ஸ்டனுக்கு. அந்த நாட்களில் மக்கள் வாழ்க்கை எப்படியிருந்தது என்பதை அந்தக் கிழவனைக் கேட்டு அறிந்துகொள்ளலாம் என்று தோன்றிற்று அவனுக்கு. இப்போதிருப்பதைவிட அன்று நிலைமை நன்றாக இருந்ததா என்று அவனை விசாரித்தறிந்து கொள்ள வின்ஸ்டன் விரும்பினான்.

பயப்படுவதற்கு, ஒதுங்கிவிடுவதற்கு தனக்கு அவகாசம் கொடுத்துக்கொள்ளாமல் குறுகிய சந்தைக் கடந்து மதுக்கடைக்குள் போனான் வின்ஸ்டன். ப்ரோல்களுடன் பேசுவது பற்றியோ, மதுக்கடைக்குள் போவது பற்றியோ விதி ஒன்றும் கிடையாது. எனினும், அது பைத்தியக்காரத்தனமான செய்கைதான். தன்னுடைய நீல நிற வெளிச் சட்டையைப் பார்த்து மதுக்கடையிலிருந்த ப்ரோல்கள் பேசுவதை நிறுத்திவிட்டு அவனை அதிசயம் நிறைந்த கண்களுடன் பார்த்தனர். கிழவன் மதுக்கடைக்காரனுடன் சண்டை போட்டுக்கொண்டிருந்தான்.

"அரைப்படி பீர் தரமாட்டாயா நீ?"

"படியா? - அப்படியென்றால்..."

"உனக்கு அனா - ஆவன்னா கற்றுத் தரவேண்டுமா?" என்றான் கிழவன்.

"அதெல்லாம் எனக்குத் தெரியாது. லிட்டர், அரைலிட்டர் தருகிறேன். அவ்வளவுதான் தெரியும் எனக்கு" என்றான் கடைக்காரன்.

"அதெல்லாம் என் காலத்தில் கிடையாது. எனக்கு அரைப்படி பீர்தான் வேண்டும்.."

"உன் வாலிப காலத்தில் நாங்கள் மரங்களின் உச்சியில் வசித்து வந்தோம்" என்றான் கடைக்காரன்.

எல்லோரும் சிரித்தார்கள்; வின்ஸ்டனும் சேர்ந்து சிரித்தான். அவன் வருகையால் ஏற்பட்ட அவநம்பிக்கை மறைந்துவிட்டது போல இருந்தது. கிழவனை அணுகி, "நான் மது வாங்கித் தரட்டுமா?" என்றான் வின்ஸ்டன்.

"நீ கனவான்" என்றான் கிழவன். "ஒரு படி பீர் சாப்பிடத் தயார்."

கடைக்காரன் இரண்டு டம்ளர்களில் பீர் எடுத்து வைத்தான். ப்ரோல் மதுக்கடைகளில் பீர் ஒன்றுதான் கிடைக்கும். வேறு

தினுசான மதுக்களை அவர்கள் சாப்பிடக்கூடாது என்று உத்தரவு. ஆனால், மற்ற மதுக்களும் அவர்களுக்குச் சுலபமாகவே கிடைத்தன. சில மனிதர்கள் இங்கும் லாட்டரியைப் பற்றிப் பேசிக்கொண்டிருந்தார்கள். வின்ஸ்டன் அங்கிருந்ததை மற்றவர்கள் மறந்துவிட்ட மாதிரி இருந்தது. பீரைச் சாப்பிட்டுக்கொண்டே கிழவனுடன் பேச்சுக் கொடுத்தான் வின்ஸ்டன். கடையில் டெலிஸ்க்ரீன் இல்லை - வின்ஸ்டன் உள்ளே வந்ததும் முதலில் அதை உறுதி செய்துகொண்டான்.

“நீ வாலிபனாக இருந்த நாட்களிலிருந்து பல மாறுதல்களைப் பார்த்திருப்பாய், இல்லையா?” என்றான் வின்ஸ்டன்.

கிழவன் சிறிது நேரம் அங்குமிங்கும் பார்த்தான். பிறகு, “அந்த நாட்களில் பீர் மிகவும் நன்றாக இருக்கும் சுவையாக இருக்கும். அந்தக் காலத்தில் ஒரு படி பீருக்கு நாலு காசுதான் கொடுப்போம்; சண்டைக்கு முந்தி பீர் எப்படியிருக்கும் தெரியுமா?”

“எந்தச் சண்டைக்கு முந்தி?”

“எல்லாச் சண்டைகளுக்கும் முந்தித்தான்.” என்றான் கிழவன், எதுவும் தெரிந்துகொள்ளாதவன்போல. பிறகு, “உங்கள் திட ஆரோக்கியத்துக்காகக் குடிக்கிறேன்” என்று பீரைக் குடித்தான்.

இன்னும் இரண்டு கிளாஸ் பீர் கொண்டுவந்தான் வின்ஸ்டன். கிழவன் படிக் கணக்கை மறந்துவிட்டு பீரை ஆனந்தத்துடன் குடித்தான்.

வின்ஸ்டன் சொன்னான்: “என்னைவிட நீ வயதானவன். நான் பிறப்பதற்கு முன்னமேயே நீ பெரியவனாக இருந்திருப்பாய். புரட்சிக்கு முன்பு அந்த நாட்கள் எப்படியிருந்தது என்று உனக்கு ஞாபகமிருக்குமே; அந்த நாட்களைப் பற்றி என் வயதுள்ளவர்களுக்கு உண்மையிலேயே ஒன்றுமே தெரியாது, புத்தகங்களில் படித்ததுதான். இப்பொழுதிருப்பதைவிட அந்த நாட்களில் வாழ்க்கை மிகவும் மாறுபட்டதாக இருந்தது என்று சொல்கிறார்கள். எப்படி மாறுபட்டிருந்தது என்பது தெரியவில்லை. அநியாயம், ஏழ்மை, அடிமைத்தனம் எல்லாம் அதிகமாக இருந்தனவாம்; நாம் கற்பனை செய்துகொள்ள முடியாதபடி இருந்ததாமே! லண்டனில் பெரும்பாலான மக்களுக்கு ஒருநாள்கூட வயிறு நிரம்ப உண்ண உணவு கிடைத்ததில்லை என்று சொல்லப்படுகிறதே! தினமும் பன்னிரண்டு மணி நேரம் அவர்கள் வேலை செய்தார்களாம்! ஒரு அறையில் பத்துப் பேர்கள் அடைந்து உறங்க வேண்டியதாக இருந்ததாம்; ஒரு சிலர்

மட்டும் பணக்காரர்களாகக் கொழுத்துத் திரிந்தார்களாம்! பலமும் பணமும் படைத்தவர்களாக - 'அவர்கள் பெயர் முதலாளிகள்' - உலகத்துக்கே சொந்தக்காரர்களாக இருந்தார்களாம். முப்பது நாற்பது வேலைக்காரர்களை வைத்துக்கொண்டு அவர்கள் மாளிகைகளில் வசித்தார்களாம். மோட்டார் கார்கள், குதிரை வண்டிகள், உயர்ந்த வகை மது எல்லாம் அவர்களுக்கு சர்வ சாதாரணமாம். அவர்கள் தலையில் தொப்பி அணிந்திருந்தார்களாம்..."

கிழவன் சுறுசுறுப்பாக நிமிர்ந்து உட்கார்ந்தான்.

"தொப்பிகள்... ஆமாம், அந்த மாதிரித் தொப்பிகளை நான் பார்த்தே பல வருடங்களாகிவிட்டன. நான் கடைசித் தடவையாக அதை அணிந்திருந்தது, என் மைத்துனியின் சவ ஊர்வலத்தின்போதுதான் - அதாவது ஐம்பது வருடங்களுக்கு முன் வாடகைக்கு வாங்கின தொப்பி அது..."

"தொப்பி முக்கியமல்ல" என்றான் வின்ஸ்டன். "அந்த முதலாளித்துவ நாகரிகம் சாதாரண மக்களை எப்படி நடத்தியது என்பதுதான் முக்கியம். வேலைக்காரர்கள்..."

கிழவன் மீண்டும் சுறுசுறுப்படைந்தான்; "வேலைக்காரர்கள் என்கிற பெயரையே நான் கேட்டு இப்போது பல வருடங்களாகின்றன. முதலாளிகளின் அடிமைகள்தான் வேலைக்காரர்கள் என்று ஒரு பிரசங்கி ஒரு சமயம் பிரசங்கம் செய்ததை நான் கேட்டிருக்கிறேன். ரத்தம் உறிஞ்சும் புலிகள்தான் இந்த முதலாளிகள் என்றான் அந்தப் பேச்சாளி."

தன் நோக்கம் இந்தக் கிழவனிடம் பலிக்காது என்று தோன்றியது வின்ஸ்டனுக்கு. இருந்தும் முயற்சியைக் கைவிடாமல் சொன்னான்.

"முன்பிருந்ததைவிட இப்போது உனக்கு அதிக சுதந்திரம் இருப்பதாக நீ உணருகிறாயா? பழைய நாட்களில் பணக்காரர்கள், பிரபுக்கள்..."

"பிரபுக்கள் சபை!"

"சரி, பிரபுக்கள் சபை இதெல்லாம் உன்னை எப்படி நடத்தின. நீ அவர்களைச் சந்தித்தால், ஐயா என்று வணங்கிக் குல்லாயைக் கையில் எடுத்துக்கொள்ள வேண்டும் என்று அவர்கள் எதிர்பார்த்தார்களா?"

கிழவன் சிறிது நேரம் யோசனை செய்தான். பின்னர் பீரைக் கால்வாசி சாப்பிட்டுவிட்டுச் சொன்னான்: "ஆமாம்.

குல்லாயை எடுத்துவிட்டால் பணக்காரர்களுக்குத் திருப்தியாகத்தான் இருந்தது. மரியாதை என்று எண்ணினார்கள். எனக்கு அப்படித் தோன்றாவிட்டாலும் நானும் மற்றவர்களுடன் சேர்ந்து அப்படித்தான் செய்யவேண்டி இருந்தது."

"நான் புத்தகத்தில் படித்ததை வைத்துச் சொல்கிறேன். தெருவில் போகும்போது யாராவது ஏழைகள் எதிர்ப்பட்டால் பணக்காரர்களும் வேலைக்காரர்களும் அவர்களைச் சாக்கடையில் பிடித்துத் தள்ளிவிடுவார்களாமே!"

"ஒருதரம் என்னை ஒருவன் பிடித்துத் தள்ளினான். அவனை அடிக்கப் போய்விட்டேன் நான்..."

வின்ஸ்டனுக்கு இது சரியல்ல என்று தோன்றிவிட்டது. கிழவனுக்கு எதுவும் சரியாகத்தெரியாது. ஒரு காலத்தில் தெரிந்திருந்ததும் இப்போது அவனுக்குச் சரிவர ஞாபகம் இல்லை. அவன் நினைவுகள் வெறும் குப்பைத் தொட்டியே தவிர வேறு அல்ல; நாள் முழுவதும் அவனுடன் பேசிக்கொண்டிருந்தாலும் கூட விஷயம் இதற்குமேல் தெளிவுபடாது. ஓரளவு கட்சிப் புத்தகங்கள் சொன்னதும் உண்மையாகவே இருக்கலாம். முற்றிலும் முயன்று பார்க்கலாம் என்று கருதி மறுபடியும் தொடங்கினான்.

"ரொம்ப காலமாக நீ இருந்திருக்கிறாயே. உன்னிடம் நான் அறிந்துகொள்ள விரும்புவது இதுதான். 1925ஆம் வருடம் ஞாபகம் இருக்கிறதா உனக்கு? இப்போதுள்ளதை விட அந்த வருடத்தில் உன் வாழ்க்கை மோசமாக இருந்ததா, நன்றாக இருந்ததா?"

கிழவன் சிறிது நேரம் யோசித்தான்; பீரை மெதுவாகக் குடித்தான். ஒரு அனுதாபத்துடன், தத்துவதரிசி மாதிரி மெதுவாகப் பேசினான் அவன்.

"அந்தக் காலத்தில் என் வாலிபப் பருவம் சிறந்ததாக இருந்தது என்று நான் சொல்லவேண்டும் என்று விரும்புகிறாய் நீ. உடல் திடம் போய்விட்டது. உண்மைதான். வயதான காரணத்தினால் இரவுத் தூக்கமே வரமாட்டேன் என்கிறது. இருந்தாலும் வயதான இந்தப் பருவம்தான் எனக்குப் பிடித்திருக்கிறது. முதலில் பெண்களைப் பற்றிக் கவலையில்லாமல் இருக்க முடிகிறது. பெண்களை மனம் நாடுவதேயில்லை இப்பவெல்லாம்?"

கிழவனுடைய மொழியும் பேச்சும் கொச்சை கொச்சையாக இருந்தன. சிரமப்பட்டுத்தான் தன் மொழிக்கு மாற்றிக்கொண்டு

வின்ஸ்டன் அதைப் புரிந்துகொள்ள வேண்டியதாக இருந்தது. இந்த சம்பாஷணையைத் தொடர்வது லாபமில்லை என்று அவனுக்குப் புரிந்துவிட்டது. இருந்தும் மீண்டும் பீரை வாங்கிக் கொடுத்துப் பார்த்துவிடலாம் என்று அவன் எண்ணும்போது, கிழவன் எழுந்து நாற்றமடித்துக்கொண்டிருந்த கக்கூசுக்குள் போனான். ஒரு நிமிடம் உட்கார்ந்து பார்த்துவிட்டு வின்ஸ்டனும் வெளியேறினான். இன்னும் இருபது வருடங்களில் அவன் கேட்ட கேள்விக்கு - புரட்சிக்கு முன் வாழ்க்கை எப்படியிருந்தது- என்கிற கேள்விக்கு பதில் சொல்ல ஆளே இராது போய்விடும். இன்றோடு அன்றைய வாழ்க்கையை ஒப்பிட்டுப் பதில் சொல்ல யாரும் இல்லை. இப்போதே இரண்டும் தெரிந்தவர்களுக்கு ஒப்பிடும் சக்தி போய்விட்டது. அவசியமில்லாத எத்தனையோ விஷயங்கள் ஞாபகமிருந்தவர்களுக்குங்கூட வேறு ஒன்றும் ஞாபகமில்லை. எழுபது வருடங்களுக்கு முன் அடித்த புழுதிப் புயல் பற்றிய ஞாபகம் இருந்தது. கெட்டுப்போன ஒரு தண்ணீர் குழாய் பற்றி ஞாபகம் இருந்தது. ஆனால், அவசியமான விஷயங்கள் பல ஞாபகம் இல்லை. மிகவும் அற்ப விஷயங்களை மட்டும் கவனிக்கும் ஆற்றல் உடையவர்களாக இருந்தார்கள் அவர்கள். அவர்களும் போய்விட்டால், மனித வாழ்வின் தரத்தை உயர்த்திவிட்டதாகக் கட்சி சொல்லும்போது, அதை ஏற்றுக் கொண்டேயாக வேண்டும். வேறு வழியில்லை.

இப்படிச் சிந்தித்துக்கொண்டே அவன் டைரி வாங்கிய கடைக்கு வந்து சேர்ந்தான்.

ஒரு கணம் பயமாக இருந்தது அவனுக்கு. ஆரம்பத்தில் அந்த டைரியை வாங்கியதே துணிச்சலான காரியம்தான். மீண்டும் அந்தப் பக்கம் தவறியும் வருவதில்லை என்றுதான் அவன் தீர்மானித்திருந்தான். இன்று அவன் விருப்பப்படி நடந்துகொண்டிருக்கையில், தானும் அறியாமலே அங்கு வந்து சேர்ந்துவிட்டான். தற்கொலை செய்துகொள்வதற்கு ஒப்பானது தான் இந்தக் காரியம் என்று எண்ணினான் வின்ஸ்டன். அதே சமயம் மணி ஒன்பதாகிவிட்டது. எனினும் அந்தக் கடை இன்னமும் திறந்திருந்தது என்பதைக் கவனித்தான். வெளியே நின்று பார்ப்பதைவிட கடைக்குள் போவது நல்லது என்றெண்ணிக் கடைக்குள் சென்றான். யாராவது ஏதாவது கேட்டால், சவர பிளேடுகள் வாங்க வந்ததாகச் சொல்லிக் கொள்ளலாம் என்றெண்ணினான்.

கடைக்காரன் அப்பொழுதுதான் கூரையிலிருந்து தொங்கிய ஒரு எண்ணெய் விளக்கை ஏற்றியிருந்தான். அழுக்கு எண்ணெய் எரிகிற

வாசனை ஆயிற்று. ஆனால், உள்ளே வாவென்று அழைப்பதுபோல இருந்தது. கடைக்காரனுக்கு அறுபது வயதுக் கதிகமிருக்கும். மெலிந்தவன் - வயதால் முதுகு வளைந்திருந்தது. நீண்ட மூக்குள்ளவன்; கண்களும் மூக்கும் அவன் மிகவும் நல்லவன் என்பதை அறிவுறுத்தின. அவன் தலைமயிர் நன்றாக வெளுத்துவிட்டது. ஆனால், அவன் புருவங்கள் கருப்பாக, அடர்த்தியாக இருந்தன. பழைய காலத்து ஆசிரியன், இசை மேதை போல அவன் கண்ணாடி, பண்டைக் காலத்திய ஆடைகள் முதலியவற்றை அணிந்திருந்தான். அவன் குரல் கனிவாக இருந்தது. மற்ற ப்ரோல்களைப்போல அவன் மிகவும் கொச்சையாகப் பேசவில்லை.

"தெருவிலேயே உங்களைத் தெரிந்துகொண்டேன் நான். டைரியை வாங்கிய கனவான் நீங்கள்தானே? அழகான டைரி- நல்ல பேப்பர். அந்த மாதிரி பேப்பர் இப்போது ஐம்பது வருடங்களாக யாரும் செய்வதில்லை" என்றான் கடைக்காரன். வின்ஸ்டனைக் கண்ணாடி மூலம் நோக்கினான்.

"ஏதாவது வேண்டுமா? அல்லது சும்மா பார்க்கலாம் என்று வந்தீர்களா?" என்று அவன் கேட்டான்.

"இந்தப் பக்கம் வந்தேன். அதனால் உள்ளே வந்தேன். எதுவும் தேவையில்லை" என்றான் வின்ஸ்டன்.

"தேவையில்லாதிருப்பதும் நல்லதுதான். ஏனென்றால் இங்கே கடையில் சாமான்கள்தான் இல்லையே!" என்று காலியாக இருந்த அலமாரித் தட்டுகளைக் காட்டினான் கிழவன். "பழைய சாமான்கள் வியாபாரத்தை யாரும் வளர்ப்பதில்லை. கேட்பாரில்லை, விற்பாருமில்லை - வாங்குவாருமில்லை. உலோகப் பொருட்களையெல்லாம் உருக்கியாகிவிட்டது. ஒரு பித்தளை மெழுகுவர்த்தி விளக்கைப் பார்த்துப் பல வருடங்களாகிவிட்டன."

விலை போகக்கூடிய சாமான்கள் என்று சொல்லும்படியாக அங்கு ஒன்றும் இல்லையே தவிர, கடையில் நிற்க இடமில்லாமல் ஒரே அடைசலாகத்தான் இருந்தது. புழுதிபடிந்த பல படங்கள் சாத்திவைக்கப்பட்டிருந்தன. இன்னும் என்னவெல்லாமோ சாமான்கள் சுத்திகள், ஆணிகள், உடைந்த கத்திகள், அரிவாள்கள், உடைந்த கடிகாரங்கள் முதலியன எங்கும் இறை பட்டுக்கிடந்தன ஒரு மூலையில் கிடந்த ஒரு மேஜை மேல் சிறிய சாமான்கள். பொடி டப்பாக்கள், ப்ரசுகள் முதலியன இருந்தன. வெளிச்சத்தில் பளபளத்த ஒரு சின்ன சாமான் வின்ஸ்டனின் கண்களைக் கவர்ந்தது.

அரைவட்டமான ஒரு கனமான கண்ணாடி அது. கண்ணாடிக்குள் ஒரு லேசான சிவப்புக் கொடி அழகாகப் படர்ந்திருந்தது.

"இதென்ன?" என்று கேட்டான் வின்ஸ்டன்.

"இதுவா? இது பவழம்" என்றான் கிழவன். "இந்தியாவிலிருந்து வந்திருக்கவேண்டும் அது; கண்ணாடிக்குள் அதைப் பதித்து வைப்பது வழக்கம்; இது செய்யப்பட்டு நூறு வருடங்களுக்கும் அதிகமாக இருக்கும்."

"அழகாயிருக்கிறது!"

"அழகான பொருள்தான்! ஆனால், இது அழகாக இருக்கிறது என்று உணருகிறவர்களே குறைந்துகொண்டிருக்கிறார்கள்." என்றான் கிழவன். அவன் இருமினான். அதை வாங்க விரும்பினால் நான்கு டாலர் விலை கொடுத்தால் போதும். முன்னெல்லாம் அது ஏழு எட்டுப் பவுனுக்கு விலை போகும். எட்டுப் பவுன் என்றால், என்றால்... ஆனால், அந்தக் கணக்கு மறந்துவிட்டது. எட்டுப் பவுன் என்றால் நிறையப் பணம் என்பது மட்டும்தான் நினைவிருக்கிறது.

நான்கு டாலரைக் கொடுத்துவிட்டு அந்தக் கண்ணாடியை வாங்கித் தன் பைக்குள் போட்டுக்கொண்டான். பலவிதங்களிலும் மாறியிருந்த ஒரு காலத்தின் சின்னமாக விளங்குவதால் அதற்கு ஒரு தனி மதிப்பும் அதிக அழகும் கூடியிருப்பதாக வின்ஸ்டனுக்குத் தோன்றியது. ஒன்றுக்கும் உபயோகப்படாத பொருள் என்பதினாலேயே அது நல்ல பொருள் என்று சொல்லவேண்டும் என்று தோன்றிற்று. ஒரு காலத்தில் அது பேப்பர் வெயிட்டாக உபயோகப்பட்டிருக்கலாம். கனமாக இருந்தது என்றாலும் சட்டைப் பைக்குள் அது பெரிதாகத் தெரியவில்லை. கட்சி அங்கத்தினன் அதை வைத்திருப்பதே தவறுதான். அழகான உபயோகமற்றது, பழமைச் சின்னம் எதுவும் கட்சியைப் பற்றியவரையில் சந்தேகத்துக்கிடமானதுதான். இரண்டு அல்லது மூன்று டாலருக்கே அதைக் கொடுத்திருப்பான் கிழவன் என்று பணத்தைக் கொடுத்த பிறகு தோன்றிற்று வின்ஸ்டனுக்கு.

"மேலே ஒரு அறை இருக்கிறது. அதில் அதிகமான சாமான்கள் இல்லை! பார்க்கிறீர்களா? விளக்கை எடுத்து வரட்டுமா?" என்றான் கிழவன்.

கடைக்காரன் ஒரு குறுகலான பாதை வழியாக அழைத்துப் போனான்; மாடிப்படிகளும் குறுகலாக, உயரமாக இருந்தன. மாடி அறை தெருப்பக்கம் இல்லாமல் ஒரு முற்றத்தைப் பார்த்தது.

அப்பால் பல புகை போக்கிகள் தெரிந்தன. தரையில் ஒரு ரத்தினக் கம்பளம் விரிக்கப்பட்டிருந்தது. சுவர்களில் இரண்டொரு படங்கள் மாட்டப்பட்டிருந்தன. ஒரு ஈஸி சேர் கணப்பருகே போடப்பட்டிருந்தது. ஒரு பழைய காலத்துக் கடிகாரம் சுவரில் மாட்டப்பட்டிருந்தது. ஜன்னலுக்குக் கீழே இருவர் படுக்கக்கூடிய ஒரு பழங்காலத்துக் கட்டில் ஒன்று மெத்தையுடன் இருந்தது.

"என் மனைவி இறக்கும் வரையில் நாங்கள் இங்கேதான் வசித்தோம்" என்றான் கிழவன். "மர சாமான்களைக் கொஞ்சம் கொஞ்சமாக விற்றுக்கொண்டு வருகிறேன். இது ஒரு அழகான படுக்கை; இதிலுள்ள மூட்டைப் பூச்சிகளை மட்டும் அகற்றிவிட்டால் நல்ல படுக்கைதான்."

விளக்கைத் தூக்கிப் பிடித்தான். அறை முழுவதும் வெளிச்சம்பட்டது. உஷ்ணம் தந்து மங்கலாக இருந்த அந்த விளக்கின் ஒளியிலே அறையில் ஒரு அழகு இருப்பது போலத் தோன்றியது வின்ஸ்டனுக்கு. வாரத்துக்கு சில டாலர்கள் மட்டும் கொடுத்து அந்த அறையைச் சுலபமாக வாடகைக்கு எடுத்துக் கொள்ளலாமே என்று தோன்றியது அவனுக்கு. ஆனால், அது ஆபத்தான விஷயம். நினைத்தவுடனேயே மறந்துவிட வேண்டிய ஒரு சிந்தனை அது. செய்ய முடியாத ஒரு காரியத்தை நினைப்பதால் என்ன லாபம்? ஒரு காலத்தில் குழந்தைப் பருவத்தில்தான் இந்த மாதிரியான ஒரு அறையில் உட்கார்ந்து டீ சாப்பிட்ட மாதிரி அவனுக்கு ஞாபகம் வந்தது. யாரும் அப்போது அவனை வேவு பார்க்கவில்லை. யாரும் அவன் காரியங்களைக் கண்காணிக்கவில்லை. தன்னிஷ்டப்படி இருக்க முடிந்த காலம் அது.

"இந்த அறையில் டெலிஸ்க்ரீன்கூட இல்லையே!" என்று முணுமுணுத்தான் வின்ஸ்டன், தன்னையும் மீறி.

"எப்பொழுதுமே இங்கு இருந்ததில்லை. அதோ இருக்கிறதே அந்த மேஜையைப் பாருங்கள். சிறிது சரிசெய்துவிட்டால் நன்றாகவே இருக்கும்."

மூலையில் ஒரு புத்தக அலமாரி இருந்தது. நேரே அங்கே போய் நின்றான் வின்ஸ்டன். ஆனால், குப்பை கூளங்களைத் தவிர புத்தக அலமாரியில் ஒன்றுமில்லை. மற்ற இடங்களைப் போலவே ப்ரோல்களிடமிருந்த புத்தகங்கள் எதையும் விட்டு வைக்காமல் கட்சிக்காரர்கள் தீர்த்துக் கட்டிவிட்டார்கள். 1960க்கு

முன்பு தயாரான புத்தகங்களில் ஒன்றுகூட ஓஷியேனியா பூராவும் தேடிப்போனாலும்கூடக் கிடைக்காது என்பது நிச்சயம்.

"இந்தப் பழைய படத்தைப் பாருங்கள்..."

வின்ஸ்டன் அருகில் வந்து பார்த்தான். ஏதோ ஒரு கட்டிடத்தின் சித்திரம் அது. எங்கேயோ பார்த்த கட்டிடம் மாதிரிதான் இருந்தது.

"படம் சுவரில் பொருத்தப்பட்டிருக்கிறது. உங்களுக்குத் தேவையானால் கழட்டித் தருகிறேன்."

"அந்தக் கட்டிடத்தை நான் பார்த்திருக்கிறேன். எங்கே என்று... ஹா! நீதிமன்றத்துக்கு எதிரில் இருக்கிறது.

"ஆமாம், நீதிமன்றத்துக்கு எதிரில் உள்ள கட்டிடம்தான் அது. பல வருடங்களுக்கு முன்பு ஒரு குண்டு அதன் மேல் விழுந்து அதில் பாதியை அழித்து விட்டது. ஆலயமாக இருந்தது அது. சந்த க்ளெமெண்ட் ஆலயம் என்று பெயர்" என்றான் கிழவன். பிறகு ஒரு சிரிப்புச் சிரித்துக்கொண்டே ஒரு பாட்டின் முதல் அடிகளை வாய்க்குள் முணுமுணுத்துக்கொண்டான். ஆரஞ்சுகளும், எலுமிச்சைகளும் என்று சொல்கிறது க்ளெமெண்டின் மணிகள்..."

"என்ன அது!

"நான் சிறு பையனாக இருக்கும்போது கற்றுக்கொண்ட ஒரு பாட்டு. லண்டன் நகரத்து ஆலயங்களின் பெயர்கள் எல்லாம் அதில் அடங்கியிருந்தன என்பது தவிர வேறு ஒன்றும் எனக்கு இப்போது ஞாபகம் இல்லை. முதல் அடி மட்டும்தான் தெரிகிறது. ஆரஞ்சுகளும் எலுமிச்சைகளும் என்று சொல்கிறது க்ளெமெண்டின் மணிகள்..."

புத்தகங்களிலிருந்து சரித்திரத்தை அறிந்துகொள்ள முடியாத படி செய்த கட்சி, கட்டிடங்களிலிருந்தும் வரலாற்றை அறிந்து கொள்ள முடியாதபடி செய்து விட்டது. முதலாளிகளின் காலத்திலே ஒரு நல்ல கட்டிடம்கூடக் கட்டப்படவில்லை என்பது கட்சியின் அபிப்பிராயம். நல்ல கட்டிடங்கள் எல்லாம் அதற்கும் முந்திய காலத்தில் கட்டப்பட்டவை என்று சரித்திர புத்தகங்கள் சொன்னது உண்மையாகவும் இருக்கலாம். சிலைகள், கல்வெட்டுகள், நினைவுச் சின்னங்கள், தெருப்பெயர்கள் எல்லாமே இப்போது மாறிவிட்டன.

"அந்தக் கட்டிடம் ஒரு ஆலயமாக இருந்தது என்றே எனக்குத்தெரியாது."

“ஆலயங்களில் பல இன்னமும் இருக்கின்றன. ஆனால், அவற்றை வேறு காரியங்களுக்கு உபயோகப்படுத்துகிறார்கள்” என்றான் கிழவன்.

வின்ஸ்டன் அந்தப் படத்தை வாங்கவில்லை. அதைத் தன் இருப்பிடத்துக்கு அப்படியே எடுத்துச் செல்லவும் முடியாது. ஆனாலும் கிழவனுடன் சிறிது நேரம் பேசிக்கொண்டு நின்றான். கிழவனின் பெயர் கார்ரிங்டன் என்று தெரிந்துகொண்டான். அவனுக்கு 63 வயதாகிறது என்றும், முப்பது வருடங்களாக இந்தக் கடையை நடத்தி வருகிறான் என்றும் விசாரித்து அறிந்து கொண்டான். அவனுடன் பேசிக்கொண்டிருக்கும்போதே லண்டன் ஆலயத்து மணிகள் ஒன்றன்பின் ஒன்றாக அவன் காதில் ஒலிப்பது போல இருந்தது.

பின்னர் வெளியே வந்தான் வின்ஸ்டன். தெருவில் யாரும் தன்னைக் கவனிக்கவில்லையே என்று பார்த்துக்கொண்டு வந்தான். ஒரு மாதம் கழித்து வேண்டுமானால் மறுபடியும் ஒரு தரம் இந்தப் பக்கம் வரலாம்; அதற்குள் வரக்கூடாது. கடைக் கிழவனை நம்ப முடியும் என்பது என்ன நிச்சயம்?

அவன் சிந்தித்தான். திரும்ப அவன் அந்தக் கடைக்கு வருவான். சில்லறை சில்லறையாகப் பல சாமான்களை திருட்டுத்தனமாக வாங்குவான். “ஆரஞ்சுகளும் எலுமிச்சைகளும் என்று சொல்கின்ற க்ளெமெண்டின் மணிகள்” என்ற பாட்டை முழுவதும் தெரிந்துகொள்வான். மேல் அறையை வாடகைக்கு எடுக்கலாமே என்ற பைத்தியக்காரத்தனமான எண்ணம்கூட ஒருகணம் அவனுக்குத் தோன்றலாம். திடீரென்று அவன் இதயம் உறைந்தது. அவன் குடல் தண்ணீராகி விட்ட மாதிரி இருந்தது. கால்கள் கெஞ்சின. நீலநிற அங்கி அணிந்த ஒரு உருவம் தெருவோடு வந்துகொண்டிருந்ததை அவன் பார்த்தான். கதை இலாகாவில் வேலை செய்யும் பால் எதிர்ப்புப் பெண் அவள். அவனை நேரே நிமிர்ந்து பார்த்துவிட்டு, பார்க்காதவள் மாதிரி மேலே போய்விட்டாள் அவள்.

ஒரு நிமிடம் வின்ஸ்டனால் நின்ற இடத்திலிருந்து நகரக்கூட முடியவில்லை. பிறகு வலது பக்கம் திரும்பிப் போனான். ஒரு விஷயம் நிச்சயமாகிவிட்டது. அந்தப் பெண் அவனை வேவு பார்த்துக்கொண்டிருந்தாள் என்பது தெளிவாக நிச்சமாகி விட்டது. இங்கு அவள் வந்தது அகஸ்மாத்தாக இருக்க முடியாது. சிந்தனைப் போலீஸைச் சேர்ந்தவளாக இருக்கலாம் - அல்லது வெறும்

கத்துக்குட்டி வேவுக்காரியாகவும் இருக்கலாம் அவள். மதுக்கடைக்குள் அவன் போனதைக்கூட அவள் கண்காணித்திருந்தாளோ, என்னவோ?

நடப்பதே சிரமமாக இருந்தது. பயம் வயிற்றைக் கலக்கியது. கக்கூஸுக்கு போக விரும்பினான். ஆனால், இந்தப் பகுதியில் பொதுக் கக்கூஸுகள் கிடையாது. சிறிது நேரத்திற்கெல்லாம் வயிற்றில் ஒரு வலி மட்டுமே இருந்தது.

அப்போது தெருவில் நடமாட்டம் இல்லை. அந்த வேஷக்காரியைப் பின் தொடர்ந்து, அவளைப் பிடித்துக் கொன்றுவிட்டால் என்ன என்று எண்ணினான். அல்லது பொதுச் சங்கத்துக்குப்போய், அங்குதான் மாலை முழுவதும் இருந்ததாக, அவசியம் நேர்ந்தால் சத்தியம் செய்துவிடலாமே என்று எண்ணினான். இரண்டையும் செய்ய அவன் உடல் நிலை இடம் தரவில்லை. நேராக வீட்டுக்குப் போய்ப் படுத்து ஓய்வு எடுத்துக்கொண்டால் தேவலை என்றிருந்தது.

தன் இருப்பிடத்தை அவன் அடைந்தபோது மணி பத்து ஆகிவிட்டது. பதினொன்றரை மணியாகும்போதே மின்சாரம் நின்றுவிடும். விளக்குகள் எரியாது. சமையலறைக்குப் போய் ஒரு கோப்பை வெற்றி மது அருந்தினான். தன் மேஜையருகே போய் உட்கார்ந்து டைரியைக் கையில் எடுத்துக்கொண்டு உட்கார்ந்தான். அதைப் பிரிக்காமல் டெலிஸ்க்ரீனிலிருந்து வந்த தேசியகீதத்தைக் கேட்காமலிருக்க முயன்றான். அவன் டைரியைப் பிரிக்கவேயில்லை.

உன்னைத் தேடி இரவில்தான் வருவார்கள். அவர்கள் வருமுன் உயிர்துறந்து விடுவது நல்லது. சிலர் அப்படிச் செய்தார்கள் என்பது உண்மைதான். ஆனால், தற்கொலை செய்து கொள்கிற வசதிகள்கூட அவ்வளவு சுலபமாகக் கிடைக்காது. துப்பாக்கியோ விஷமோ ஓஷியேனியாவில் சுலபமாகக் கிடைக்காது. அவன் கொஞ்சம் கெட்டிக்காரனாக இருந்திருந்தால் அந்தக் கருப்புத்தலைக்காரியை தீர்த்துக் கட்டியிருக்கலாம். அவசரமாக அவனால் எதுவும் செய்ய முடியாமற்போனது அவன் துரதிருஷ்டம்தான். முக்கியமான நேரங்களில், பிறருடன் போராடுவதற்குப் பதில் அவன் தன்னுடனேயே போராட வேண்டியதாக இருந்தது. என்ன செய்வது? போர்க்களத்திலும் சரி, சித்திரவதைக் கூடத்திலும் சரி, சரீரம்தான் முதன்மை பெறுகிறது. கொள்கைகளோ லட்சியங்களோ முக்கியத்துவம் பெறுவதில்லை. உலகம் முழுவதுமே உடல்தான் வியாபித்து நிற்பதுபோலாகி விடுகிறது.

டைரியைப் பார்த்தான்; எதாவது எழுத வேண்டியது அவசியம் என்று தோன்றியது. டெலிஸ்க்ரீனில் புதுப்பாட்டு ஒன்று அலறிக்கொண்டிருந்தது. கண்ணாடித் துணுக்குகள் குத்துவதுபோல அந்தக்குரல் அவன் மூளையில் குத்திக் கொண்டிருந்தது. ஓப்ரியனை எண்ணி, அவனுக்காகத் தன் டைரியில் இரண்டு வாக்கியங்களாவது எழுதவேண்டுமென்று எண்ணினான் அவன். ஆனால், சிந்தனை ஓடவில்லை. சிந்தனைப் போலீஸிடம் சிக்கியபின் தனக்கு என்ன நேரலாம் என்று அவனால் சிந்திக்க முடிந்ததே தவிர, அவனால் வேறு எதையும் பற்றித் தொடர்ந்து எதுவும் சிந்திக்க இயலவில்லை. உடனே கொன்றுவிட்டார்களானால் பாதகமில்லையே! எலும்பு எலும்பாக நொறுக்கி, உன் கண் முன்னரே அதைப் பொடி பண்ணிப் பரப்பி விடுவார்கள். உடைந்த பற்களும், வேரோடு ரத்தம் கசியப் பிடுங்கப்பட்ட மயிருடனும்தான் அவன் உயிர் துறந்தாக வேண்டும். மரணம் ஏன் சில நாட்கள் அல்லது சில வாரங்கள் முன்னதாகவே வந்து, இந்த வேதனையிலிருந்து விடுதலை தரக்கூடாது? சிந்தனைப் போலீஸிடமிருந்து தப்புவதென்பது முடியாத காரியம்.

ஓப்ரியனைப் பற்றி எண்ண முயன்றான். "ஒளியுள்ள பிரதேசத்திலே நாம் சந்திப்போம்" என்று கனவில் வந்து சொன்னவனின் குரலை எண்ணிப் பார்க்க முயன்றான். ஒளியுள்ள இடம் எதிர்காலம்தான். டெலிஸ்க்ரீன் குரல் காதில் ஒலித்துக்கொண்டே இருந்ததால், எதிர்காலத்தைப் பற்றிய சிந்தனையைப் பின்தொடர அவனால் முடியவில்லை. ஒரு சிகரெட்டைப் பற்ற வைத்தான். அதிலுள்ள புகையிலையில் பாதி நழுவி விழுந்துவிட்டது. மற்ற பாதி வாய்க்குள் விழுந்துவிட்டது. கசந்தது அது. எச்சில் பட்டு குழகுழத்த அதனைத் துப்பிவிடவும் முடியவில்லை. ஓப்ரியன் முகம் மறைந்து, அவன் கண் முன் முத்தண்ணாவின் முகம் தோன்றியது.

சண்டையே சமாதானம்
அடிமைத்தனமே சுதந்திரம்
அறியாமையே ஆற்றல்.

★

பகுதி - 2

1

காலை நேரம். வேலையின் மத்தியில் வின்ஸ்டன் தன் இடத்தை விட்டு நடைபாதையை அடைந்து கக்கூஸுக்குப் போய்க்கொண்டிருந்தான்.

பிரகாசமாக இருந்த அந்தப் பாதையின் எதிர்ப்புறத்திலிருந்து அவனை நோக்கி வந்துகொண்டிருந்தது ஒரு உருவம். கருப்புத் தலைமயிர்க்காரிதான் அது. ப்ரோல்கள் பகுதியில் உள்ள, அந்தப் பழைய சாமான் கடைக்கெதிரில் அவளை அவன் பார்த்து இப்போது நான்கு நாட்களாகிவிட்டன. கையில் கட்டுப்போட்டு, அதை தூக்கி வைத்துக்கொண்டிருந்தது அவள் அருகில் வந்ததும் தெரிந்தது. தூரத்தில் அது தெரியவில்லை; ஏனென்றால் அவள் அணிந்திருந்த ஆடைகளும் கைக் கட்டும் ஒரே நிறமாக இருந்தன. நாவல் எழுதும் இயந்திரத்தைத் திருப்புவதில் கையை ஒடித்துக்கொண்டு விட்டாளோ? நாவல் இலாகாவில் அந்த மாதிரி விபத்துகளுக்கு இடம் உண்டு.

நாலடிக்கப்பால் வரும்போது திடீரென்று தடுமாறிக் கீழே விழுந்தாள் அவள். கட்டுப்போட்ட கையிலேயே அடிபட்டு விட்டது போலும். அவள் வலி தாங்காமல் கூச்சலிட்டாள். வின்ஸ்டன் தயங்கி நின்றான். அதற்குள் பெண் எழுந்து மண்டியிட்டாள். அவள் முகம் பால்

மஞ்சளாக வெளிறிவிட்டது. அவள் உதடுகளின் சிவப்பு அந்த மென்மையான முகத்தில் தெளிவாகத் தெரிந்தது. பயத்துடனும் வலியுடனும் அவனைப் பார்த்தாள் அவள்.

வின்ஸ்டனின் உள்ளத்தை ஒரு விசித்திரமான உணர்ச்சி கவ்விக்கொண்டது. அவனைக் கொல்ல எண்ணிய எதிரியல்லவோ அவள். ஆனால், அவளும் மானிடப் பெண்தான். கையடியால் வலி தாங்காமல் கூச்சலிட்டுக்கொண்டிருந்தாள். தனக்கே வலிக்கிற மாதிரி இருந்தது அவனுக்கு.

“அடிபட்டுவிட்டதா? வலிக்கிறதா?” என்றான்.

“ஒன்றுமில்லை, இரண்டு விநாடிகளில் சரியாகிவிடும்!” அவள் முகம் இன்னும் அதிகமாக வெளுத்தது.

அவள் கட்டுப் போடாத தனது கையை நீட்டினாள்; கையைப் பிடித்து அவளை எழுப்பி நிறுத்தி வைத்தான் வின்ஸ்டன். “மணிக்கட்டு முறுக்கிக்கொண்டது. மற்றபடி ஒன்றுமில்லை; மிகவும் நன்றி, தோழரே” என்றாள் அவள். முன்னைக்கிப்போது அவள் முகம் சிவந்திருந்தது.

ஒன்றும் நடக்காத மாதிரித் தன் வழியே போய்விட்டாள் அவள். முகத்தில் ஒருவிதமான பாவமும் இல்லாமல் போய் விட்டாலும்கூட, அந்த ஒரு நிமிடத்தில் அவன் கையில் எதையோ திணித்துவிட்டுப் போய்விட்டாள். அவள் வேண்டுமென்றுதான் செய்தாள். அது நாலாக மடித்த ஒரு காகிதம்.

அந்தக் காகிதத்தைக் கக்கூஸில் பிரித்துப் படித்துப் பார்ப்பது மிகவும் அபாயகரமானது என்று அவனுக்குத் தெரியும். கக்கூஸிலுள்ள டெலிஸ்க்ரீன் எப்போதுமே கண்காணிப்புக்கு உட்பட்டவைதான். யாராவது எப்போதும் அதைப் பார்த்துக்கொண்டிருப்பார்கள்.

தன் அறைக்குப் போய், அந்த மடித்த காகிதத்தை மற்ற காகிதங்களுடன் மேஜை மேல் போட்டான். “ஐந்து நிமிடங்களாவது போகட்டும்” என்று தனக்குத்தானே சொல்லிக் கொண்டான். கையிலிருந்த வேலை சாதாரண வேலைதான். அதைச் செய்தான்.

அடுத்த காகிதக் கட்டுகள் வந்ததும் அவைகளை எடுத்து மேலே வைத்துக்கொண்டான். அது சிந்தனைப் போலீசிடமிருந்து வந்த செய்தி ஏதாவதாக இருக்கலாம். இல்லாவிட்டால், இல்லாவிட்டால்... இந்த இரண்டாவது விஷயம் நடக்கும் என்று நம்ப அவனுக்குத் தைரியம் வரவில்லை. சகோதர சேனையிடமிருந்து வந்த செய்தியாக

இருக்கலாம். சகோதர சேனையில் அவளும் ஒரு அங்கத்தினளோ - என்னவோ! மூச்சுத் திணறியது அவனுக்கு. இருந்தும் தட்டுத் தடுமாறாமல் பேசி எழுதும் இயந்திரத்தில் சொல்லவேண்டியதைச் சொல்லிக்கொண்டிருந்தான்.

எட்டு நிமிடங்கள் ஆகிவிட்டன. பதறாமல் அந்த மடித்த காகிதத்தை எடுத்துப் பிரித்துப் படித்தான். தெளிவற்ற எழுத்தில்,

"நான் உன்னைக் காதலிக்கிறேன்" என்று எழுதியிருந்தது. அவனுக்கு அதைப் புரிந்துகொள்ள இரண்டு விநாடிகள் பிடித்தது. பிரமை பிடித்தவனாக உட்கார்ந்திருந்தான். அதை அதிகமாகக் காட்டிக்கொள்ளவும் கூடாது. அதை குப்பை எரிக்கும் ஞாபகவாயில் போடும்முன் மறுபடியும் ஒரு தரம் பார்த்துவிட்டுத்தான் போட்டான்.

இப்போது அவனுக்கு வேலை செய்வது மிகவும் சிரமமாக இருந்தது. ஆனால், வேலை செய்வதில் ஈடுபட்டால்தான் தன் ரகசியத்தை டெலிஸ்க்ரீனிடமிருந்து காப்பாற்றிக்கொள்ள முடியும் என்று அவன் உணர்ந்தான். வயிற்றுக்குள் ஏதோ பற்றி எரிவது போன்றதோர் உணர்ச்சி உண்டாயிற்று. கூட்டமாக இருந்த பொதுச் சாப்பாட்டுக் கூடத்தில் சாப்பிடுவதே சிரமமாக இருந்தது. தனிமையை வேண்டினான் அவன். ஆனால், அந்த அசடன் பார்ஸன்ஸ் அவன் பக்கத்தில் வந்து உட்கார்ந்துகொண்டு தொணதொணத்துக் கொண்டிருந்தான். வெறுப்பு வாரத்தைப் பற்றி அவன் பேசியதால் கால்வாசிகூட அவன் காதில் விழவில்லை. வேறு ஒரு மேஜையில் இரண்டு பெண்களுடன் அவள் உட்கார்ந்திருப்பது ஒரு விநாடி அவன் கண்ணில் பட்டது. அவனைப் பார்க்காத மாதிரியே இருந்துவிட்டாள் அவள்; அவனும் மறுபடியும் அந்தப் பக்கம் திரும்பவில்லை.

சாப்பாட்டுக்குப் பிறகு நேரம் ஓடியது. கவனித்துச் செய்ய வேண்டிய வேலை ஒன்று வரவே, அதில் தன் பிரச்சனைகளை மறந்துவிட அவனுக்குச் சந்தர்ப்பம் ஏற்பட்டது. இப்போது கட்சிக்கு திருப்தி விளைவிக்க, ஒரு பெரிய தலைவர் இரண்டு வருடத்திற்கு முன் சொன்னதெல்லாம் பொய் என்று நிரூபிப்பதற்காக தரப்பட்ட புள்ளி விவரங்களைக் கற்பனை செய்ய வேண்டியதாக இருந்தது. இதைச் செய்வதில் வின்ஸ்டன் உண்மையிலேயே நிபுணன் என்றுதான் சொல்லவேண்டும். இந்த வேலையைச் செய்த இரண்டு மணி நேரமும் அந்தப் பெண்ணை மறப்பது சாத்தியமாயிற்று. பிறகு அவள் மனக்கண்முன் தோன்றவே, தனியாக

இருக்கவேண்டும் என்ற ஒரு தோன்றியது. ஆனால், அன்றிரவு பொதுச்சபையில் அவன் பங்கு கொண்டாக வேண்டும். அங்கு போகாமல் தப்ப முடியாது; பிறகு டேபிள் டென்னிஸ் இரண்டு ஆட்டங்கள் ஆடினான்; ஒரு அரை மணி நேரம் சதுரங்கத்தையும் இங்ஸாக் கொள்கைகளையும் பிணைத்த ஒரு பிரசங்கத்தைப் பொறுமையுடன் உட்கார்ந்து கேட்டான். சகிக்க முடியாததாகத்தான் இருந்தது. இருந்தும் சகித்துக்கொள்ளவேண்டியதுதான்; வேறு என்ன செய்வது? அசட்டுத்தனமாக ஏதாவது செய்து தன் உயிருக்கு ஆபத்து விளைவித்துக்கொள்ளக்கூடாது என்று எண்ணினான் அவன். அதுவும் "நான் உன்னைக் காதலிக்கிறேன்" என்கிற வார்த்தைகளைப் படித்த பின் அவனுக்கு தன் உயிரைக் காப்பாற்றிக்கொள்ளவேண்டும் என்கிற ஆசை ஏற்பட்டது. இரவில் வீடு திரும்பி, பதினொரு மணிக்குப் பின் படுத்த பிறகுதான் அவனால் தொடர்ச்சியாக அதைப் பற்றிச் சிந்திக்க முடிந்தது.

அந்தப் பெண்ணை எங்கே, எப்படிச் சந்திப்பது என்பது தான் இப்போது பிரச்சனை. தன்னைக் காட்டிக்கொடுக்க அவள் வலை விரிக்கிறாளா? அப்படி இருக்காது என்றே தோன்றியது. கடிதத்தை அவன் கையில் தரும்போது அவளுக்கேற்பட்ட உணர்ச்சி வேகத்தைக் கண்டிருந்த அவனுக்கு அது உண்மையென்று தோன்றியது. அவளே பயந்திருந்தாள்; அதில் ஒன்றும் ஆச்சரியப்படுவதற்கில்லை. அவள் காதலை நிராகரிப்பது என்கிற எண்ணமே வின்ஸ்டனுக்குத் தோன்றவில்லை. அவளைக் கொல்வது என்று நான்கு நாளைக்கு முன்தான் அவன் நினைத்தான். அதனால் என்ன? கனவில் கண்ட அவளுடைய வாலிப உடல் நிர்வாணமாக அவன் மனக்கண்முன் நின்றது. அவள் மனம் மாறிவிட்டால் என்ன செய்வது என்றுதான் அவனுக்கு இப்போது பயமாக இருந்தது. அவளைச் சந்திக்க ஏற்பாடு செய்வது மிகவும் சிரமமான காரியம்தான். ஆனால், அதை உடனே செய்தாகவே வேண்டும். எந்தப் பக்கம் திரும்பினாலும் டெலிஸ்க்ரீன்கள் கவனித்துக் கொண்டேயிருக்கும். அவளைச் சந்திக்க வழிதான் என்ன?

அன்று காலையில் நடந்த மாதிரி மறுபடியும் ஒருதரம் சந்திப்பது என்பது நடவாத காரியம். கதை இலாகா எந்தத் திசையில் இருக்கிறது என்றுகூட வின்ஸ்டனுக்குத் தெரியாது. எப்போது அவள் வேலைவிட்டு வீட்டுக்குக் கிளம்புவாள் என்பது தெரிந்தால்கூட, அவன் அவளுக்காகக் காத்திருக்கமுடியாது. காத்திருந்தால் அவனைப் போலீசார் கவனித்து நடவடிக்கை

எடுப்பார்கள்; விஷயத்தை அறிந்துகொண்டுவிடுவார்கள். தபாலில் கடிதம் அனுப்பவும் முடியாது. தபால்கள் எல்லாமே திறந்து பார்க்கப்பட்டன என்பது வெளிப்படை. சாதாரணமாக யாருமே கடிதங்கள் எழுதுவது கிடையாது. அவசியமானால் எதற்கும் அச்சடித்த கார்டுகள் கிடைக்கும். அதில் எந்த வாக்கியம் தேவையோ அதை வைத்துக்கொண்டு மற்றவற்றை அடித்துவிட்டு அனுப்புவதுதான் வழக்கம். தவிரவும் அந்தப் பெண்ணின் பெயரும் தெரியாது அவனுக்கு. விலாசமும் தெரியாது; கடைசியாக உணவுக் கூடத்தில் சந்திப்பதுதான் நல்லதென்று தோன்றியது அவனுக்கு. கூடத்து நடுவில் அவளும் அவனும் ஏதாவது பேசினால் யாரும் கவனிக்க மாட்டார்கள். அங்கு எழும் சப்தத்தில் அவர்கள் பேசுவது அமுங்கிவிடும். டெலிஸ்க்ரீனின் கண்கள் அறையிலுள்ளவர்கள் எல்லோரையும் கூட்டமாகத்தானே கவனிக்க முடியும்.

ஒரு வாரம் அமைதியற்ற கனவு போல ஓடியது. முதல் நாள் அவள் தாமதமாக, வின்ஸ்டன் கிளம்புகிறபோது வந்தாள். அதற்கு மறுநாள் மூன்று பெண்களுடன் வந்த அவள், டெலிஸ்க்ரீனுக்கு நேர் எதிரில் நின்றாள். அதற்குப் பிறகு மூன்று நாட்கள் அவன் சாப்பிட வந்த நேரத்தில் அவள் வரவேயில்லை. அவள் உருவத்தை மறக்கமாட்டாதவனாக ஒவ்வொரு விநாடியும் தவித்தான் வின்ஸ்டன். கனவிலேகூட அவள் ஞாபகம்தான் அவனுக்கு. அந்த மூன்று நாட்களும் அவள் என்ன ஆனாள் என்று யாரைப் போய் அவன் விசாரிக்க முடியும்? அவளைப் போலீசார் பிடித்து அழித்துவிட்டார்களோ? அல்லது அவள் தான் தன் மனதை மாற்றிக்கொண்டு அவள் பக்கம் வருவதில்லை என்று தீர்மானித்துவிட்டாளோ?

ஆனால், அதற்கு மறுநாள் அவள் வந்துவிட்டாள். அவள் கை குணமாகிவிட்டது. கட்டுகள் இல்லை இப்போது. அவளை மீண்டும் மீண்டும் பார்த்தான் அவன். அன்று அவள் தனியாக ஒரு மேஜையில் உட்கார்ந்திருந்தாள். டெலிஸ்க்ரீன் தூரத்தில் இருந்தது. கூடத்தில் கூட்டம் அதிகமில்லை. நிதானமாகக் கியூவில் நின்று தன் உணவைப் பெற்றுக்கொண்டு அவள் மேஜை அருகே வரும்போது வேறு ஒருவன் அவனைப் பார்த்துக் கூப்பிட்டுவிட்டான். பேசாமலிருப்பது சந்தேகத்துக்கிடமாகும். அவனிடம் சிறிது பேசிய பிறகு அந்த மேஜையில்தான் போய் உட்கார்ந்தான் வின்ஸ்டன். அப்போது அந்தப் பெண்ணின் மேஜையில் வேறு பலர் போய் உட்கார்ந்துவிட்டார்கள்.

மறுநாள் அதிசீக்கிரமே சாப்பாட்டுக் கூடத்துக்கு வந்து விட்டான் வின்ஸ்டன். முதல் நாள் நடந்ததை அவள் கவனித்ததால், சற்று அப்பால் தனியாக இருந்த ஒரு மேஜையில் போய் உட்கார்ந்திருந்தாள் அவள். அவளுடன் தனியாக ஒரு நிமிடம் கிடைத்தால் போதும் என்று எண்ணினான் வின்ஸ்டன். வரிசையில் அவனுக்கு முன்னால் இருந்தவன் நேரே அவள் மேஜையை நோக்கித்தான் போய்க்கொண்டிருந்தான். ஆனால், வழியில் கால் வழுக்கிக் கீழே அவன் விழுந்து விடவே, வின்ஸ்டனும் அந்தப் பெண்ணும் அங்கே தனியாக இருப்பது சாத்தியமாயிற்று. அவள் பக்கம் நிமிர்ந்து பார்க்காமல், தட்டை எடுத்துக்கொண்டுபோய் அவள் எதிரில் உட்கார்ந்தான் அவன்.

உடனேயே பேசவேண்டியது அவசியம். எனினும் தைரியம் வரவில்லை. இந்த ஒரு வாரத்தில் அவள் மனம் மாறியிருந்தால் என்ன செய்வது? வெற்றிகரமாக காதல் நாடகத்தை நடத்த முடியும் என்கிற நம்பிக்கையேயில்லை அவனுக்கு. ஆனால், கியூவில் நின்றுகொண்டிருந்த ஆம்பிள் போர்த் அவனைப் பார்த்துவிட்டானானால், நேரே அவனை நாடி வந்துவிடுவான். அதற்குள் அவளுடன் பேசிவிட வேண்டும். இருவரும் நிமிர்ந்து ஒருவரை ஒருவர் பார்த்துக்கொள்ளவில்லை. சூப்பைச் சாப்பிட்டுக்கொண்டே வின்ஸ்டன் பேசினான்.

"உனக்கு எப்போது வேலை முடியும்?"

"ஆறரை மணிக்கு."

"எங்கே சந்திக்கலாம்?"

"வெற்றிச் சதுக்கம்; நினைவுச் சிலைப் பக்கத்தில்."

"டெலிஸ்க்ரீன்கள் நிறைய இருக்குமே!"

"கூட்டமாக இருந்தால் பாதகமில்லை."

"சைகை ஏதாவது...?"

வேண்டாம். என்னைச் சுற்றிலும் ஜனங்கள் இருந்தாலொழிய என்னை அணுகவேண்டாம். என்னைப் பார்க்கவும் வேண்டாம். அருகிலிருந்தால் சமயம் வாய்க்கும்..."

"எத்தனை மணிக்கு?"

"ஏழுக்கு"

“சரி”

நல்லவேளை, நண்பன் ஆம்பிள் போர்த் வின்ஸ்டனைப் பார்க்கவில்லை. அவன் வேறு ஒரு மேஜையில் போய் உட்கார்ந்துவிட்டான். இருவரும் மறுபடியும் பேசவில்லை. எதிரும் புதிருமாக உட்கார்ந்திருப்பவர்கள் எவ்வளவு தூரம் ஒருவரை ஒருவர் பார்த்துக்கொள்ளாதிருக்க முடியுமோ அவ்வளவு தூரம் பார்த்துக்கொள்ளாமலும் இருந்தார்கள். கருப்புத்தலைக்காரி சாப்பிட்டுவிட்டு உடனே எழுந்துபோய்விட்டாள். வின்ஸ்டன் உட்கார்ந்து ஒரு சிகரெட்டைக் கொளுத்தினான்.

குறித்த நேரத்துக்கு முன்னரே வின்ஸ்டன் வெற்றிச் சதுக்கத்தை அடைந்துவிட்டான். நினைவுச் சின்னத்திலிருந்த முத்தண்ணாவின் கண்கள் தெற்கு நோக்கி நிலைத்திருந்தன. ஏர்ஸ்டிரிப் ஒன்றை ஜெயிக்க நடந்த யுத்தத்தின் சின்னமாக நிறுவப்பட்ட சிலை அது. ஏழுமணி அடித்து ஐந்து நிமிடமாகியும் அவள் வராததால், வின்ஸ்டனுக்குப் பீதியே தோன்றிவிட்டது. அவள் வராமல் இருந்துவிட்டால் என்னதான் செய்வது? குறுக்கும் நெடுக்கும் நடந்தான். கடைசியில் ஒரு சுவரொட்டியைப் படிப்பதுபோல பாசாங்கு செய்துகொண்டு நினைவுச் சின்னத்துக்குப் பக்கத்தில் அவள் நின்றதைக் கண்டான். இன்னும் பலர் கூடும் வரையில் அவளை அணுகுவது ஆபத்தான விஷயம் என்று காத்திருந்தான். அதேசமயம் கனமான பல வண்டிகள் இடதுபக்கத்திலிருந்து வந்தன. சில யூரேஷியக் கைதிகள் போகிறார்கள் என்று வேடிக்கை பார்க்க ஜனங்கள் ஓடினார்கள்; கூட்டத்துடன் அவளும் ஓடினாள். அவனும் ஓடினான்.

கும்பலில் சாதாரணமாக ஒதுங்கி நிற்க முயலும் வின்ஸ்டன் இப்போது முண்டியடித்துக்கொண்டு அவளை அணுகினான். அவன் கூட்டத்தை இடித்துத் தள்ளிக்கொண்டு அவள் பக்கத்தில் போய்ச்சேர்ந்தான். இருவரும் ஒருவரை ஒருவர் நெருங்கி, தோளும் உடம்பும் உரச நகர்ந்தார்கள். லாரி வண்டிகள் ஒன்றன்பின் ஒன்றாக உரக்கச் சப்தம் செய்துகொண்டு போயின. அவள் மூச்சுக் காற்று உஷ்ணமாக அவன் மேல் பட்டது. அவன் காதில் விழும்படியாக அவள் முணுமுணுத்தாள்.

“நான் சொல்வது காதில் விழுகிறதா?”

“விழுகிறது.”

"ஞாயிறு அன்று மாலை விடுமுறை கிடைக்குமா?"

"கிடைக்கும்."

"கவனமாகக் கேள்; இதை ஞாபகம் வைத்துக்கொள். பாடிங்டன் ஸ்டேஷனில் கிளம்பு..."

அவன் பின்பற்றவேண்டிய வழியை விவரமாக அவனுக்குச் சொல்லித் தந்தாள். அரைமணி நேரம் ரெயிலில்: பிறகு இறங்கி இடதுபக்கம் போகவேண்டும்; தெருவில் இரண்டு கிலோ மீட்டர் நடக்கவேண்டும். ஒரு தோட்டக் கதவு காணப்படும். கதவில் மேல் சட்டம் இராது. அதற்கப்பால் வயல் ஒன்றைத் தாண்ட வேண்டும். புல் அடர்ந்த சந்து; பாசிபடர்ந்த ஒரு பட்டமரம். இதெல்லாம் ஞாபகம் இருக்குமா உனக்கு?"

"இருக்கும்."

"முதலில் இடதுபக்கம், பிறகு வலது, மறுபடியும் இடதுபக்கம், கதவுக்கு மேல் சட்டம் இராது."

"எத்தனை மணிக்கு!"

"மூன்று மணிக்கு. நான் சற்றேறக்குறைய அதே சமயம் வர முயற்சிக்கிறேன். வேறு வழியாக வருவேன். நீ காத்திருக்க வேண்டும்."

"சரி."

"அப்படியானால் சீக்கிரம் போய்விடு, இங்கிருந்து."

அதை அவள் சொல்லியிருக்க வேண்டியதில்லை. அப்படிப் பிரிவதும்கூட அந்தக் கும்பலில் கொஞ்சம் சிரமமாகத்தான் இருந்தது. ஏதோ வேடிக்கை பார்க்க கூடியிருந்தனர் மக்கள்.

வின்ஸ்டனும் அந்தப் பெண்ணும் பிரியும்முன், கைக்குள் கை வைத்துக் குலுக்கிக்கொண்டார்கள்.

பத்து விநாடிகள்தான் நீடித்தது அந்தக் கைக்குலுக்கல். ஆனால், வெகுநேரம் குலுக்கிய மாதிரி இருந்தது. அவள் கை பூராவையும் அறிந்துகொள்ள அவனுக்குச் சந்தர்ப்பம் இருந்த மாதிரி இருந்தது. அந்தப் பெண்ணின் கண்கள் என்ன நிறம் என்பதுகூட அவனுக்குத் தெரியாது என்ற ஞாபகம் வந்தது அவனுக்கு. லாரி ஒன்றில் போன ஒரு கிழட்டு அந்நிய நாட்டுக் கைதியின் கண்கள்தான் அந்த சமயம் அவன்முன் நின்றன.

2

மே மாதம் இரண்டாம் தேதி. ஒளிக் கீற்றுகள் பதிந்த சந்திலே நடந்தான் வின்ஸ்டன். இடது பக்கமுள்ள தரையிலே நீல மணிப் பூக்கள் அடர்த்தியாகப் பூத்திருந்தன. காற்று ஆளை முத்தமிடுவது போல லேசாக அடித்தது. எங்கிருந்தோ மணிப் புறாக்கள் குரல் எழுப்பிக்கொண்டிருந்தன.

அவன் சீக்கிரமே வந்துவிட்டான். அந்தப் பெண் சொன்ன வழியைப் பின்பற்றி அவன் சுலபமாகவே அங்கு வந்து சேர்ந்து விட்டான். அவள் அனுபவத்தில் அவனும் பங்குகொண்டவன் போலப் பயமில்லாமல் வந்துசேர்ந்தான் அவன். மிகவும் பத்திரமான இடத்தைத்தான் அவள் கண்டுபிடித்துச் சொல்லியிருந்தாள். பொதுவாக நாட்டுப்புறப் பகுதியிலும் ஜாக்கிரதையாக இருக்க வேண்டியது அவசியம்தான். அங்கு டெலிஸ்க்ரீன்கள் கிடையாது. ஆனால், வழிநெடுக ஒலிவாங்கிகள் உண்டு. உன் குரலை அவை காட்டிக்கொடுத்துவிடும். தனியாகப் பிரயாணம் செய்து இங்கு வந்து சேருவதென்பதும் சிரமமான காரியம்தான். யாராவது கவனித்துவிட்டால் வம்புதான். ரெயில்களில் காவல் போலீஸ் உண்டு. அவர்கள் கண்ணில் பட்டுவிட்டால் எல்லா விவரங்களையும் விசாரித்து வைத்துக்கொள்வார்கள். கோடைப் பொழுது நன்றாக இருந்ததால் ரெயிலில் ப்ரோல்கள் கூட்டம் அதிகமாக இருந்தது. யாரும் தன்னைக் கவனிக்காதபடி பார்த்துக்கொண்டு வின்ஸ்டன் லண்டனைவிட்டுத் தப்பித்து வெளியேறிவிட்டான். அவனுடன் ரெயிலில் ஒரு பெரிய குடும்பம் வந்தது; கொள்ளுப்பாட்டி முதல் ஒருமாதக் குழந்தை வரையில் அந்த வண்டி கொள்ளாமல் இருந்தார்கள். எனவே அவன் மற்றவர்கள் கவனத்திலிருந்து தப்பிவிட்டான்.

ஒற்றையடிப் பாதையை அடைந்தான். அவனிடம் கடிகாரம் இல்லை. ஆனால், மணி மூன்றாகியிராது என்பது நிச்சயம். நீலமணிப் பூக்களைப் பறித்தான். அவளைச் சந்திக்கும்போது அவள் கையில் ஒரு கொத்து புஷ்பங்கள் தரலாம் என்றெண்ணினான்; பொழுதும் போகும். பின்னால் ஏதோ காலடிச் சப்தம் கேட்டது. அவளாக இருக்கலாம். அல்லது பின் தொடர்ந்து வருவது வேறு யாராவது இருந்தால் ஆபத்துத்தான். திரும்பிப் பார்ப்பது தவறு. பூப்பறித்துக்கொண்டே குனிந்தான். அவன் மேல் ஒரு கைபட்டது.

நிமிர்ந்துபார்த்தான். அவள்தான்; ஆனால், பேசாதே என்று சைகை காட்டினாள்.

காட்டுக்குள் அவனை அழைத்துச் சென்றாள் அவள். அவளுக்கு அந்த இடம் மிகவும் பழக்கமான இடம் போலும். கையில் மலர்களுடன் அவளைப் பின்தொடர்ந்தான் அவன். அவள் யுவதிதான். எனினும் சற்று வயதானவளோ என்கிற எண்ணம் தலைதூக்கியது. திரும்பி தன்னைப் பார்த்துவிட்டால், அவள் தன்னிடமிருந்து ஓடிவிடுவாளோ என்று பயமாக இருந்தது அவனுக்கு. காற்றின் இனிமையும் காட்டின் பசுமையுமே அவனைப் பயமுறுத்துவதுபோல இருந்தது. விழுந்துகிடந்த மரத்தை அடைந்தார்கள். அடர்த்தியாக இருந்த ஒரு புதரைத் தாண்டி இயற்கையாக இருந்த ஒரு புல்வெளிக்கு அவனை அழைத்துச் சென்றாள்.

"வந்துவிட்டோம்" என்றாள் அவள்.

அவளை நெருங்கத் தைரியம் வரவில்லை அவனுக்கு.

"எங்கேயாவது ஒலிவாங்கி வைத்திருந்தால் என்ன செய்வது என்று எண்ணித்தான் வழிநெடுக நான் பேசாமல் வந்தேன். இங்கு பயப்பட வேண்டியதில்லை."

"பயப்பட வேண்டியதில்லையா?" என்று அசட்டுத்தனமாகக் கேட்டான் அவன்.

"ஒலிவாங்கியை மறைத்து வைக்க இங்கு இடமில்லை. வேண்டுமானால் பார்" என்றாள் அவள்.

இப்போது அவளை நெருங்கிவிட்டான் அவன். நிமிர்ந்து புன்சிரிப்புச் சிரித்துக்கொண்டு நின்றாள் அவள். 'ஏன் பயப்படுகிறாய்' என்று அவள் கேலி செய்வதாக எண்ணினான் வின்ஸ்டன். கையிலிருந்த பூக்கள் நழுவித் தரையில் விழுந்தன. தன் கைகளால் அவள் கையைப் பற்றிக்கொண்டான்.

"உன் கண்கள் என்ன நிறம் என்று இதுவரை எனக்குத் தெரியாது" என்றான் அவன். அவை பழுப்பு நிறமாக இருந்தன. அவள் இமைகளும் புருவங்களும் கருப்பாக இருந்தன.

"என்னைப் பார்த்துவிட்டாய் நீ; பிடிக்கிறதா உனக்கு?" அவன் கேட்டான்.

"பிடிக்கிறது!

"எனக்கு முப்பத்தொன்பது வயதாகிறது; என் மனைவியைத் தொலைத்து முழுக முடியாமல் தவிக்கிறேன். காலில் ஒரு சிரங்கிருக்கிறது. நான்கு பற்கள் பொய்ப் பற்கள்." அவன் தொடர்ந்து பேசினான்.

"அது பற்றி என்ன" என்றாள் அவள்.

அடுத்த நிமிடம் இருவரும் கட்டித் தழுவினார்கள். முதலில் அவனால் நம்பமுடியவில்லை என்பதைத் தவிர ஒருவிதமான உணர்ச்சியும் இல்லை அவனுக்கு. அவளுடைய பெரிய சிவந்த உதடுகளில் முத்தம் கொடுத்தான் அவன். கைகளால் அவன் கழுத்தைக் கட்டிக்கொண்டு செல்லமான வார்த்தைகளை முணு முணுத்தாள் அவள். அவள் வாலிபமும் அழகும் அவனைப் பயமுறுத்தின. இன்பம் அனுபவிக்க அவன் தயாராக இல்லை. அவனைக் கட்டித் தழுவிக்கொண்டு தரையில் உட்கார்ந்தாள் அவள்.

"அவசரமேயில்லை காதலரே! இது நல்ல இடமில்லையா? மாலைவரையில் இருக்கலாம் நாம்; யாராவது இங்கு வந்தால் நூறு கஜத்துக்கப்பால் வரும்போதே தெரிந்துகொண்டு விடலாம்."

"உன் பெயர் என்ன?" அவன் கேட்டான். "ஜூலியா; உன் பெயர் தெரியும் எனக்கு."

"எப்படிக் கண்டுபிடித்தாய்?"

"இதிலெல்லாம் உன்னைவிட நான் சாமர்த்தியசாலிதான். நான் அந்தக் கடிதம் அனுப்புவதற்கு முன் நீ என்னைப் பற்றி என்ன நினைத்தாய்? சொல்லு."

அவளிடம் பொய் சொல்லவேண்டும் என்றே அவனுக்குத் தோன்றவில்லை. "உன்னைக் கண்டாலே எனக்கு முதலில் பிடிக்கவில்லை. உன்னைப் பலாத்காரம் செய்துவிட்ட பிறகு கொன்றுவிடவேண்டும் என்றுதான் தோன்றியது எனக்கு. இரண்டு வாரங்களுக்கு முன் உன் மண்டையை உடைத்துவிட எண்ணினேன் நான். உண்மையில் நீ சிந்தனைப் போலீஸ் உளவாளி என்றுதான் எண்ணினேன் நான்."

ஆனந்தப்பட்டவளாகச் சிரித்தாள் அந்தப் பெண். "சிந்தனைப் போலீஸ் என்றா எண்ணினாய்? உண்மையாகவா?"

"அப்படியும் எண்ணினேன், இல்லாவிட்டால் நீ..."

"ஒரு உண்மையான கட்சி அங்கத்தினள் என்று எண்ணினாய். சொல்லிலும் செயலிலும் பரிசுத்தமானவள் என்று எண்ணினாய். சந்தர்ப்பம் கிடைத்தால் உன்னைக் கட்சி அதிகாரிகளுக்குக் காட்டிக்கொடுத்துவிடுவேன் என்று நீ எண்ணினாய்.."

"அப்படித்தான் நினைத்தேன். பெண்களில் பலர் அப்படிப் பட்டவர்கள்தான், இல்லையா?"

"இதுதான் அப்படி எண்ணத் தூண்டியிருக்கும்" என்று கூறியபடி பால் எதிர்ப்புப் பட்டையை அவிழ்த்து மரக்கிளையில் தொங்கவிட்டாள் அவள். சட்டென்று ஞாபகம் வந்ததுபோல் சட்டைப் பையிலிருந்த ஒரு சாக்லேட் பொட்டலத்தை எடுத்து, அதில் பாதியை அவனிடம் தந்தாள். வழக்கமாகக் கிடைக்கிற மட்டரகச் சாக்லேட் அல்ல அது. நல்ல உயர்ந்த ரகச் சாக்லேட்.

"எப்படிக் கிடைத்தது, உனக்கு இது?"

"கருப்புச் சந்தையில்" என்றாள் அவள். "கட்சியில் நல்ல அங்கத்தினளாக நடித்துவிட்டு என் காரியத்தைச் சாதித்துக் கொள்கிற பெண்தான் நான். கூட்டத்தோடு கோவிந்தா போடுவதிலும், எனக்கிடப்பட்ட வேலைகளைச் சரிவரக் கவனித்துச் செய்வதிலும் நான் கெட்டிக்காரி. சமயம் பார்த்து இதையும் சாதித்துக்கொள்வேன்."

அந்த சாக்லேட் வாசனை அவனுக்குப் பழைய காலத்திய எதையோ ஞாபகப்படுத்தியது. அதை ஒதுக்கிவிட முடியாமல் தடுமாறினான் அவன்.

"நீ மிகவும் இளவயதினள், என்னைவிடப் பத்துப் பதினைந்து வருடங்கள் சின்னவள். என்னிடம் ஏன் ஆசை வந்தது உனக்கு? எப்படி வந்தது?"

"உன் முகத்தில் ஏதோ ஒன்று என்னை வசீகரித்தது. நீ உண்மையான கட்சி அங்கத்தினரல்ல என்பது தெரிந்தது. உன்னை அணுகலாமே என்று எண்ணினேன்."

வெளிப்படையாகவே கட்சியின் உட்குழு அங்கத்தினர்களைப் பற்றிப் பேசினாள் அவள். வாயில் வந்தபடியெல்லாம் அவர்களைச் சபித்துத் திட்டினாள். அடிப்பதும் திட்டுவதும் சட்டவிரோதமான காரியங்கள். அவள் கட்சியைச் சபித்தாள், திட்டினாள். அவள் எவ்வளவு தூரம் இந்தக் கட்சி விவகாரங்களை வெறுத்தாள் என்பது அவள் பேச்சிலே தெளிவாகத் தெரிந்தது. அதுபற்றிப் பயமாக ஒருபுறம் இருந்தாலும் மறுபுறம் திருப்தியாகவும் இருந்தது

வின்ஸ்டனுக்கு. இடுப்பில் கைவைத்துக்கொண்டு இருவரும் அங்கே குறுக்கும் நெடுக்கும் பேசிக்கொண்டே நடந்தார்கள். குசுகுசுவென்று மெதுவான குரலிலேயே பேசினார்கள்.

"காட்டுக்கு வெளியே போவது ஆபத்து. யாராவது பார்த்து விடுவார்கள்" என்றாள் அவள்.

முட்புதர்கள் அடர்ந்திருந்தன. வயலின் குறுக்கே ஒற்றையடிப் பாதை ஒன்று இருந்தது. கண்ணில் படாமல் எங்கேயோ அருகில் ஒரு ஆறு ஓடிக்கொண்டிருந்தது.

"அருகில் ஆறு இருக்கிறதல்லவா?"

"இருக்கிறது. அடுத்த வயலைத் தாண்டினால் ஆறுதான். அதில் பலவித மீன்கள் தாவியோடும்."

"இதுதான் பொன்னான தேசம்."

"பொன்னான தேசமா?" என்றாள் அவள்.

"ஆம், நான் இந்தப் பொன்னான தேசம் பற்றிக் கனவுகள் காண்பதுண்டு."

"அங்கு பார்" என்றாள் ஜூலியா.

ஒரு மரத்தின் மேல் உட்கார்ந்து கொண்டு ஒரு குயில் பறவை பாடியது. அது அவர்களுக்காகவே பாடுவதுபோல இருந்தது. வின்ஸ்டனும் ஜூலியாவும் ஒருவரை ஒருவர் கட்டியணைத்துக்கொண்டு அந்தப் பாட்டைக் கேட்டனர்.

அவள் காதுப்பக்கம் வாய் வைத்து, "இப்போது" என்றான் வின்ஸ்டன்.

"இங்கே வேண்டாம். அந்தப் புதர்ப்பக்கம் போகலாம். மறைவாக இருக்கும்" என்றாள் ஜூலியா.

புன்சிரிப்புடன் அவனை நிமிர்ந்து பார்த்துக்கொண்டு, மூச்சு வேகமாக அடிக்க, அவள் தன் உடைகளைக் களைந்தெறிந்தாள். அவன் கனவில் கண்டது போலவே தான் நடந்தது. சூரிய ஒளியில் அவள் உடல் வெண்மையாகப் பளபளத்தது. அவள் முன் மண்டியிட்டு, அவள் கைகளைத் தன் கைகளால் பிடித்துக்கொண்டான் அவன்.

"இதற்கு முன் இப்படிச் செய்திருக்கிறாயா?"

"ஆம், நூறு தடவைகள் இருக்கும்."

"கட்சி அங்கத்தினர்களுடனா?"

"ஆம், அவர்களுடன்தான்."

"கட்சி உட்குழு அங்கத்தினர்கள்..."

"அவர்கள் பன்றிகள்" என்றாள் ஜூலியா, அலட்சியமாக. "சந்தர்ப்பம் கிடைத்தால் அவர்களும் வருவார்கள்; ஆனால், நான் அதை விரும்பியதில்லை. அப்படியொன்றும் கொள்கைப் பற்றுள்ளவர்கள் அல்ல அவர்கள்."

அவனுக்கு உற்சாகம் பிறந்தது. அவள் ஆண்களுடன் அனுபவித்தது நூறு தடவைகள் என்ன? ஆயிரம் தடவைகளுக்கு மேல் இருக்கக்கூடாதோ? கட்சியின் ஆதிக்கத்தைத் தகர்த்தெறியக் கூடிய எந்தக் காரியத்தையும் வரவேற்கக்கூடிய மனோபாவத்தில் இருந்தான் அவன். கட்சி உட்குழு உறுப்பினர்களுக்கு குஷ்டமோ, மேக நோயோ வரும்படியாகச் செய்துவிட முடியுமானால், அவனும் ஜூலியாவும் சேர்ந்து அதைச் செய்யத் தயாராகவே இருப்பார்கள்!

"நீ எத்தனைக்கெத்தனை ஆண்களை அனுபவித்திருக்கிறாயோ, அத்தனைக்கத்தனை உன்னை நேசிக்க நான் தயாராக இருக்கிறேன். புரிகிறதா?"

"புரிகிறது!"

"ஒழுக்கமும் யோக்கியமும் எங்கும் இருக்கக்கூடாது என்று நான் விரும்புகிறேன். கட்சி உட்குழு உறுப்பினர்கள் அனைவரும் ஊழலின் மொத்த உருவமாக இருக்கவேண்டும்."

"அப்படியானால் நான் உனக்கேற்ற காதலிதான்."

"இது உனக்குப் பிடித்த காரியம்தானே? என்னிடம் மட்டும் இவ்வாறு நடப்பதற்காக சொல்லவில்லை. எல்லோரிடமும்தான் என்று சொல்கிறேன்."

"மிகவும் பிடித்தமானதுதான்."

காதல் என்கிற தத்துவத்தையல்ல. மிருக சம்பந்தத்தை அவள் விரும்பினாளா என்று அறியத்தான் அவன் வினவினான். அதுதான் முக்கியம். கட்சியை அழிக்க இந்த உடல் இன்பம் என்பதே போதுமானதாக இருக்கவேண்டும். அவளைக் கீழே தள்ளி, மிருகம்போல் மேலே விழுந்தான். இந்தத் தடவை ஒருவித சிரமமும்

இல்லை. மெதுவாக அவர்கள் மேல் மூச்சு வாங்க ஓய்ந்தார்கள். இருவருக்கும் அலுப்பால் தூக்கம் வந்து விட்டது. அணைத்தபடியே இருவரும் அரை மணி நேரம் தூங்கி விட்டார்கள்.

முதலில் வின்ஸ்டன்தான் விழித்துக்கொண்டான். கையில் தலையை வைத்துக்கொண்டு அவள் தூங்குவதைப் பார்த்துக் கொண்டு சிறிது நேரம் உட்கார்ந்திருந்தான். அவளுடைய மேல் சட்டையை அகற்றிவிட்டபின் அவள் நிர்வாணத்தை ஆனந்தக் கண்களுடன் பார்த்தான். முந்திய நாட்களில் உடலைப் பார்த்து ஆசைகொண்டு காதல்கொண்டார்கள். காதலோ காமமோ இப்போது சாத்தியமில்லை. பயமும் வெறுப்பும் இப்போது சிற்றின்பத்திலும் கலந்துவிட்டன. அவர்கள் அணைத்து சுகித்தது சுகத்திற்காக மட்டும் அல்ல. அது ஒரு போராட்டம். கட்சியின் கொள்கையை அழிக்கச் செய்யப்பட்ட ஒரு உத்தமமான காரியம் அது. அது ஒரு அரசியல் சதித்திட்டத்தின் முதல் படி.

"இன்னும் ஒரு தரம் நாம் இங்கு வரலாம். ஒரே இடத்தை இரண்டு தடவைக்கு மேல் உபயோகிப்பது கெட்டிக்காரத்தனமல்ல" என்றாள் ஜூலியா.

விழித்துக்கொண்டவுடன் அவள் பழைய ஜூலியாவாகி விட்டாள். எதையும் சரியானபடி செய்ய வேண்டும் என்கிற எண்ணம் அவளுக்கு இருந்தது. ஊர் திரும்புகிற பிரயாணத்தையும் அவள்தான் திட்டமிட்டாள். லண்டனின் சுற்று வட்டாரப் பிரதேசங்களை எல்லாம் அவள் நன்கு அறிந்தவள் போலப் பேசினாள். "வந்த வழியே திரும்பக்கூடாது" என்றாள் அவள். முதலில் அவள் போவாள். வின்ஸ்டன் பிறகு கிளம்புவான். இது அவள் ஏற்பாடு.

நான்கு நாட்களுக்குப் பிறகு அவர்கள் சந்திக்க ஒரு இடத்தைச் சொன்னாள். ஏழைகள் வசிக்கும் பகுதியில் ஒரு தெரு, ஏதோ வாங்க வந்தவள் போல அவள் அங்கு சுற்றிக் கொண்டிருக்கலாம். அவன் வரும்போது அவள் மூக்கைச் சிந்துவாள். அப்படிச் சிந்தினால் ஆபத்தில்லை; அணுகிப் பேசலாம் என்று அர்த்தம். ஆபத்து இருந்தால் பேசாதிருந்து விடுவாள். அதிருஷ்டம் அவர்கள் பக்கம் இருந்தால் கால் மணி நேரம் சேர்ந்திருக்கலாம்; பேசலாம்.

"இப்போது நான் கிளம்ப வேண்டும். ஏழரை மணிக்கு சிறுவர் பால் எதிர்ப்புச் சங்கத்தில் வேலை இருக்கிறது. என்மேல் ஏதாவது தூசி, இலை ஒட்டிக்கொண்டிருக்கிறதா? பார்த்துத் துடைத்து விடு. தலையிலும் ஒன்றுமில்லையே! வரட்டுமா, காதலனே!

அவனைக் கட்டியணைத்து முத்தமிட்ட பின்னர் கிளம்பி விட்டாள் அவள். அவளுடைய புனைபெயரையோ, விலாசத்தையோ அவன் இன்னமும் அறிந்து கொள்ளவில்லை. அதற்கு அவசியமும் இல்லை என்று எண்ணினான் அவன்.

அவர்கள் மறுபடியும் அந்தப் புல்வெளிக்குப் போக முடியவில்லை. மே மாதத்தில் மறுபடியும் ஒரே ஒரு சமயந்தான் அவர்கள் அணைத்து சுகிக்க முடிந்தது. பிறகு அணுகுண்டு விழுந்து பாதி அழிந்திருந்த ஒரு ஆலயத்தின் கோபுரத்தின் மேல் உள்ள அறையில் கூடினார்கள். அங்கே போய்ச் சேருவதுதான் சிரமமான காரியமாக இருந்ததே தவிர, போய்ச் சேர்ந்துவிட்டால் காதலுக்கு சுகமான இடம்தான் அது. மற்றபடி தெருக்களில் சந்தித்து, ஒரு தொடர்கதையை அங்கொன்றும் இங்கொன்றுமாகப் படிப்பது போல அவ்வப்போது அவர்கள் பேசிக்கொண்டனர். இந்தமாதிரி பேசுவதற்கு மிகவும் பழக்கப்பட்டவள் மாதிரி ஜூலியா செயல்பட்டாள். ஒருதடவையாவது அரை மணி நேரத்துக்கு அதிகமாகப் பேசுவது நடக்காது. ஒருசமயம், குறுகிய இடத்தில் நெருக்கியடித்துக்கொண்டு நடந்தபடியே, டெலிஸ்க்ரீனோ, கட்சி ஆட்களோ பக்கத்தில் இல்லையே என்று பார்த்துக்கொண்டு, அவர்கள் ஒருவர் முகத்தை ஒருவர் பார்க்காமல் பேசிக்கொண்டு போகும்போது ஒரு வெடிகுண்டு அவர்களுக்கு மிகவும் அருகாமையில் விழுந்துவிட்டது. அவர்கள் தூக்கி எறியப்பட்டார்கள். ஜூலியாவின் முகம் அசாதாரணமான வெளுத்திருப்பதைக் கண்டு அவள் இறந்துவிட்டாள் என்று எண்ணினான் அவன். ஆனால், இருவர் முகத்திலும் உதிர்ந்த தூசுகள் ஏராளமாகப் படிந்திருந்ததே தவிர வேறு எவ்விதமான சேதமும் இல்லை.

சில நாட்கள் ஹெலிகாப்டர் போலீஸோ, சிந்தனைப் போலீஸோ அருகில் இருந்தது என்பதனால் அவர்கள் நெருங்கிப் பழகவோ, பேசவோ முடியாமலே போனாலும் போய் விடும். இவ்வளவு சிரமமாக இல்லாவிட்டாலும்கூட, சந்திப்பதற்கு நேரம் கிடைப்பதும் அரிதாகவேதான் இருந்தது. வின்ஸ்டன் வாரத்தில் அறுபது மணி நேரம் வேலை செய்ய வேண்டியிருந்தது. ஜூலியா அதைவிட அதிகமாகவே வேலை செய்ய வேண்டியிருந்தது. மாலை நேரம் முழுவதும் தன்னுடையது என்று சொல்லிக் கொள்ள அவளால் ஒரு நாள்கூட முடியவில்லை. ஓய்ந்த நேரங்களில் அவள் அந்தச் சங்கம், இந்தச் சங்கம் என்று பொழுதைக் கடத்திக்கொண்டிருந்தாள். அதன் காரணமாகத் தானே போலீஸாரை ஏமாற்ற முடிந்தது

என்பது அவள் கட்சி. சில்லறை விதிகளை அமர்க்களமாக அமல் நடத்திவிட்டுப் பெரிய விதிகளைத் தகர்ப்பது நல்லது என்றாள் அவள். விருப்பத்துடன் செய்யவேண்டிய ஒரு ராணுவத் தயாரிப்பு வேலைக்கு வாரத்தில் ஒருநாள் மாலைப்பொழுதை ஒதுக்கச் சொல்லி, வின்ஸ்டனை அதில் வற்புறுத்திச் சேர்த்து விட்டாள்.

ஆலயத்தின் கோபுர உச்சி அறையிலே சந்திக்கும்போது விட்டுப்போன விஷயங்களையெல்லாம் பேச மணிக்கணக்காக நேரம் இருந்தது, புழுதிபடிந்த, புறாக்களின் நாற்றம் வீசிய அறையிலே உட்கார்ந்து பேசிக்கொண்டிருந்தார்கள் அவர்கள். யாரும் அங்கு வராமலிருக்க வேண்டுமே என்ற பயத்துடன் பார்த்துக்கொண்டே பேசிக்கொண்டிருந்தார்கள்.

ஜூலியாவுக்கு வயது இருபத்தியாறாகிறது. அவள் முப்பது பெண்களுடன் ஒரு ஹாஸ்டலில் வசித்து வந்தாள். (அந்தப் பெண்களின் நாற்றம், நினைத்தாலே வயிற்றைக் குமட்டுகிறது என்றாள் அவள்.) கதை இலாகாவில் நாவல்கள் எழுதும் இயந்திரங்களை ஓட்டுவது அவள் வேலை. வேலை அவளுக்குப் பிடித்திருந்தது. அப்படி ஒன்றும் அவள் கெட்டிக்காரி அல்ல. இயந்திரங்களைக் கவனித்துக்கொள்வதில் திறமைசாலிதான். நாவல் எழுதுவது எப்படி என்பதை ஆரம்ப முதல் கடைசி வரையில் சொல்வாள் அவள். எழுதி முடித்த நாவல்களைப் படிப்பதில் அவளுக்கு அதிக ஈடுபாடு கிடையாது. மற்ற உற்பத்திப் பொருட்களைப் போல, புத்தகங்களும் விற்பனைக்காக உற்பத்தியாக வேண்டிய பொருள்கள்தான் என்பது அவள் நினைப்பு.

அறுபதாவது வருடத்துக்கு முந்திய நினைவுகள் எதுவும் அவளுக்கில்லை. ஒரு தாத்தா பழைய நாட்களைப் பற்றிப் பேசுவார். ஆனால், அவளுக்கு எட்டு வயதாவதற்கு முன் அவர் எங்கேயோ போய்விட்டார். பள்ளிக்கூடத்துத் தேகாப்பியாசங்களில், விளையாட்டுகளில் அவள் பல தடவை முதலாவதாக இருந்திருக்கிறாள். ஒற்றர்படையிலும் பால் எதிர்ப்புச் சங்கத்திலும் அவள் தீவிரமாக ஈடுபட்டு வேலை செய்து வந்தாள். ப்ரோல்களுக்காக மட்ட ரக காதல் இலக்கிய புத்தகங்கள் தயார் செய்யப்படும் இலாகாவில் வேலை செய்ய அவளைத் தேர்ந்தெடுத்தார்கள். "பெண்கள் பள்ளியில் ஓர் இரவு" என்பது போன்ற புத்தகங்கள் அந்த இலாகாவைச் சேர்ந்தவை.

"எப்படியிருக்கும் அந்தப் புத்தகங்கள்?" அவன் கேட்டான்.

“வெறும் குப்பை, படிப்பதற்கு மோசமாக இருக்கும். ஆறு கதைகளைத் திரும்பத் திரும்ப எழுதி, மேலே காகிதம் போட்டு ஒட்டி, சட்டத்துக்கு விரோதம் என்று சொல்லி விற்று விடுவது அந்த இலாகாவின் வழக்கம். ஒரே கதையை திருப்பித் திருப்பி எழுதுகிற இலாகாவுக்கு என் இலக்கிய அறிவு போதாது.”

இந்த ஆபாச இலாகாவில் ஈடுபட்டிருப்பவர்கள் எல்லோருமே பெண்கள்தான் என்பதை ஆச்சரியத்துடன் அறிந்துகொண்டான் வின்ஸ்டன். கல்யாணமான பெண்கள்கூடக் கிடையாது அங்கே என்றாள் ஜூலியா.

“பெண்கள் பரிசுத்தமானவர்கள் என்கிறார்கள். நான் பரிசுத்தமானவள் அல்ல.” என்று கூறிய அவள் தனது கடந்த கால வாழ்க்கையைப் பற்றிக் கூறினாள்.

பதினாறு வயதில் அவளுடைய முதற் காதல் சம்பவம் நடந்தது. அறுபது வயதான ஒரு கட்சிக் கிழவன் அவளை அனுபவித்தான். பல காரணங்களால் அவனைக் கைதுசெய்யப் போலீஸார் வந்தபோது அவன் தற்கொலை செய்துகொண்டு விட்டான். அதுவும் நல்லதுதான். இல்லாவிட்டால் அவள் பெயர் அப்பவே போலீஸுக்கு தெரிந்து போயிருக்கும். அதற்குப் பிறகு பலர் அவளுடைய காதலர்களாக இருந்திருக்கிறார்கள். கட்சிக் கொள்கை என்னவென்றால், அங்கத்தினர்கள் யாரும் பொழுதை இன்பமாகக் கழிக்கக்கூடாது என்பதுதான். அவளோ எதையும் அனுபவித்துப் பார்க்க விரும்பினாள். சமயம் அகப்பட்டால் கட்சியை ஏமாற்ற வேண்டும் என்று அவள் எண்ணினாள். புதுமொழி வார்த்தைகளை அவள் உபயோகிப்பதேஇல்லை. சகோதர சேனை பற்றி அவள் கேள்விப்பட்டதேஇல்லை. அப்படி ஒன்றிருந்தது என்பதையும் அவள் நம்ப மறுத்தாள். கட்சியை எதிர்த்து எவ்விதப் புரட்சியிலும் ஈடுபடுவது முட்டாள்தனம் என்று எண்ணினாள் அவள். விதிகளை மீறிக்கொண்டே உயிரையும் விட்டுவிடாமல் பார்த்துக்கொண்டு வாழ்க்கையை இஷ்டப்படி அனுபவிப்பதுதான் கெட்டிக்காரத்தனம் என்று அவள் எண்ணினாள்.

வாலிபர்களில் அவளைப் போன்ற எண்ணமுடையவர்கள் எத்தனை பேர் இருப்பார்கள் என்று சிந்தித்தான் வின்ஸ்டன். கட்சியின் ஆதரவிலே பிறந்து வளர்ந்தவர்கள், தவிர்க்க முடியாத கட்சி விதிகளை இப்படி ஏமாற்றி வாழ முயன்றது தவறில்லை. முயல் நாயிடமிருந்து தப்பி வாழத்தானே விரும்பும்? அதில் என்ன தவறு?

கல்யாணம் செய்துகொள்வது சாத்தியமா என்பது பற்றி அவர்கள் சிந்திக்கக்கூட இல்லை. கல்யாணம் சாத்தியமல்ல. அது பற்றிச் சிந்திப்பானேன்? பகற்கனவில்கூட அது நடக்காது.

"உன் மனைவி - அவள் எப்படியிருந்தாள்?"

"புது மொழியில் "நல்ல சிந்தனையுள்ள பெண்" என்ற ஒரு வார்த்தை தெரியுமா? சுபாவத்திலேயே அவள் விதிப்படி நடப்பவள். கெட்ட சிந்தனை என்பது அவளுக்குத் தெரியவே தெரியாது."

"அவ்வார்த்தை எனக்குத் தெரியாது. ஆனால், அந்த மாதிரிப் பெண்கள் பலரைத் தெரியும்."

வின்ஸ்டன் தன் கல்யாண வாழ்க்கையைப் பற்றி அவளிடம் விவரமாகச் சொல்லத் தொடங்கினான். ஜூலியாவுடன் இது பற்றிப்பேசுவது சிரமமாக இல்லை. கொஞ்சம் விரசமாக இருந்தது, அவ்வளவுதான். ஒவ்வொரு வாரமும் அவள் தனது உடம்பை அவனுக்கு தந்தது பற்றிச் சொன்னான் அவன். "அதற்கு என்ன பெயர் சொல்லுவாள் தெரியுமா?" அவன் கேட்டான்.

"தெரியும், கட்சிக்கு நம் கடமை?"

"எப்படித் தெரியும் உனக்கு?"

நம் பள்ளிக்கூடங்களில் இதைத்தானே சொல்லித் தருகிறார்கள்? பலர் விஷயத்தில் அது பலிக்கிறது போலும். ஆனால், "பலித்ததாகத் தோன்றுகிற இடங்களிலும் அது உண்மை என்று முழுவதும் நம்புவதற்கில்லை" என்றாள்.

இந்த விஷயம் பற்றி விவரமாகவே பேசத் தொடங்கினாள் ஜூலியா. எல்லாவற்றையும் தன் அனுபவத்துடன் ஒட்டித்தான் சொல்வது அவளுக்குப் பழக்கம். தன் அனுபவம் என்று வந்துவிட்டால் அவளுக்கு ஒரு வேகமும் உற்சாகமும் வந்துவிடும். கட்சி கூறிய பரிசுத்தத்தின் உள் அர்த்தத்தை அவள் புரிந்து கொண்டுவிட்டாள். கட்சிக் கட்டுப்பாடுகளுக்கு அடங்காத ஒரு உலகத்தை பால் உணர்ச்சி சிருஷ்டித்தது என்பதற்காக கட்சி அதை அனுமதிக்க மறுத்தது. தவிரவும் பால் உணர்ச்சியை வற்றவைத்து விட்டால் ஆவேசநிலை எய்துவது சுலபமாகிறது. அந்த ஆவேசத்தைப் போர் முழக்கமாகவும், தலைவர் தொழுகையாகவும் மாற்றுவது சுலபமாகிறது.

"காதல் புரிவதிலே சக்தி விரயமாகிறது. அதைத் தொடர்ந்து ஒரு மகிழ்ச்சியும் வருகிறது. மற்ற காரியங்களில் நாட்டம்

குறைந்து விடுகிறது. அந்த சக்தி விரயத்தைத் தடுத்து, அதை ஏன் அரசியல் காரியங்கள் முன்னேற உபயோகிக்கக்கூடாது? சிற்றின்பம் அனுபவித்துக்கொண்டிருப்பவன், மற்ற எதைப் பற்றியும் கவலைப்பட மறுக்கிறான். பால் உணர்ச்சி வற்றினபோதுதான் கொடி தூக்குவது, ஆரவாரம் செய்வது, கோசம் போடுவது போன்ற காரியங்களெல்லாம் நிகழ்கின்றன. பால் உணர்ச்சி சுகத்தில் மூழ்கிவிட்டால் முத்தண்ணா, கட்சி, மூன்று வருஷத் திட்டங்கள் என்றெல்லாம் யார் ஆவேசமாகப் பேசுவார்கள்?"

வின்ஸ்டன் இதெல்லாம் உண்மைதான் என்றெண்ணினான். கற்பு வழுவாமைக்கும் அரசியல் கட்டுப்பாட்டை ஏற்றுக்கொள்வதற்கும் ஒரு நெருங்கிய தொடர்பு இருக்கத்தான் செய்கிறது. கற்புடமை பைத்தியக்காரத்தனமான விஷயங்களிலெல்லாம் நம்பிக்கை வைக்கத் தூண்டுகிறது என்பது உண்மைதான். மக்களை வெறிகொள்ளத் தூண்டுவதற்கான ஒரு சக்தியை அடைத்து வைத்துத்தானேயாகவேண்டும்? பாலுணர்ச்சியுடன் குடும்ப உணர்ச்சியையும் கட்டுப்படுத்தவும் அழிக்கவும் கட்சி முயன்று வந்தது. பிள்ளைகள் தங்கள் பெற்றோர்களை வேவுபார்த்துக் காட்டிக்கொடுக்கத் தயார் செய்யப்படுவது சகஜமாக இருந்தது. இப்போது குடும்பம் என்பதே சிந்தனைப் போலீசின் ஒரு அம்சமாகிவிட்டது. இரவு பகல் பார்க்காமல் ஒருவனைக் கண்காணிக்க அவன் குடும்பமே உபயோகப்பட்டது.

அவனுக்கு காதரின் பற்றி ஞாபகம் வந்தது. அவனுடைய ரகசிய எண்ணங்கள் அவளுக்குத் தெரிந்திருந்தால் அவள் நிச்சயமாக சிந்தனைப் போலீசாரிடம் போய் அவ்வளவையும் சொல்லித்தான் இருப்பாள். அவர்களுக்குக் கல்யாணமாகி மூன்று நான்கு மாதங்களுக்குப் பிறகு நடந்த ஒரு சம்பவத்தைப் பற்றி ஜூலியாவிடம் சொன்னான் அவன்.

வின்ஸ்டனும் காதரினும் பலருடன் எங்கேயோ உல்லாசப் பயணம் கிளம்பினார்கள். இரண்டு நிமிடம் பின்தங்கித் தப்பான ஒரு திருப்பத்தில் திரும்பி வழி தவறிவிட்டார்கள் அவர்கள். வழி கேட்க அங்கு யாரும் எதிர்ப்படவில்லை. ஒரு குன்றின் உச்சியில் அவர்கள் பின்தொடர்ந்த பாதை முடிந்து விட்டது. தவறு ஏதோ நேர்ந்துவிட்ட மாதிரி காதரினுக்கு எண்ணம் தோன்றிவிட்டது. வந்த வழியே அவசரமாகத் திரும்பிவிடவேண்டும் என்று அவள் விரும்பினாள். அங்கு செங்குத்தான பாறைக்குக் கீழே வளர்ந்திருந்த புல் பூண்டுகளைப் பார்த்துக்கொண்டு அவன் நின்றான்.

“பார் காதரின்! அந்தப் புல் இரண்டு வர்ணங் காட்டுகிறது, பார்!”

“அவள் எட்டிப் பார்க்கும்போது, அந்தத் தனிமையில் அவளைப் பாறையில் உருட்டித் தள்ளி கொன்றுவிட்டால் யாரும் கண்டுகொள்ள முடியாது. அவளை நிறுத்திவைக்க அணைத்த கையாலேயே பிடித்துத் தள்ளியிருக்கலாம். எங்காவது ஒலிவாங்கி வைத்திருந்தாலும்கூட அதில் சப்தம்தானே கேட்கும்? தப்பிவிடலாம்...”

“ஏன் தள்ளிவிடவில்லை நீ? நானாக இருந்தால் தள்ளியிருப்பேன்” என்றாள் ஜூலியா.

“இப்போதுபோல் இருந்தால் நானும் தள்ளியிருப்பேன். அப்போது மனம் வரவில்லை. ஆனால், இப்போதும் என்னால் நிச்சயமாகச் சொல்ல முடியாது.”

“தள்ளவில்லையே என்று வருத்தம்தான்.”

“வருத்தம்தான்.”

ஜூலியா வாலிபத்தின் மிடுக்குடன், வாழ்வு தனக்கு எதையோ அளிக்கப்போகிறது என்ற நம்பிக்கையுடன் காத்திருந்தாள். புறாக்களின் வாசனையை அவள் தலை மயிர் வாசனை அடக்கி அழித்துவிட்டது. ஒருவனையோ அல்லது ஒருத்தியையோ தள்ளிக் கொன்றுவிடுவதால் மட்டும் வாழ்க்கைப் பிரச்சனைகளில் எதுவும் தீர்ந்துவிடாது என்பதைப் புரிந்துகொள்ள அவளுக்கு அனுபவம் போதாது.

“பெண்டாட்டியைப் பிடித்துத் தள்ளியிருந்தால்கூட எதுவும் எப்படியும் மாறிவிடாது” என்றான் வின்ஸ்டன்.

“இருந்தாலும் அன்று அப்படிச் செய்யவில்லையே என்று நீ வருந்தத்தானே செய்கிறாய்?”

“அது சரி, தோல்வி தவிர்க்க முடியாதது என்றாலும் ஒரு தோல்வியைவிட வேறொருவிதமான தோல்வி நல்லது என்றுதானே தோன்றுகிறது?”

அவள் அதை ஏற்றுக்கொள்ளவில்லை என்பதற்கு அடையாளமாகத் தோள்பட்டையை உலுக்கினாள். தனி மனிதன் தோல்வியடையத்தான் வேண்டும் என்பதை அவள் ஏற்றுக் கொள்வதே கிடையாது. இஷ்டப்படி வசிக்கத் தன்னால் ஒரு கற்பனை உலகத்தைச் சிருஷ்டித்துக்கொள்ள முடியும் என்று அவள்

நம்பினாள். அதே சமயம் என்றாவது ஒருநாள் சிந்தனைப் போலீஸ் தன்னைக் கண்டுபிடித்துக் கொன்றுவிடும் என்கிற எண்ணமும் அவள் மனதில் இருந்தது. ஆனால், தைரியமும் அதிர்ஷ்டமும் கெட்டிக்காரத்தனமும் இருந்தால் அகப்பட்டுக் கொள்ளாமல் இருக்க முடியும் என்றும் அவள் எண்ணினாள். சந்தோஷம் என்பதே இல்லாத ஒரு விஷயம் என்பது அவளுக்குப் புரியவில்லை. கட்சியை எதிர்க்கத் துணிந்தது முதலே தான் ஒரு பிணத்துக்குச் சமம் என்பதை உணரவேண்டும். வெற்றி என்பது எந்தக் காலத்திலோ வரப்போகிற ஒரு விஷயம் என்பதை அறியவேண்டும் என்று வின்ஸ்டன் சொன்னது அவளுக்கு ஏற்கவில்லை.

"நாம் இறந்தவர்கள்!"

"இன்னும் நாம் இறந்துவிடவில்லையே!"

"ஆறுமாதம் - ஒரு வருடம் - ஐந்து வருடம் தப்பலாம். எனக்குப் பயமாகத்தான் இருக்கிறது, மரணத்தைப் பற்றி நினைக்கும்போது. நீ என்னைவிடச் சிறியவள்; உனக்கு அதிக பயமாக இருக்கவேண்டும். இன்றுள்ள மனிதர்கள் இதே மாதிரியிருக்கும் வரையிலும் நாம் செத்தவர்கள்தான். சாவதும் இருப்பதும் ஒன்றுதான்."

"வெறும் குப்பை இது! என்னோடு படுப்பதற்குப் பதில் ஒரு எலும்புக் கூட்டோடு படுக்க நீ விரும்புவாயா? உயிருடன் இருப்பதை ஆனந்தமாக நீ அனுபவிக்கவில்லையா? நான் உயிருடன் இருக்கிறேன். இது என் உயிருள்ள கை, இது என் உயிருள்ள கண் என்கிற நினைப்பு உனக்கு ஆனந்தமாக இல்லையா?"

அவள் தன் ஸ்தனங்களை அவன் மார்பில் வைத்து அழுத்திக்கொண்டு உட்கார்ந்திருந்தாள். அவள் வாலிபத்தின் வேகம் அவனுள் பாய்வது போல இருந்தது வின்ஸ்டனுக்கு.

"அது எனக்கும் ஆனந்தமாகத்தான் இருக்கிறது" என்றான்.

"அப்படியானால் சாவதைப் பற்றிப் பேசுவதை நிறுத்தி விடு. இப்போது மறுபடியும் நாம் எப்போது, எங்கே சந்திப்பது என்பது பற்றிச் சிந்திப்போம். மீண்டும் அந்தப் புல் தரைக்குப் போவோம்; வேறு ஒரு வழியாகப் போகலாம், கேள்"

தரையில் படிந்திருந்த புழுதியில் படம் வரைந்து, அவன் பின்பற்ற வேண்டிய வழியை வரைந்துகாட்டினாள் ஜூலியா.

3

வயதான கார்ரிங்டனின் கடைக்கு மேலிருந்த அந்த அறையைச் சுற்றிப் பார்த்தான் வின்ஸ்டன். ஜன்னலுக்குப் பக்கத்தில் அந்தப் பெரிய படுக்கை தயாராக இருந்தது.

கணப்பருகே ஒரு பழைய எண்ணெய் ஸ்டவ் இருந்தது. அதற்கருகில் ஒரு தட்டும் இரண்டு கோப்பைகளும் கிடந்தன. ஸ்டவ்வை ஏற்றி வெந்நீர் போட்டான் வின்ஸ்டன். வெற்றிக் காப்பி கொஞ்சமும் செயற்கை சர்க்கரையும் கொண்டு வந்திருந்தான். ஏழு இருபது என்று கடிகாரம் மணி காட்டியது. அவள் ஏழு இருபதுக்கு வருவதாகச் சொல்லியிருந்தாள் வந்துவிடுவாள்.

அடுத்த கணம் மற்றொரு எண்ணம் தோன்றியது. அசட்டுத்தனம்! அசட்டுத்தனம்! தற்கொலை செய்துகொள்வதற்கு ஒப்பான அசட்டுத்தனம் இது என்று அவனுக்கும் தெரிந்தது. மறைக்க முடியாத குற்றம் இது கட்சி அங்கத்தினன் செய்யக்கூடிய குற்றங்களிலே இதுதான் பெரியது, மறைக்க முடியாதது. எதிர்பார்த்தபடியே கார்ரிங்டன் அதிகத் தொந்தரவு கொடுக்காமலே சம்மதித்துவிட்டார். சில டாலர்கள் தனக்குக் கிடைக்குமே என்பதுதான் அவர் சம்மதித்தற்குக் காரணம். காதல் விவகாரத்துக்காக அந்த அறையை விரும்பினான் என்று தெரிந்த பிறகும்கூட அவர் ஆட்சேபம் சொல்லவில்லை. பொதுவாக எதையெல்லாமோ பற்றிப் பேசினாரே தவிர இதைப் பற்றி எதுவும் சொல்லவில்லை. தனிமை அவசியம் என்றார். ஒவ்வொரு மனிதனும் சில நிமிட நேரமாவது தனிமையாக இருக்க விரும்புவதில் தவறு ஒன்றுமில்லை என்றார். தன் வீட்டுக்குள் வருவதற்கு இரண்டு வழிகள் இருக்கின்றன என்று கடைசியாகச் சொல்லிவிட்டு அவர் போய்விட்டார்.

ஜன்னலுக்குக் கீழே யாரோ பாடிக்கொண்டிருந்தது அவன் காதில் விழுந்தது. ஜூன் மாத சூரியன் பிரகாசமாக இருந்தது. ராட்சஸ உருவத்தில் ஒரு பெண் ஜன்னலுக்கப்பால் தெரிந்த முற்றத்தில் துணிகள் கசக்கிப் பிழிந்துகொண்டிருந்தாள். அவள் உரக்கப் பாடிக்கொண்டிருந்தாள்.

“வெறும் கனவு - ஆதாரமற்றது,

ஏப்ரல் தினம்போல அது போய்விட்டது,

ஒரு பார்வை, ஒரு வார்த்தை, கிளப்பிய கனவு, அந்தக் கனவு உன் உள்ளத்தைக் கொள்ளைகொண்டது” என்று பாடினாள் அவள்.

பல வாரங்களாக லண்டனில் மிகவும் பிரபலமாக இருந்த ஒரு பாட்டு அது. கட்சியின் சங்கீத இலாகாவினர் ப்ரோல்களுக்காகவென்று சிருஷ்டித்துத் தந்த கீதங்களில் இதுவும் ஒன்று. இயந்திரங்களில் வார்த்தைகளைப் போட்டுக் குலுக்கி எடுத்து கீதங்கள் உண்டாக்குவது ஓஷியேனியாவில் இப்போது பழக்கமாகிக்கொண்டிருந்தது. ஆனால், இந்தப் பாட்டுக்குப் புது அர்த்தம் ஒன்றிருப்பது போலப் பாடினாள் அந்தப் பெண். தெருவிலே குழந்தைகள் அமர்க்களம் செய்து கொண்டிருந்தார்கள். தூரத்தில் வண்டிகள் ஓடும் சப்தம் கேட்டது. இருந்தும் அங்கு மௌனம் நிலவிய மாதிரி இருந்தது. ஏனென்றால் வாழ்நாள் பூராவும் பழக்கமாகிவிட்ட டெலிஸ்க்ரீன் அங்கு இல்லை.

அசட்டுத்தனம்தான் என்று எண்ணினான் அவன். சில வாரங்களுக்கு அதிகமாக அவர்கள் அந்த அறையை உபயோகிக்க முடியாது என்பது நிச்சயம். தங்களுக்கென்று ஒரு மறைவிடம் வேண்டும் என்கிற ஆசை தோன்றியது சகஜம் தானே! தவிரவும் ஆலயத்து கோபுரத்தில் சந்திப்பது சாத்தியமில்லாமற் போய் விடக்கூடும். வெறுப்பு வாரத்தை உத்தேசித்து எல்லோருடைய வேலை நேரமும் அதிகரிக்கப்பட்டிருந்தது. வெறுப்பு வாரத்துக்கு ஒரு மாதமிருந்தது. அதனால் எல்லோருக்குமே வேலை அதிகமாகத்தான் இருந்தது. இருவரும் புல்வெளிக்குப் போவதாகத் திட்டமிட்டிருந்ததற்கு முதல்நாள் தெருவில் சந்தித்தபோது அவள் அவனை நெருங்கி, நிமிர்ந்து பார்க்காமல் சொன்னாள், "நாளை நாம் போக முடியாது."

"ஏன்?"

"வழக்கம் போன்ற காரணம்தான்" வருத்தத்துடன் கூறினாள்.

ஒரு நிமிடம் வின்ஸ்டனுக்குக் கோபம் வந்துவிட்டது. அவன் அவளிடம் வைத்திருந்த ஆசையின் சுபாவம் இப்போது மாறி விட்டது. அவளைக் காதலிக்க வேண்டும் என்று அவன் தன் மனத்தைக் கட்டாயப்படுத்திக்கொள்ள வேண்டிய அவசியம் என்கிற நிலைமை ஏற்பட்டுவிட்டது. தனக்கு அவளிடம் ஒரு உரிமையுண்டு என்றே எண்ணத் தொடங்கிவிட்டான் அவன். கல்யாணமானவர்களாக இருந்தால் பயப்படாமல் பேசிக்கொண்டு உல்லாசமாக இருக்கலாமே! தனியாக அவர்கள் இருவரும் கூடுவதற்கு ஒரு இடம் இருந்தால் தேவலை என்று எண்ணி அவன் கார்ரிங்டனின் மாடி அறையைக் கேட்டான். கிடைத்தும்விட்டது அது. விஷயம் தெரிந்ததும் அவளும் ஒப்புக் கொண்டுவிட்டாள்; இது பைத்தியகாரத்தனம் என்பது அவர்கள் இருவருக்குமே

தெரியும். தெரிந்தும் துணிந்து அதில் இறங்கிவிட்டார்கள். அன்பு மந்திரிசபையின் காரியாலயத்துக்குக் கீழ்த்தளத்தைப் பற்றி எண்ணிக்கொண்டே படுக்கையில் உட்கார்ந்திருந்தான் அவன். பயங்கரமான தண்டனைகள் பற்றி பயத்துடன் அவன் உட்கார்ந்திருந்தான். மரணத்துக்கு முன் நடக்கக்கூடியதையெல்லாம் கற்பனைசெய்து பார்த்தான் அவன். சகித்துக்கொள்ள முடியாத அந்த வேதனையை முன்கூட்டியே நினைத்துச் சகித்துக்கொண்டு அங்கு உட்கார்ந்திருந்தான் அவன்.

மாடிப்படியில் காலடிச் சப்தம் கேட்டது. ஜூலியா உள்ளே வந்தாள். அவள் கையில் ஒரு பையுடன் வந்தாள். அவளைக் கட்டித் தழுவ வேண்டுமென எழுந்த வின்ஸ்டனைத் தடுத்து நிறுத்தினாள்.

"ஒரு விநாடி இரு. வெற்றிக் காப்பிதானே கொண்டு வந்தாய் நீ? அதைத் தூக்கி எறி, இதோ பார்."

அவள் மண்டியிட்டு தன் பையைத் திறந்தாள். உண்மையான சர்க்கரை, காபிப்பொடி, வெள்ளை ரொட்டி, ஒரு டின் பால் எல்லாம் கொண்டுவந்திருந்தாள். காப்பி வாசனை தெரிந்துவிடப் போகிறதே என்று கருதி ஒரு சாக்கைச் சுற்றிக் கொணர்ந்திருந்தாள்.

"காப்பி, உண்மையான காப்பி!" என்றான் வின்ஸ்டன்.

"கட்சி உட்குழு அங்கத்தினர்களுக்கு மட்டும் கிடைக்கும் காப்பி அது."

"இதெல்லாம் எப்படிக் கிடைத்தது உனக்கு?"

"கட்சி உட்குழு அங்கத்தினர்களுக்காக வைத்திருப்பதில் திருடிக்கொண்டுவந்தேன். ஒரு பாக்கெட் தேயிலைகூட இருக்கிறது" என்றாள் ஜூலியா.

"நல்ல தேயிலையா?"

"இப்போது இந்தியாவைப் பிடித்தாகிவிட்டதில்லையா? இதனால் உட்குழு அங்கத்தினர்களுக்கு நிறையத் தேயிலை கொடுக்கப்படுகிறது. பன்றிகள்! இவர்களுக்கு எதுவும் கிடைக்கிறது" என்றாள் ஜூலியா.

பிறகு, "காதலனே கேள்" என்றாள் ஜூலியா. "மூன்று நிமிடங்கள் திரும்பி நில். எதிர்ப்பக்கம் பார். இந்தப் பக்கம் பார்க்காதே! ஜன்னலருகேயும் போகாதே."

வெளியே முற்றத்தில் சலவைக்காரி இன்னமும் பாடிக் கொண்டே துணிகளைத் துவைத்துக்கொண்டிருந்தாள்.

“காலம் எதையும் ஆற்றிவிடுகிறது என்றார்கள்.
யாராலும் எதையும் மறக்க முடியும் என்றார்கள்.
ஆனால், சிரிப்பும் கண்ணீரும் வருடம் பூராவும்
மறக்க முடியாமல் என்னை உருக்குகின்றனவே!”

ஒன்றன்பின் ஒன்றாகக் கவிதையைப் பாடினாள் அவள். தானாகப் பாடிய கட்சி அங்கத்தினன் யாரையும் தெரியாது வின்ஸ்டனுக்கு. இதுவே ஒரு புதுமையாகத்தான் இருந்தது. பட்டினி கிடந்துகொண்டிருந்தவர்களை, நம்பிக்கை இழந்து விட்டவர்களைப் பாடு என்று சொல்லித்தான் என்ன லாபம்?

“திரும்பு இப்போது” என்றாள் ஜூலியா.

திரும்பிப் பார்த்தான். ஒரு விநாடி அவளை அவன் அறிந்து கொள்ளவே முடியவில்லை. அவள் நிர்வாணமாகக் காட்சியளிப்பாள் என்று எண்ணியவன் ஏமாற்றமடைந்தான். அவள் முகத்துக்குப் பவுடர் தடவி, உதடுகளுக்குச் சிவப்புத் தீட்டியிருந்தாள். கண்களுக்குக் கருப்பு மை இட்டிருந்தாள். அவள் இதையெல்லாம் நன்றாகச் செய்யவில்லை. ஆனால், நன்றாக மேக்கப் பண்ணுவதை அறியாதவன் வின்ஸ்டன். கட்சியைச் சேர்ந்த பெண் ஒருத்தி மேக்கப் செய்துகொள்ளக்கூடாது என்பது சட்டம். எங்கேயோ, எப்படியோ கடையில் அவள் இத்தனையையும் வாங்கிக்கொண்டு வந்துவிட்டாளே! அவளைக் கட்டி அணையும்போது செண்டு வாசனையும் அடித்தது.

“செண்டு வாசனைகூடவா?”

‘ஆம், வாசனைகூடத்தான். இந்த நிஜார்களுக்குப் பதிலாக நான் ஒரு கௌன் வாங்கி அணிந்துகொள்ளப் போகிறேன். நான் கட்சி அங்கத்தினளாக இருந்தது போதும். இனி ஒரு பெண்ணாக இருக்கப்போகிறேன் இந்த அறையில்.’

ஆடைகளை எடுத்தெறிந்துவிட்டு கட்டிலில் படுத்தார்கள் இருவரும். அவனும் அவள் முன் நிர்வாணமாக நின்றது இதுதான் முதல்தடவை. “மூட்டைப் பூச்சிகள் இருக்கும். அதைப் பற்றி நமக்கென்ன கவலை இப்போது” என்றாள் ஜூலியா.

சிறிதுநேரம் கழித்து அவர்கள் இருவரும் தூங்கிவிட்டார்கள். வின்ஸ்டன் விழித்துக்கொண்டபோது மணி கிட்டத்தட்ட

ஒன்பதாகிவிட்டது. அவன் கைமேல் தலைவைத்துக்கொண்டு ஜூலியா தூங்கிக்கொண்டிருந்ததால் அவன் அசையாமல் சிறிது நேரம் படுத்திருந்தான். அவன் முகத்திலும் தலையணையிலும் அவள் மேக்கப் வர்ணங்கள் எல்லாம் அப்பி விட்டன. எனினும் அழகாக இருந்தாள் அவள். மேற்கே மறைந்துகொண்டிருந்த சூரியனின் மஞ்சள் கிரணம் அறைக்குள் வந்தது. சலவைக்காரி பாடுவதை நிறுத்திவிட்டாள். சில சிறுவர்களின் குரல்கள் தூரத்திலிருந்து ஒலித்தன. இப்படி ஆனந்தமாகப் படுத்திருப்பது என்கிற காரியம் பழைய நாட்களில் மிகவும் சாதாரணமாக இருந்தது என்பதை எண்ணிப் பார்த்தான் வின்ஸ்டன். எழுந்திருக்கவேண்டும் என்கிற கட்டாயமே இல்லாமல் இருப்பது ஆனந்தம்தானே! ஜூலியாவும் விழித்துக்கொண்டு, கண்களைத் துடைத்துக்கொண்டு எழுந்து உட்கார்ந்தாள்.

"ஊற்றிய தண்ணீரில் பாதி கொதித்து ஆவியாகிவிட்டது. ஒரு நிமிடத்தில் எழுந்து நான் காப்பி தயார் செய்கிறேன். விளக்கை உன் அறையில் எப்போது அணைப்பார்கள்."

"பதினொன்றரைக்கு."

"எங்கள் ஹாஸ்டலிலும் பதினொன்றரைக்குத்தான் அணைத்து விடுகிறார்கள். அதற்குள் போயாகவேண்டும்" என்று கூறிக்கொண்டிருந்தவன் திடீரென "...எங்கே வந்தே? ஓடு" என்று தன் பூட்ஸைத் தூக்கி ஒரு மூலையை நோக்கி எறிந்தாள் ஜூலியா.

"என்ன அது?" என்று கேட்டான் வின்ஸ்டன்.

"எலி, எட்டிப்பார்த்தது"

"எலியா? இங்கேயா?"

"எங்கள் ஹாஸ்டலில்கூட எலிகள் இருக்கின்றன. லண்டனில் பாதி இடங்களில் எலிகள் ஏராளமாக இருக்கின்றன. சில இடங்களில் குழந்தையைத் தனியாக விட்டுவிட்டுப் போனால் எலிகள் கடித்துத் தின்றுவிடும். அதுவும் அந்தப் பழுப்பு நிற எலிகள் மிகவும் பொல்லாதவை..."

"வேண்டாம், வேண்டாம்." என்று சொல்லித் தன் கண்களை மூடிக்கொண்டான் வின்ஸ்டன்.

"காதலனே! என்ன இப்படிப் பயப்படுகிறாய்? என்ன விஷயம். எலிகளைக் கண்டு இப்படிப் பயமா?"

“உலகில் இருக்கிற எத்தனையோ பயங்கரங்களில் எலிகள்தான் எனக்கு மிகவும் பயங்கரமானவை...”

தன் உடலால் அவனை உற்சாகப்படுத்தி, ஊக்கமூட்டி, தைரியம் தர விரும்பியவள்போல அவள் அவனை அணைத்துக் கொண்டாள். அவன் உடனே கண்களைத் திறந்துவிடவில்லை. ஏதோ பயங்கரமான கனவு கண்டு விழித்துக்கொள்பவன் போல நடுங்கினான் அவன். நீண்ட காலமாக அவனைத் துரத்தி வரும் கனவு அது. ஜூலியா பக்கத்திலிருப்பதால் அதிலுள்ள பயங்கரம் குறைவதுபோல இருந்தது.

“வேறு ஒன்றுமில்லை. எனக்கு எலிகள் என்றால் மிகவும் பயம்.”

“காதலனே கவலைப்படாதே, எலிகள் இங்கு வராது. ஓட்டைகளை அடைத்துவிட்டால் போகிறது. சிமிட்டி கொண்டுவந்து அடைத்துவிடலாம், பயப்படாதே!”

வின்ஸ்டனுக்குப் பீதி மறையத் தொடங்கிவிட்டது. அந்த பயத்துக்கு இடம் தந்தது பற்றி அவனுக்குக் கொஞ்சம் வெட்கமாகக்கூட இருந்தது. ஜூலியா எழுந்து காப்பி தயார் செய்தாள். அந்த வாசனையே நம்பிக்கையும் தெம்பும் தருவதாக இருந்தது. ஜூலியா சட்டைப்பையில் கையைப் போட்டுக்கொண்டு அறையைச் சுற்றி வந்தாள். பவளக்கொடி படர்ந்திருந்த அந்தக் கண்ணாடிக் குண்டைக் கையில் எடுத்துப் பார்த்தாள். அவள் கையிலிருந்து அதை வாங்கினான் வின்ஸ்டன்.

“என்ன அது? எதற்கு உபயோகப்படும்?”

“எதற்கும் பிரயோசனமில்லை என்பதுதான் அதன் வசீகரத்துக்குக் காரணம். சரித்திரத்தில் ஏற்பட்ட அழிவைத் தப்பி இருந்துவிட்ட ஒரு உபயோகமற்ற பொருள் அது.”

“அதோ அந்தப்படம் நூறு வருடத்துக்கு முந்திய படமாக இருக்குமா?” என்று விசாரித்தாள் அவள்.

“அதிகமிருக்கும். இருநூறு வருடமும் இருக்கலாம்.”

“அது எந்தக் கட்டிடத்தின் படம்? எங்கேயோ பார்த்த மாதிரி இருக்கிறதே!”

“சந்தக் க்ளமெண்டின் ஆலயம் என்று ஒன்று இருந்ததாம்; அதன் படம்தான் அது” என்றான். பிறகு, “ஆரஞ்சுகளும் எலுமிச்சைகளும்

என்று சொல்கிறது க்ளெமெண்டின் மணிகள்" என்ற பாட்டின் முதல் அடியைச் சொன்னான் வின்ஸ்டன்.

"மூன்று காசுகள் தரவேண்டும் நீ என்கிறது மார்ட்டின் மணிகள்; என்று தரப்போகிறாய் என்கிறது பழைய பெய்லி மணிகள்" என்று பாடினாள் ஜூலியா.

"உனக்கு இந்தப் பாட்டைச் சொல்லித் தந்தது யார்?"

"என் தாத்தா. நான் குழந்தையாக இருக்கும்போது அவர் இதைச் சொல்வார். எனக்கு எட்டு வயதாகும்போது அவரை ஒழித்துக் கட்டிவிட்டார்கள். கடைசி வரிகள்கூட ஞாபகம் வருகிறது. "படுக்கைக்குப் போக வெளிச்சம் காட்ட மெழுகுவர்த்தி வருகிறது. உன் தலையை வெட்ட அரிவாள் வருகிறது" என்று முடியும் அந்தப் பாட்டு. நான் ஆரஞ்சுபழம் பார்த்திருக்கிறேன். எலுமிச்சை என்றால்தான் என்னவென்று தெரியவில்லை. உருண்டையான மஞ்சள் கலந்த சிவந்த பழங்கள் ஆரஞ்சுகள்."

"எலுமிச்சைகள்கூட உருண்டையாக மஞ்சள் நிறத்துடன்தான் இருக்கும். ஆனால், ஒரே புளிப்பாக இருக்கும். நான் குழந்தையாக இருக்கும்போது அவற்றை நிறையப் பார்த்திருக்கிறேன்."

"அந்தப் படத்திலே ஏராளமான மூட்டைப் பூச்சிகள் இருக்கும். ஒருநாள் எடுத்துப் பார்க்கவேண்டும்" என்றாள் ஜூலியா. "நாம் கிளம்ப நேரமாகிக்கொண்டிருக்கிறது. மேக்கப்பை எல்லாம் அழித்தாக வேண்டும். உன் முகத்திலுள்ள லிப்ஸ்டிக்கையும் அழிக்க வேண்டும்." அவள் சொன்னாள்.

அப்படியும் எழுந்திருக்காமல் வின்ஸ்டன் இன்னும் சிறிது நேரம் படுத்திருந்தான். பவளம் பாய்ந்திருந்த கண்ணாடிக் குண்டைப் பார்த்துக்கொண்டேயிருந்தான். வானத்தையும் பூமியையும் அதற்கப்பாலுள்ளதையும் கண்ணாடிக்குள் அவன் கண்டதுபோலே இருந்தது. தன் வாழ்க்கையும் ஜூலியாவின் வாழ்க்கையும் அந்தப் பவளச் சின்னத்திலே அடங்கியிருந்த மாதிரி அவனுக்குத் தோன்றியது.

4

ஸைம் மறைந்துவிட்டான். எங்கேயோ காணவில்லை. வேலைக்கு வரவில்லை. விவேகமற்ற சிலர் அவனைப்பற்றி இரண்டொரு நாட்கள் விசாரித்தனர். வின்ஸ்டன் யாரையும் விசாரிக்கவில்லை.

அதற்கு அவசியமேயில்லை. ஒரு நாள் அறிக்கைகள் ஒட்டும் பலகையில், சதுரங்கக் கமிட்டியின் அங்கத்தினர்கள் பெயர்கள் அடங்கிய ஒரு பட்டியலில் ஸைமின் பெயரைக் காணவில்லை என்று கண்டவுடனேயே வின்ஸ்டன் விஷயத்தைப் புரிந்துகொண்டுவிட்டான். பட்டியல் பார்ப்பதற்கு முன்போலவேதான் இருந்தது. ஆனால், ஸைமின் பெயரைக் காணவில்லை. ஸைம் என்கிற ஆளைப் போலவே அவன் பெயரும் மறைந்து விட்டது. எப்படியோ! அப்படி ஒருவன் இருந்தானா என்ன?

நல்ல உஷ்ணமான நாட்கள் ஒன்றன்பின் ஒன்றாகச் சென்றன. அவன் வேலைசெய்யும் அந்தக் காரியாலயத்தில் சீதோஷ்ணம் சரியாக இருந்தது. ஆனால், வெளியே கிளம்பினால் காலைச் சுட்டது. நண்பகலில் பூமிக்குக் கீழ் ஓடும் ரெயில்களில் சென்ற மனிதர் கூட்டத்தில் நாற்றம் வீசியது. வெறுப்பு வாரத்துக்கு தயார் செய்யும் காரியங்கள் துரிதமாக முன்னேறிக்கொண்டிருந்தன. எல்லா மந்திரி காரியாலயங்களிலும் எல்லோரும் காலவரம்புக்கதிகமாகவே வேலை செய்துகொண்டிருந்தனர். ஊர்வலங்கள், பிரசங்கங்கள், ராணுவ விளையாட்டுகள், கண்காட்சிகள், சினிமா காட்சிகள், டெலிஸ்க்ரீன் நிகழ்ச்சிகள் எல்லாம் ஒன்றன்பின் ஒன்றாகத் தயாரிக்க வேண்டியிருந்தன. கொடிகள், தோரணங்கள், பல்லாயிரக் கணக்கில் கட்டியாக வேண்டும். வைக்கோல் பொம்மைகள் தயாரிக்க வேண்டும். பேனர்கள் தயாரிக்க வேண்டும். ஜூலியா வேலை பார்த்த நாவல் எழுதும் இலாகா- இப்போது வெறுப்பு இலக்கியம் தயாரிப்பதில் ஈடுபட்டிருந்தது. இப்போது வின்ஸ்டன் அன்றாட வேலைகளுடன் பழைய டைம்ஸ் பத்திரிகைகளைப் புரட்டித் திருத்தவேண்டிய இடங்களைத் திருத்தியும் அழிக்க வேண்டியதை அழித்தும் பல வேலைகள் பார்த்தான். இரவில் ப்ரோல்கள் கூட்டம் கூட்டமாக குறுக்கும் நெடுக்கும் கூச்சல் போட்டுக்கொண்டு திரிந்தனர். பறக்கும் குண்டுகள் பல லண்டன் பிரதேசத்தில் வந்து விழுந்து வெடித்தன.

வெறுப்பு கீதம் தயாராகி விட்டது. ஓயாமல் டெலிஸ்க்ரீன்கள் அந்த கீதத்தை அள்ளி வீசின. நாய் கோபமாக குரைப்பது போன்ற வார்த்தைகள் அடங்கிய அந்தப் பாட்டைப் பலரும் ஓயாமல் முணுமுணுத்துக்கொண்டே இருந்தார்கள். நூறு குரல்கள் ஒன்று சேர்ந்து அதைப் பாடும்போது பயங்கரமாகவே இருந்தது. கொடிகள், தோரணங்கள் இவற்றைத் தயார் செய்கிற காரியங்களில் வின்ஸ்டன் மாலைப் பொழுதைப் போக்கினான். பார்ஸன்ஸின் குழந்தைகள் ஓயாமல் வெறுப்பு கீதத்தைப் பாடின. வெற்றி மாளிகையில் மட்டும்

நாநூறு மீட்டர் தோரணங்கள் பறக்கவிடப் போவதைப் பற்றி பார்ஸன்ஸ் பெருமையாகச் சொல்லிக்கொண்டான். வழக்கத்தைவிட அதிகமாக வியர்வை வழிந்தோட அவன் மிகவும் சுறுசுறுப்பாக வேலைசெய்து கொண்டிருந்தான்.

ஒரு புதுச் சுவரொட்டி லண்டன் நகரம் முழுவதும் காட்சியளித்தது. ஒரு யூரேஷிய வீரன் ஒரு இயந்திரத் துப்பாக்கியுடன் நடந்துகொண்டிருந்தான். அந்தப் படத்தில் அந்தத் துப்பாக்கியின் வாய் எங்கிருந்து யார் பார்த்தாலும், அது பார்த்தவர் பக்கம் திருப்பியிருப்பது போல இருந்தது. இப்படம் எல்லாச் சுவர்களிலும் ஒட்டப்பட்டிருந்தது. முத்தண்ணாவின் படங்களைவிட அதிகமாக இந்தப் படங்கள் இருந்தன. முக்கியமாக ப்ரோல்களிடையே தேசிய உணர்ச்சியைப் பரப்பி, அவர்களை சண்டை செய்யத் தூண்டுவதற்காக ஒட்டப்பட்டிருந்த படம் அது. போதாததற்கு அதே சமயம் ஒரு குண்டு கூட்டம் நிறைந்த ஒரு சினிமா தியேட்டரில் விழுந்து பலரைக் கொன்றுவிட்டது. அதில் இறந்தவர்களின் மரண ஊர்வலத்தில் அந்தப் பக்கத்து மக்கள் பூராவும் கலந்துகொண்டனர். யுத்த வெறி மீண்டும் மூண்டது. ஒரு விளையாட்டு மைதானத்தில் விழுந்த எதிரிகளின் குண்டுக்குப் பல குழந்தைகள் பலியாயின. கோல்ட்ஸ்டீன்தான் இதற்கெல்லாம் காரணம் என்ற வதந்தி கிளம்பிற்று. மக்கள் அவனுக்குக் கொடும்பாவி கட்டி இழுத்து நெருப்பு வைத்தார்கள். சுவரில் ஒட்டப்பட்டிருந்த யுரேஷிய வீரனின் படங்களைப் பிய்த்துத் தீயிலிட்டார்கள். எதிரிகளுக்கு உளவு கூறிய ஒரு கிழவனையும் கிழவியையும் ஜனங்கள் உயிரோடு தீயிலிட்டுப் பொசுக்கி விட்டார்கள்.

கார்ரிங்டன் கடைக்கு மேலிருந்த அறையில் ஜன்னலுக்கடியிலிருந்த பெரிய படுக்கையில் ஜூலியாவும் வின்ஸ்டனும் சமயம் கிடைக்கும் போதெல்லாம் நிர்வாணமாகப் படுத்திருந்தார்கள். எலி திரும்பி வரவில்லை. உஷ்ணத்தினால் மூட்டைப் பூச்சிகள் ஏராளமாகப் பெருகிவிட்டன. அழுக்குப் படிந்தாலென்ன? குப்பைக்கூளம் இருந்தால் என்ன? அந்த அறைதான் அவர்களுக்கு சொர்க்கம்.

ஜூன் மாதத்தில் நான்கு, ஐந்து, ஆறு, ஏழு தடவைகள் அவர்கள் சந்தித்தார்கள். ஜின் மது சாப்பிட்டுத்தான் உற்சாகம் வரவழைத்துக் கொள்ளவேண்டும் என்கிற அவசியம் இல்லை இப்பொழுதெல்லாம். கால் சிரங்குகூட ஆறிவிட்டது. காலையில் இருமுவதுகூட நின்றுவிட்டது. வாழ்க்கை இப்போது சகித்துக்

கொள்ளக்கூடியதாகிவிட்டது. அடிக்கடி சந்திக்க முடியாததுகூட ஒரு பெரிய விஷயமாகத் தோன்றவில்லை. சந்தித்தாலும் இரண்டொரு மணி நேரத்துக்கு அதிகமாகச் சேர்ந்திருக்கவும் முடியவில்லை. தங்களுக்கென்று ஒரு ரகசியமான இடம், வீடு இருந்தது என்கிற நினைப்பிலே அவர்கள் எதை வேண்டுமானாலும் சகித்துக்கொள்ளும் சக்தி பெற்றவர்களாகி விட்டார்கள். கார்ரிங்டனும் இன்றைய காலத்தைச் சேர்ந்தவரல்ல. கிழவன் வெளியே போவதே கிடையாது. அரை இருட்டிலே தன் காரியங்களை எல்லாம் கவனித்துக்கொண்டு அவர் காலம் தள்ளிக் கொண்டிருந்தார். வின்ஸ்டன் அவருடன் அடிக்கடி பேசுவான். அப்போதெல்லாம் பழைய பாட்டுகள் பலவற்றை அவர் தன் நினைவின் மூலை முடுக்குகளிலிருந்து இழுத்துவந்து வின்ஸ்டனுக்குப் பாடிக் காட்டினார்.

தங்கள் ரகசியம் அதிகநாள் நிலைக்காது என்பது இருவருக்குமே தெரியும். சாவை அவர்கள் அதிசீக்கிரமே எதிர்நோக்கி நிற்கவேண்டி வரும் என்ற எண்ணம் இல்லாமல் இல்லை அவர்களுக்கு. காலம் மிகக் குறுகியது என்கிற நினைவிலே, முடிந்தவரை ஒருவரை ஒருவர் கட்டித் தழுவி இன்பம் துய்த்து விடுவது என்று முயன்றார்கள்; ஆனால், சில சமயம் இவ்வாறே நீண்ட காலம் வாழலாம் என்றும் கனவுகள் காண்பார்கள். அங்கு வந்து சேருகிறவரையில் சிரமமாகத்தான் இருந்தது. ஆனால், வந்து சேர்ந்துவிட்டால் அங்கு எவ்வித கஷ்டமும் வராது என்று நினைத்தார்கள். முத்தண்ணாவின் உலகத்திலிருந்து தப்புவதற்கு வழிகள் உண்டு என்று சில சிமயம் இருவரும் பகற் கனவுகள் காண்பார்கள். இப்படியே ஆயுள் பூராவும் இருந்து விடலாம், அல்லது காதரின் இறந்த பின்பு ஜூலியாவும் வின்ஸ்டனும் கல்யாணம் செய்துகொண்டு சுகமாக இருக்கலாம், அல்லது இருவரும் சேர்ந்தே தற்கொலை செய்துகொள்ளலாம், அல்லது கட்சியின் கண்ணில் அகப்படாமல் எப்படியோ ப்ரோல்கள் உலகத்திலே இருவரும் மறைந்து கலந்துவிடலாம் என்று அவர்கள் கனவு கண்டனர். இதில் எதுவும் நடக்கக்கூடிய காரியங்கள் அல்லதான். இருந்தாலும் பகற்கனவு காண்பதிலே தவறு என்ன? தற்கொலைதான் நடக்கக்கூடியது. ஆனால், அதற்கு அவர்கள் தயாராக இல்லை. இன்று, நாளை, இந்தவாரம், அடுத்தவாரம் என்று காலங்கடத்துவது சரி என்று தோன்றியது அவர்களுக்கு.

கட்சிக்கு எதிராகப் புரட்சி செய்வது என்றுகூடச் சில சமயம் அவர்கள் இருவரும் சிந்தித்தார்கள். சகோதர சேனை என்று ஒன்று உண்டானாலும்கூட அதில் சேருவதற்கு வழிகள் அவர்களுக்குத்

தென்படவில்லை. ஓப்ரியன் பற்றித் தன் கனவுகள், நினைப்புகள் எல்லாவற்றையும் அவளிடம் கூறினான் வின்ஸ்டன். அவர்கள் சகோதர சேனையில் சேருவதற்கு அவன் உதவலாம் என்று எண்ணினான். எல்லோருமே ரகசியமாக மனதின் ஆழத்தில் கட்சியை வெறுத்தார்கள் என்று ஜூலியா எண்ணினாள். ஆனால், அப்படி ஒரு சகோதர சேனை பெரிதாக இருக்க முடியுமா என்பது அவளுக்குச் சந்தேகமாகத்தான் இருந்தது. கட்சி தன் காரியத்தைச் சாதித்துக்கொள்வதற்காக எதிரிகள் பற்றிய பயத்தை கற்பனை செய்துகொண்டது என்று தான் ஜூலியா எண்ணினாள். எந்தக் கூட்டத்திலும் எதிரிகளைப் பற்றி உரக்கக் கூச்சல் போடுகிறவள்தான் ஜூலியா. இரண்டு நிமிட வெறுப்பு நேரத்தில் மற்றவர்களை விட அதிகமாக கோல்ட்ஸ்டீன் மீது வெறுப்புக் காட்டியவள் அவள்தான். ஆனால், கோல்ட்ஸ்டீனைப் பற்றி அவளுக்குத் தெரிந்தது மிகவும் கொஞ்சமே! அவன் கொள்கைகளைப் பற்றி அவளுக்குத் தெரிந்தது மிகவும் கொஞ்சமே! அவன் கொள்கைகளைப் பற்றி அவளுக்கு எதுவும் தெரியாது. ஐம்பது, அறுபது வருடங்களில் நடந்த கொள்கைப் போராட்டங்களை நினைவில் வைக்க அவளுக்கு வயது போதாது. கட்சியை எதிர்த்துப் புரட்சி செய்யும் ஒரு இயக்கம் சாத்தியமானது என்று அவள் நினைக்கவில்லை. ஒவ்வொருவரும் ரகசியமாக கட்சியை எதிர்க்க விரும்பலாம். ஆனால், பலமான எதிர்ப்பு சாத்தியமல்ல என்றே அவள் எண்ணினாள்.

சில விஷயங்களில் அவள் வின்ஸ்டனைவிடக் கெட்டிக்காரி. கட்சிப் பிரச்சாரத்தில் ஏமாறாதவள் அவள். யூரேஷியாவுடன் சண்டையே நடக்கவில்லை. அதெல்லாம் புளுகு என்றாள் அவள். ஜனங்களைப் பயமுறுத்தி வைப்பதற்காக, வெறியூட்டுவதற்காக சர்க்காரே தங்கள் ஜனங்கள் தலையில் குண்டுகளைப் போட்டது என்றாள் அவள். இந்த மாதிரி நினைக்கக்கூட அவனுக்குத் தோன்றியே இராது. இரண்டு நிமிட வெறுப்பு நேரத்தில் சிரிக்காமல் இருக்கத்தான் தான் வெகுவாகப் பாடுபட வேண்டியிருந்தது என்றாள் அவள். ஆனால், சாதாரணமாக தன்னைத்தொடாத கட்சி விஷயங்களில் அவள் கவனம் செலுத்துவதேயில்லை. உண்மையோ, பொய்யோ கட்சிக் கட்டுக் கதைகள் பலவற்றைப்பற்றி அவளுக்குச் சிறிதும் கவலையே இல்லை. அவை முக்கியமல்ல என்று எண்ணினாள் அவள். ஆகாய விமானங்களைக் கண்டுபிடித்தது முத்தண்ணாவின் கட்சிதான் என்று பள்ளிக்கூடங்களிலே அவள் கற்றுக் கொண்டாள். அது உண்மையா, அல்லவா என்பது பற்றிக் கவலையில்லை அவளுக்கு. ஹெலிகாப்டரை 1950இல் கண்டுபிடித்ததாகச் சொல்லிக்கொண்ட

கட்சி 1960இல் போயிங் விமானங்களைக் கண்டுபிடித்ததாகச் சொல்லிக்கொண்டது. இன்னும் சில வருடங்களில் தாங்களே நீராவி இயந்திரத்தையும் கண்டுபிடித்ததாகச் சொல்லிக்கொள்ள ஆரம்பித்து விடும். அதனாலென்ன என்றாள் ஜூலியா. நான்கு வருடத்துக்கு முன் கிழக்காசியாவுடன் சண்டை, இப்போது யூரேஷியாவுடன். சண்டை என்று வின்ஸ்டன் சொன்னபோது, "அதனால் என்ன? சண்டையே பொய்" என்றாள் ஜூலியா. கால்மணி நேரம் அவளுடன் இது பற்றி விவாதித்துப் பார்த்தான் அவன். "செய்திகளா? அவைகள் எல்லாம் பொய்தானே?" என்றாள் திடமாக அவள்.

சில சமயம் ரிகார்ட்ஸ் இலாகாவில் தான் செய்த பொய் சிருஷ்டிகளைப் பற்றிச் சொல்லுவான் வின்ஸ்டன். பொய்கள் உண்மையாவதால் உலகம் அழிந்துவிடாது என்று எண்ணினாள் அவள்; ஜோன்ஸ், ஆரான்ஸன், ரூதர்போர்டு பற்றித் தன் கையில் இருந்த சான்றுகளைப் பற்றி அவன் சொன்னபோது அவள் அவ்வளவாகக் கவலைப்படவில்லை.

"அவர்கள் உன் நண்பர்களா?"

"அதெல்லாமில்லை. அவர்கள் கட்சி உட்குழு அங்கத்தினர்கள்; என்னைவிடப் பெரியவர்கள்; புரட்சிக்கு முந்தியே தலைவர்களாக இருந்தவர்கள்."

"அவர்களைப் பற்றி நீ கவலைப்படுவானேன்? உயிர் துறந்தவர்கள் எல்லோரையும் பற்றிக் கவலைப்பட முடியுமா?"

அவளுக்குப் புரியவைக்க முயன்றான் வின்ஸ்டன்: "யாரோ இறந்ததுபோல இல்லை அது. பழமை பூராவையும் அழித்து விடுவது என்று கட்சி முயல்வது சரியல்ல என்றே எனக்குத் தோன்றுகிறது. பழையவை அனைத்தையும் இஷ்டப்படி அழித்து விடக் கட்சிக்குச் சக்தி உண்டாகிவிட்டது என்றால், அதற்குப் பிறகு என்ன சொல்வது? உண்மை என்பதற்கு சான்று என்பதே கிடையாது. சரித்திரம் நின்றுவிட்டது. கட்சி செய்வதே சரி என்கிற நிகழ்காலம் தவிர வேறு எங்கும் எதுவுமில்லை என்கிற நிலைமை ஏற்பட்டுவிட்டதே! பழங்கால வரலாற்றை மாற்றி விட்டார்கள் என்பதை நான் அறிகிறேன். ஆனால், அது பொய் என்பதையும் நான் அறிகிறேன்; ஆனால், அது பொய் என்பதை நான் அம்பலப்படுத்துவது எப்படி? நானே திருத்தி எழுதியதையும்கூடப் பொய் என்று நிரூபிக்கச் சக்தியற்றவனாகி விட்டேன் நான். உண்மையைப் பொய்யாக்கிய

பின் சான்று ஒன்றுமே இல்லாமல் கட்சி செய்து விடுகிறது. அந்த ஒரு தடவை மட்டுமே ஒரு சான்று என் கையில் அகப்பட்டது."

"அதனால் என்ன லாபம்?"

"லாபமில்லை. அதை நானும் எரித்துவிட்டேன் இரண்டு நிமிடத்தில். இப்போதானால் வைத்திருப்பேன்."

"நான் வைத்திருக்க மாட்டேன். அற்பமான ஒரு விஷயத்துக்காக ஒரு அபாயகரமான விஷயத்தில் தலையிட மாட்டேன் நான்."

"ஆனால், அது உண்மைக்கு ஒரு சான்று. இங்கும் அங்குமாகச் சிலர் மனதில் உண்மை பற்றிச் சந்தேகத்தைக் கிளப்பி விடலாம் அது. நம் வாழ்நாளில் எதையும் சாதிக்க முடியாமல் போனாலும் பிற்காலத்தில் அந்தச் சந்தேகம் வளர்ந்து பெரிதாகலாம். தலைமுறைக்குப் பின் தலைமுறையாக சந்தேக கோஷ்டி வலுப்பெற்று கட்சியைக் கவிழ்த்துவிடலாம் இல்லையா?"

"அடுத்த தலைமுறையைப் பற்றி எனக்கென்ன கவலை? இப்போது நம்மைப் பற்றித்தான் என் கவலை."

"உன் புரட்சியெல்லாம் இடுப்புக்குக் கீழேதான்" என்றான் கிண்டலாக.

உடனே அவள் ஆனந்தத்துடன் அவனைக் கட்டியணைத்து முத்தமிட்டாள். இது ஒரு கேலியாக அவளுக்குப்பட்டது.

கட்சிக் கொள்கை, தத்துவங்களில் அவளுக்கு அதிகமாக ஈடுபாடு இல்லை. இங்ஸாக் கொள்கைகள், இரட்டைச் சிந்தனை, சென்ற காலம் மாறும் என்கிற தத்துவம், உண்மை என்று எதுவும் தனியாகக் கிடையாது என்கிற தத்துவம் முதலிய எதைப்பற்றியாவது அவன் பேச ஆரம்பித்தால், உடனே புரியவில்லை என்று சொல்லிவிடுவாள் அவள். இதெல்லாம் பிதற்றல்; இதைப்பற்றிக் கவலைப்படுவானேன் என்றாள் அவள். இப்படி ஏதாவது அவன் பேச ஆரம்பித்தால், உடனேயே அவள் தூங்கத் தொடங்கிவிடுவாள். எந்த நிமிடத்தில் எப்படி வேண்டுமானாலும் அவளால் தூங்க முடியும்! அவள் கட்சியை ஏமாற்றுவதில் ஓரளவு வெற்றி பெற்றதற்குக் காரணம், அவளுக்குக் கட்சி விஷயங்களில் சிறிதும் ஈடுபாடு இல்லாததனால்தான் என்பதை வின்ஸ்டன் சுலபமாகவே புரிந்துகொண்டான். இதைப்புரிந்து கொள்ளாத மனிதர்களைத்தான் கட்சிக் கொள்கைகள் அதிகமாக அடிமைப்படுத்தின என்று சொல்லவேண்டும். புரிந்துகொள்ளாத காரணத்தினால்தான்

அவர்களுக்குப் பைத்தியம் பிடித்திருந்தது என்றும் சொல்லலாம். கேட்டதையெல்லாம் நம்பி விழுங்கினார்கள். புரிந்துகொள்ளாமலே விழுங்கியது அவர்கள் குடலைக் கெடுக்கவில்லை - அப்படியே வெளியே வந்தது.

5

கடைசியில் அது நடந்துவிட்டது. எதிர்பார்த்த செய்தி வந்து விட்டது. இதற்காகத்தான் அவன் ஆயுள் முழுவதும் காத்திருந்தான்.

வின்ஸ்டன் காரியாலயத்தின் நீண்ட ரேழியில் நடந்து கொண்டிருந்தான். பின்னால் யாரோ வந்துகொண்டிருப்பதை உணர்ந்து அவன் திரும்பினான். வந்தது ஓப்ரியன்தான்.

முதலில் அங்கிருந்து ஓடிவிடத்தான் தோன்றியது அவனுக்கு. இதயம் படக் படக்கென்று அடித்துக்கொண்டது. ஓப்ரியன் அவன்மேல் கைவைத்து உடன் நடந்துகொண்டே சொன்னான்.

"உன்னோடு பேச ஒரு சந்தர்ப்பத்துக்காகக் காத்திருந்தேன். டைம்ஸில் உன்னுடைய புதுமொழிக்கட்டுரை ஒன்றைப் படித்தேன். உனக்குப் புதுமொழியில் மோகமுண்டு இல்லையா?"

"நான் புதுமொழிப் பண்டிதனல்ல; ஏதோ கொஞ்சம் ஈடுபாடுண்டு. அதை உருவாக்குவதில் எனக்குப் பங்கு எதுவும் இல்லை."

"அதை நீ அமைத்தாயோ, அல்லவோ? புதுமொழியில் நன்றாக எழுதுகிறாய். என் அபிப்பிராயம் மட்டுமல்ல அது. சமீபத்தில் உன் நண்பன் ஒருவனுடன் பேசிக்கொண்டிருந்தேன். அவன் பெயர் இப்போது ஞாபகம் இல்லை. அவன் அபிப்பிராயமும் இதுதான்."

ஸைமைப் பற்றித்தான் ஓப்ரியன் சொன்னான் என்பதில் சந்தேகம் சிறிதும் இல்லை வின்ஸ்டனுக்கு. ஸைமைப் பற்றிய பேச்சு எதற்காக வந்தது இங்கே? ஸைம் என்று ஒருவன் எப்போதுமே இல்லை என்றாகிவிட்டது. அவன் இல்லாதவன். ஓப்ரியன் அவனைப்பற்றிச் சொன்னதே சிந்தனைக் குற்றம்தான். இருவரையும் பிணைக்க இந்தக் குற்றக்கயிறு இருக்கிறது என்று எண்ணினான் வின்ஸ்டன். இது ஒரு சைகை. இதற்கு ஒரு தனி அர்த்தம் உண்டு என்று எண்ணினான். பாதையிலேயே நின்று ஓப்ரியன் சொன்னான்.

க.நா. சுப்ரமண்யம் 139

“நீ எழுதிய கட்டுரையில் பழைய புதுமொழி வார்த்தைகள் இரண்டு இருக்கின்றன. புது அகராதி பத்தாவது பதிப்பைப் பார்த்தாயா நீ ? அந்தப் புதுமொழி வார்த்தைகள் பழசானது சமீபத்தில்தான்.”

“இல்லை. அகராதி - பத்தாவது பதிப்பு இன்னும் வரவில்லை என்று நான் நினைத்தேன்.”

“இன்னும் அது அமுலுக்குவர இரண்டொரு மாதங்கள் இருக்கின்றன; எனினும் முக்கியஸ்தர்கள் பலருக்கு முன் கூட்டியே புதுப்பதிப்பு அனுப்பப்பட்டுவிட்டது. என்னிடம் ஒரு பிரதியிருக்கிறது. அனுப்பட்டுமா? பார்க்கிறாயா?”

“நிச்சயமாக” என்றான் வின்ஸ்டன். இது வேறு எதற்கோ வழி என்பது அவனுக்கு உடனேயே புரிந்துவிட்டது.

“புது வார்த்தைகள் பல மிகவும் சுவாரசியமானவை. செயப்படு வினைகள் பல அகற்றப்பட்டுவிட்டன. அகராதியை உனக்கு அனுப்பி வைக்கட்டுமா? நான் மறந்து விடுவேன். நீயே என் வீட்டுக்கு வந்து எடுத்துக்கொள்ளேன், என் விலாசத்தைத் தருகிறேன்.”

அவர்கள் ஒரு டெலிஸ்க்ரீன் முன் நின்று கொண்டிருந்தார்கள். டெலிஸ்க்ரீன் கண்ணில் படும்படியாக நின்று கொண்டு அவன் தன் விலாசத்தை எழுதி வின்ஸ்டனிடம் தந்தான். “மாலை நேரங்களில் வீட்டில்தான் இருப்பேன். நான் இல்லாவிட்டால் என் வேலைக்காரன் தருவான் அகராதியை.”

அவன் போய்விட்டான். விலாசத்தை மனப்பாடம் பண்ணிக் கொண்டு அந்தக் காகிதத்தை ஞாபகவாயிலில் போட்டு விட்டான்.

அதிகமாகப் போனால், இருவரும் இரண்டுநிமிடங்கள்தான் பேசிக்கொண்டு நின்றிருப்பார்கள். இந்தச் சம்பவத்துக்கு ஒரே ஒரு அர்த்தம்தான் இருக்கமுடியும். ஓப்ரியன் தன் விலாசத்தை அவனுக்குத் தெரிவிப்பதற்காகச் செய்த சூழ்ச்சி இது. அவ்வளவு தான். சகோதர சேனையின் பக்கம் ஓரளவு எட்டிவிட்டதாகத் தோன்றியது வின்ஸ்டனுக்கு.

ஓப்ரியனைப் பார்க்க அவன் என்றாவது ஒருநாள் மாலை போவான்; அது நிச்சயம். நாளைக்கோ பல நாட்கள் கழித்தோ போவான். பல வருடங்களாக நடந்துகொண்டிருக்கும் ஒரு இயக்கத்தின் கொழுந்து இது. அவ்வளவுதான். அவன் வாழ்வில் நடந்த முதல் புரட்சிக்காரியம் அவனுக்கு ஞாபகம் இல்லை.

இரண்டாவது காரியம் அவன் டைரியைத் திறந்ததுதான். சிந்தனையிலிருந்து வார்த்தைகள்; வார்த்தைகளிலிருந்து செயல்கள் என்று போய்க்கொண்டிருந்தது இப்போது. இதன் முடிவு அன்பு மந்திரிக் காரியாலயத்தின் ஏதாவது ஒரு அறையில்தான் இருக்கமுடியும்? ஏதோ கல்லறையில் ஈரத்தில் கால்வைத்துவிட்ட மாதிரி இருந்தது. அந்தக் கல்லறை தனக்காகப் பலகாலமாகக் காத்திருக்கிறது என்பதை அறிவான் அவன்.

6

நீர் நிறைந்த கண்களைத் திறந்தான் வின்ஸ்டன். "என்ன?" என்று கேட்டுக்கொண்டே புரண்டாள் ஜூலியா. "கனவொன்று கண்டேன்..." என்று தொடங்கிய வின்ஸ்டன் சிந்தனையில் ஆழ்ந்தான். அந்தக் கனவை வார்த்தைகளில் எப்படிச் சொல்வது?

கண்களை மூடிக்கொண்டு மல்லாந்து படுத்திருந்தான். அந்தக் கனவு, மழைபெய்து அழகுபடுத்திய ஒரு கிராமக் காட்சிபோல அவன் அகக்கண்ணை நிரப்பியது. தன் தாயைப் பற்றிய கனவு அது. தன்னைக் காப்பாற்றத் தன் தாய் கைகளால் தன்னை அணைத்தது பற்றி அவன் சிந்தித்தான். அவன் பார்த்த அந்தச் சினிமாவில் ஒரு யூதப் பெண் விழுந்த குண்டிலிருந்து தன் குழந்தையைக் காப்பாற்ற அப்படித்தான் கைகளை உயர்த்தினாள்.

"இந்த நிமிடம் வரையில் நானே என் தாயைக் கொன்றதாக எண்ணினேன்."

"நீயா கொன்றாய்? ஏன்?"

"உண்மையில் அல்ல, ஒருவிதத்தில்..."

தகப்பனார் போனதுபற்றியும், அது பற்றித் தன் தாயார் சிறிதும் ஆச்சரியப்படாதது பற்றியும் அவனுக்கு ஞாபகம் வந்தது. வேறு எவ்வித உணர்ச்சியையும் அவள் வெளிப்படையாகக் காட்டிக்கொள்ளவில்லை. வாழ்க்கையில் உற்சாகம் இழந்தவள் போலாகிவிட்டாள். எதற்காகவோ காத்திருப்பவள்போல இருந்தாள் அவள் என்று சிறுவன் வின்ஸ்டனுக்கும்கூட நன்கு தெரிந்தது. அவனை அடிக்கடி மௌனமாகக் கட்டியணைத்து முத்தமிட்டாள் என்பதும் ஞாபகம் வந்தது வின்ஸ்டனுக்கு.

அவர்கள் வசித்த அந்த வீடும் சுற்றுப்புறமும் லேசாக அவனுக்கு ஞாபகம் வந்தது. சாப்பாட்டில் விருப்பமுள்ள அவன் சாப்பிடும்போதெல்லாம் தன் தங்கைக்குக் கொடுத்ததைவிட அதிகமாகத்தான் தாய் தனக்குக் கொடுத்தாள். எனினும் இன்னும் வேண்டும், இன்னும் வேண்டும் என்று தவறாமல் தொந்தரவு படுத்துவான். தனக்காக மற்ற இருவரும் பட்டினி கிடந்தார்கள் என்பது தெரிந்தும் அவன் பிடிவாதம் செய்தான். அம்மா காத்திராவிட்டால் அகப்பட்டதை திருட்டுத்தனமாக எடுத்துச் சாப்பிட்டும் விடுவான் அவன்.

ஒருநாள் ஒரு சாக்லேட் பொட்டலத்தைப் பிரித்து (சாக்லேட் என்பது அற்புதப்பொருள் அரிதாகக் கிடைக்கக் கூடியது) வின்ஸ்டனுக்குக் கால்பாகத்தைக் கொடுத்துவிட்டு, அவன் தங்கைக்குக் கால்பாகத்தைக் கொடுத்தாள் அவன் தாயார். ஆனால், தன் தங்கை கையிலிருந்த அந்தக் கால்பாக சாக்லேட்டையும் பிடுங்கிக்கொண்டு வின்ஸ்டன் எடுத்து விட்டான் ஓட்டம்.

அம்மா துரத்திக்கொண்டு வந்தாள். "அவளுடையதைக் கொடுத்துவிடு வின்ஸ்டன்" என்றாள். தங்கை மெல்லிய குரலில் அழுதாள். வின்ஸ்டன் சாக்லேட்டைத் திருப்பித் தராமலே ஓடி விட்டான்.

அதற்குப்பிறகு அவன் தன் தாயாரைக் காணவேயில்லை. சாக்லேட்டைப் பிடுங்கித் தின்றது பற்றி வெட்கப்பட்டவனாக அவன் தெருக்களில் பல மணி நேரம் திரிந்துவிட்டுத் திரும்பிய போது, அம்மாவைக் காணவில்லை. அப்பாவைப் போலவே அவளும் மறைந்துவிட்டாள். அப்போது பலரும் திடீரென்று மறைவது சகஜமாக இருந்தது. அவள் கொல்லப்பட்டாளா, அல்லது அடிமையாக வேலைசெய்துகொண்டு எங்காவது இருக்கிறாளா என்பது அவனுக்கு இன்றுவரை தெரியாது. அவன் தங்கை எங்கே போனாளோ? அவளும் அடிமை முகாமுக்குத் தாயுடன் போயிருப்பாளோ? அல்லது எங்காவது தனியாக விடப்பட்டு செத்துத்தான் போய்விட்டாளோ!

இவ்வளவும் கனவில் நடந்ததா? உண்மையிலேயே நடந்தது தான் இப்போது நினைவுக்கு வந்ததா? தாய், தன் தங்கையை அணைத்துக்கொண்ட அந்த ஒரு செயலில்தான் அந்தக் கனவின் முழு அர்த்தமும் அடங்கியிருந்தது என்று அவன் எண்ணினான். இரண்டு மாதங்களுக்கு முன் அவன் கண்ட இன்னொரு கனவு ஞாபகம்

வந்தது அவனுக்கு. கடலில் தன் தங்கையுடன் தாய் முழுகுவதாக அவன் கண்ட கனவு அது.

தன் தாய் மறைந்த கதையை அவன் ஜூலியாவிடம் சொன்னான். சௌகரியமாக நகர்ந்து படுத்துக்கொண்டே அவள் சொன்னாள்:

"நீ பையனாக இருக்கும்போது பன்றியாக இருந்திருப்பாய். எல்லாக் குழந்தைகளுமே பன்றிகள்தான்."

"ஆம். ஆனால், கனவின் தாத்பரியம் என்ன என்றால்..." என்று இழுத்தான் வின்ஸ்டன். அதற்குள் அவள் மீண்டும் தூங்கத் தொடங்கிவிட்டாள். தன் துயரைப் பற்றித் தொடர்ந்து பேசிக் கொண்டிருக்க அவனுக்கு விருப்பம்தான். அவன் தாய் அப்படி ஒன்றும் அசாதாரணமான பெண்ணல்ல. இருந்தும் அவளைப் பற்றித் துண்டும் துணுக்குமாகக் கோர்வையில்லாமல் பல விஷயங்கள் அவனுக்கு ஞாபகம் இருந்தன. தன் குழந்தைக்கு அதிகமாக சாக்லேட் கொடுத்துத் திருப்தி செய்ய முடியாதபோது அவள் தன் அன்பை அதிகமாகச் சொரிந்து திருப்தியடைந்தாள். இப்படி உணர்ச்சிகளைக் கொட்டித் திருப்திப்படுவது தவறு என்று கட்சி உபதேசம் செய்தது. உலகத்தின் பௌதிக சக்திகளை மீறிய உணர்ச்சிகளின் வசப்படுவது தவறு என்று கட்சி தன் அங்கத்தினர்களுக்குப் போதித்தது. கட்சியின் பிடியில் அகப்பட்டுக்கொண்ட பின் உனது உணர்ச்சிகள் எதுவுமே முக்கியமில்லை. கட்சிதான் முக்கியமென்று பாடம் படித்துத் தந்தது கட்சி. கட்சியை மீறி ஏதாவது செய்தால் உடனே நீ மறைந்துவிடுவாய். அதற்குப் பிறகு யாரும் உன்னைப் பற்றிக் கேள்விப்படவே மாட்டார்கள். சரித்திரத்தின் ஆற்று வெள்ளத்திலிருந்து உன்னை அடியோடு கட்சி அகற்றிவிடும்.

இரண்டு தலைமுறைகளுக்கு முந்திய மனிதர்களுக்கு இப்படிப்பட்ட பிரச்சனைகள் இருந்ததேயில்லை. ஒருவிதமான வேகத்துடன் அவர்கள் தங்கள் சொந்த உணர்ச்சிகளுக்கு முதன்மை கொடுத்துக்கொண்டு வாழ்ந்தார்கள். தனி மனிதர்களின் உறவுகள், அன்பு முதலியனதாம் முக்கியமென்று எண்ணி அவர்கள் வாழ்ந்தார்கள். ஒரு அரவணைப்பு, ஒரு முத்தம், கண்ணீர் இவற்றை முக்கியமானவையாக மனிதர்கள் கருதினார்கள். மரணத் தறுவாயில் ஒருவன் சொல்கிற கடைசி வார்த்தை முக்கியமென்று அவர்கள் எண்ணினார்கள். ப்ரோல்கள் இன்னமும் அதே நிலையில்தான் இருந்தார்கள். அவர்கள் ஒரு கட்சிக்கோ, தேசத்துக்கோ, ஒரு கொள்கைக்கோ அடிமைப்பட்டுக் கிடக்கவில்லை. ப்ரோல்களைப் பற்றி நம்பிக்கைக்கு இடம் இருப்பதாக அவனுக்குத் தோன்றியது.

க.நா. சுப்ரமண்யம்

அவர்கள் இந்த உலகிலும் மனிதர்களாக இருந்தார்கள். உள்ளூர இருந்து, அவர்களை இயக்கும் சக்தி ஒரு காலத்தில் வெளிப்பட்டு, கட்சியைக் கவிழ்க்க உபயோகப்படும் என்று எதிர்பார்க்கலாம். அவர்கள் உள்ளம் இன்னும் மரத்துக் கல்லாகிவிடவில்லை. மனித குலத்தின் ஆரம்ப நாளைய உணர்ச்சிகளை அவர்கள் இன்னமும் மறந்துவிடவில்லை. மனித குலத்தின் உண்மையான உணர்ச்சிகள் எல்லாம் அவர்களிடம் இயற்கையாகவே இருந்தன.

உரக்கச் சொன்னான் அவன்: "ப்ரோல்கள் இன்னமும் மனிதர்களாக இருக்கிறார்கள். நாம் மனிதர்கள் அல்ல."

"ஏனில்லை?" என்றாள் ஜூலியா மீண்டும் விழித்துக் கொண்டு.

சிறிதுநேரம் யோசித்தான் அவன். "இப்போது நாம் இங்கிருந்து போகும்போது மறுபடியும் சந்திப்பதில்லை என்று தீர்மானித்துக்கொண்டு பிரிந்தால் நல்லது என்பது பற்றி நீ சிந்தித்துப் பார்த்ததுண்டோ?"

"அடிக்கடி அதைச் சிந்தித்ததுண்டு. இருந்தாலும் அது எவ்வளவு நல்லதானாலும் அதைச் செய்வதாக உத்தேசமில்லை எனக்கு."

"நாம் அதிருஷ்டசாலிகள். ஆனால், நம் அதிருஷ்டம் அதிக நாள் நீடிக்காது. காலம் உள்ளபோதே பிரிந்துவிடுவது நல்லது. உனக்கு அதிக வயதாகவில்லை. என்னைப் போன்றவர்கள் பக்கம் நீ வராதிருந்தால் அதிகநாள் நீ சௌக்கியமாக இருக்கலாம். ஐம்பது வருடம்கூட இருக்கலாம்."

"நானும் இதையெல்லாம் பற்றிச் சிந்தித்ததுண்டு. நீ எது செய்கிறாயோ அதையே நானும் செய்வேன். அதற்காக பயப்படவேண்டிய அவசியமில்லை. நான் உன்னைப்போலவே சாமர்த்தியம் உள்ளவள்தான்."

"ஆறு மாதமோ - ஒரு வருடமோ - யார் சொல்ல முடியும்! எப்படியும் நம்மைப் பிரித்துவிடுவார்கள் என்பது நிச்சயம். அதற்குப் பிறகு நாம் இருவரும் தனித்தனி வழியில் போய்த்தான் ஆகவேண்டும். அந்தத் தனி வழி பூரணமானதாக இருக்கும். நான் என் குற்றத்தை ஒப்புக்கொண்டால், உன்னைச் சுட்டுவிடுவார்கள். நீ ஒப்புக்கொண்டு விட்டால் என்னைச் சுட்டுவிடுவார்கள். ஒப்புக்கொள்ளாவிட்டாலும் சுடத்தான் போகிறார்கள். ஆனால், ஒன்று மட்டும் நிச்சயம். நாம் ஒருவரை ஒருவர் காட்டிக் கொடுத்துக்கொள்ள

மாட்டோம். அதனால் ஒருவித நன்மையும் இராது. என்றாலும்கூட நாம் ஒருவரை ஒருவர் காட்டிக்கொடுக்க மாட்டோம்."

"குற்றத்தை ஒப்புக்கொள்ளாமல் என்ன செய்வது? எல்லோரும் ஒப்புக்கொண்டே தீரவேண்டும். தப்ப முடியாது. சித்திரவதை பண்ணுவார்களே!" என்றாள் ஜூலியா.

"அதைச் சொல்லவில்லை. நான் என்ன சொன்னால் என்ன? உன் உணர்ச்சிகள்தான் முக்கியம். செய்வதும் சொல்வதும் முக்கியமல்ல. உன்னைக் காதலிக்காமல் இருக்கச் செய்ய யாராலும் முடியாது; அதுதான் முக்கியம்."

அவள் யோசித்தாள்! "நம் காதலை அவர்கள் அழிக்க முடியாது. அவர்களால் செய்யமுடியாதது அது ஒன்றுதான். அவர்கள் கட்சியை தோற்கடிப்பது முக்கியமென்றால், நாம் நம் உணர்ச்சியைப் பற்றிய வரையில் அவர்களைத் தீர்மானமாகத் தோற்கடித்து விடலாம்."

தூங்காத கண்களையுடைய டெலிஸ்க்ரீன்களைப் பற்றி எண்ணிப் பார்த்தான் வின்ஸ்டன். இரவு பகல் முழுவதும் அவை காத்துக் கண்காணிக்கட்டுமே. அவற்றை ஏமாற்ற வழி கண்டு பிடிக்க முடியாமலா போய்விடும்? மனிதன் உணர்ச்சிகளை, மனத்திலுள்ளதைக் கட்சியாலும்கூடக் கண்டுபிடிக்க முடியாது. அன்பு மந்திரிசபைக் காரியாலயத்துக்குள் நடப்பது என்ன என்று யாருக்கும் தெரியாதுதான். இருந்தும் அவர்களாலும்கூட எதையும் நிச்சயமாக அறிந்துகொண்டுவிட முடியாது. சித்திரவதை, மருந்துகள், நுண்ணிய இயந்திரங்கள், தூக்கமின்மை, தனிமை, பட்டினி, ஓயாத கேள்விகள் முதலிய எல்லா ஆயுதங்களையும் மீறி மனிதனால் தன் உணர்ச்சிகளை மறைத்து வைத்துக்கொள்ள முடியும். செத்தாலும் மனிதனாகச் சாவது என்று தீர்மானித்துவிட்டால், யார் என்ன செய்துவிட முடியும்? உன் உணர்ச்சிகளை அவர்களாலும் மாற்ற முடியாது. நீயே விரும்பினால்கூட மாற்றிக் கொள்ள முடியாது. எதை வேண்டுமானாலும் வெளிப்படுத்தலாம். ஆனால், அந்தரங்கமான உணர்ச்சிகளை யாரும் கண்டு கொள்ள முடியாது.

7

அவர்கள் இப்போது அதைச் செய்துவிட்டார்கள். கடைசியாக அதையும் செய்தே விட்டார்கள்.

நீளமாக இருந்த அறையில், கண்ணுக்கு இதமான ஒளி பரவியிருந்த அறையில், டெலிஸ்க்ரீன் குரல் மிருதுவாகக் குறைத்து வைக்கப்பட்டிருந்தது. கருநீல விரிப்பு மெத்தென்று காலுக்கு இதமாக இருந்தது. ஒரு கோடியில் பச்சை நிற விளக்கருகே உட்கார்ந்து ஓப்ரியன் வாசித்துக்கொண்டிருந்தான். ஜூலியாவும் வின்ஸ்டனும் உள்ளே வந்தபோது அவன் நிமிர்ந்துகூடப் பார்க்கவில்லை. தன் வேலையிலேயே மூழ்கி இருந்தான்.

வின்ஸ்டனின் இதயம் படபடவென்று அடித்துக்கொண்டது. உணர்ச்சி வேகத்தில் அவனால் பேசமுடியாதுபோல இருந்தது. அங்கே வந்ததே தவறுதான் என்று ஒரு கணம் தோன்றியது. ஆனால், வந்துவிட்டார்கள். அந்த மட்டும் சரிதான். அவர்கள் சேர்ந்து வந்தது தவறு. ஆனால், அவர்கள் தனித்தனி வாயாக வந்து ஓப்ரியன் வீட்டு வாசலில் சந்தித்தார்கள். மிகவும் தைரியத்துடன்தான் அந்த இடத்துக்கு வர முடியும். கட்சியின் உட்குழு அங்கத்தினன் வீட்டிற்குள் போவதே பெரிய விஷயம். அவர்கள் வசிக்கும் தெருக்களில் போவதுகூட சாத்தியமில்லை என்று சொல்லலாம். அவர்கள் வீடுகளிலே சுகபோகங்கள் நிறைந்திருந்தன; செல்வம் பொங்கியது; விசாலமான வாசஸ்தலங்கள் உண்டு; ஆரோக்கியமான உணவு உண்டு. நல்ல புகைவாசனை எங்கும் நிறைந்திருந்தது. ஒரு வார்த்தைகூடக் கேட்காமல் வேலைக்காரன் அவர்களை உள்ளே அனுமதித்தான். அவன் முகம் சைனாக்காரன் முகம்போல, உணர்ச்சியே காட்டாமல் பாவமற்றிருந்தது. மிகவும் சுத்தமான, அழகான வீடு அது. அம்மாதிரியான நடைபாதை கொண்ட வீட்டை அதற்கு முன் பார்த்ததாக வின்ஸ்டனுக்கு ஞாபகம் இல்லை.

ஓப்ரியன் தன் கையில் ஒரு சிறு காகிதத்தை வைத்துக் கொண்டு அதையே கவனித்துக்கொண்டிருந்தான். இருபது விநாடிகள் அவன் எதுவுமே பேசவில்லை. பிறகு எழுதிப் பேசும் இயந்திரத்தை அருகில் இழுத்துவைத்துக்கொண்டு அதில் சர்க்கார் இலாகா தோரணையில் பேசினான்.

"ஒன்று, ஐந்து, ஏழு - முழுவதும் ஆமோதிக்கப்பட்டது. ஆறு குறிப்பிட்ட ஆலோசனை பைத்தியக்காரத்தனம்; சிந்தனைக் குற்றத்துக்குச் சமமானதும்கூட. எட்டு - மேற்கொண்டு நடவடிக்கை எடுக்கவேண்டாம். இயந்திரங்களின் உத்தேச மதிப்பு முதலியவைகளை அறிந்துகொள்ளாமல் நடவடிக்கை எடுக்கக் கூடாது-உத்தரவு முடிந்தது."

ஓப்ரியன் இதைச் சொல்லிவிட்டு எழுந்து சப்தம் செய்யாத விரிப்பில் அவர்களை நோக்கி நடந்து வந்தான். அதிகார பாவம் அவனை விட்டு அந்த நிமிடத்தில் அகன்றுவிட்ட மாதிரி இருந்தது. பயத்தை மீறிய ஒரு தயக்கம் வின்ஸ்டனைப் பிடித்தது. அசட்டுத்தனமான காரியம் செய்துவிட்டோமோ என்றிருந்தது அவனுக்கு. ஓப்ரியனுக்கும் கட்சிக்கும் விரோதமுண்டு; அவன் சகோதர சேனையைச் சேர்ந்தவன் என்பதற்கு அவனிடம் என்ன சான்று இருந்தது? அகராதியை வாங்க வந்ததாகக்கூடச் சொல்லி அவன் தப்பித்துக்கொள்ள முடியாது. அதற்கு ஜூலியா அவனுடன் வருவானேன்? நெருங்கி வந்த ஓப்ரியன் டெலிஸ்க்ரீனைப் பூரணமாக மூடிவிட்டான்.

ஜூலியா, "ஆ!" என்றாள். பயத்திலும்கூட வின்ஸ்டனுக்கு ஆச்சரியமாக இருந்தது.

"அதைமூட முடியுமா?"

"முடியும். அது கட்சி உட்குழு அங்கத்தினர் உரிமை."

நெருங்கி வந்துவிட்டான் அவன். அவர்களைவிட உயரமாக நிமிர்ந்து நின்றான் அவன். அவன் முகபாவத்திலிருந்து எதையும் அறிந்துகொள்ள முடியாது. டெலிஸ்க்ரீன் சப்தம் அடங்கிய பிறகு அங்கு நிசப்தமாக இருந்தது. ஒரு நிமிடம் கழித்து அவன் முகத்தில் லேசாக ஒரு புன்னகை படருவது போல இருந்தது.

"நான் சொல்லட்டுமா? நீ சொல்கிறாயா?"

"நானே சொல்கிறேன். டெலிஸ்க்ரீன் வேலை செய்ய வில்லையே!" என்றான் வின்ஸ்டன்.

"இல்லை. நாம் இப்போது தனியாகவே இருக்கிறோம்."

"நாங்கள் இங்கு வந்தது எதற்காக என்றால்..."

அவன் தயங்கினான். அவன் மனம் அவனுக்கே நிச்சயமாகத் தெரியாதே! ஓப்ரியனிடம் அவன் என்ன எதிர்பார்த்தான்? எதற்காக வந்திருந்தான் அவன்? "மிகவும் பலஹீனமான, பாசாங்கான, ஆடம்பரமான ஒரு விஷயத்தைப் பிரஸ்தாபிப்பது போல இருக்குமோ?"

"கட்சியை எதிர்த்து ஒரு ரகசியக் கிளர்ச்சி உருவாவதாக நாங்கள் நம்புகிறோம். நீங்கள் அதில் சம்பந்தப்பட்டவர் என்றும் எண்ணுகிறோம். நாங்களும் அதில் சேர்ந்து கட்சியின் வீழ்ச்சிக்கு

உழைக்க விரும்புகிறோம். நாங்கள் கட்சியின் எதிரிகள். இங்ஸாக் கொள்கைகளை நாங்கள் ஏற்கவில்லை. நாங்கள் சிந்தனைக் குற்றவாளிகள். அது மட்டுமல்ல, நாங்கள் இருவரும் கள்ள நட்பு கொண்டவர்கள். எதற்காக இத்தனையும் சொல்கிறேன் என்றால், உங்கள் கட்சியில் இருப்பவர்களாக எங்களை நீங்கள் ஏற்றுக்கொள்ளலாம் என்பதற்காகத்தான். வேறு விஷயங்கள் ஏதாவது சொல்லி, எங்களை உங்கள் வசம் ஆக்கிக்கொள்ள நீங்கள் விரும்பினால், கேளுங்கள் - சொல்லத் தயார்.''

பேசுவதை நிறுத்திவிட்டுத் திரும்பிப் பார்த்தான் வின்ஸ்டன். வேலைக்காரன் ஒரு தட்டில் பானங்களுடன் உள்ளே வந்தான்.

''மார்டினும் நம்மில் ஒருவன்தான்'' என்றான் ஓப்ரியன். ''பானங்களை வட்ட மேஜையில் வை. எல்லோரும் உட்கார்ந்து கொண்டு சௌகரியமாகப் பேசுவோம். நீயும் ஒரு நாற்காலியை இழுத்துப்போட்டுக்கொண்டு உட்கார் மார்டின். வருகிற பத்து நிமிடங்களுக்கு நீ வேலைக்காரன் அல்ல.''

அவன் வேஷதாரி என்கிற நினைப்புடன் அவனைப் பார்த்தான் வின்ஸ்டன். நல்ல சிவப்பான ஒரு பானத்தை கண்ணாடி டம்ளர்களில் நிரப்பித் தந்தான் ஓப்ரியன். எப்பொழுதோ ஒரு சமயம் அந்த மாதிரியான மதுவைப் பார்த்ததுபோல இருந்தது வின்ஸ்டனுக்கு. ஜூலியா அதை எடுத்து முகர்ந்து பார்த்தாள்.

''இதற்கு மது என்று பெயர். புத்தகங்களில் மதுவைப் பற்றி நீங்கள் படித்திருக்கலாம். நல்ல மது இது. உட்குழு அங்கத்தினர்களைத் தவிர வேறு யாருக்கும் இது கிடைக்காது. நமது தலைவர் எமானுவல் கோல்ட்ஸ்டீனின் வெற்றிக்காக மது அருந்துவோம்.''

ஆவலுடன் மதுக் கிண்ணத்தைக் கையில் எடுத்தான் வின்ஸ்டன். மது பற்றி அவன் வாசித்திருந்தான். கனவுகள் கண்டுகொண்டிருந்தான். கார்ரிங்டனின் கீதங்கள், டைரி, கண்ணாடிப் பேப்பர் வெயிட் முதலியவை போல இதுவும் பழைய காலத்துக் காட்சிகளில் ஒன்று என்று அவனுக்குத் தோன்றியது. ஆனால், சாப்பிடுவதற்கு அந்த மது ருசியாக இல்லை. பல வருடங்களாக வெற்றி மது அருந்திப் பழகிய அவன் நாக்கு இதன் ருசியை அறிந்து அனுபவிக்க முடியவில்லை.

''கோல்ட்ஸ்டீன் என்று ஒருவர் இருப்பது உண்மைதானா?''

“உண்மைதான். ஆனால், எங்கே இருக்கிறார் என்பது எனக்குக்கூடத் தெரியாது” என்றான் ஓப்ரியன்.

“சதி - சகோதர சேனை அதுவும் உண்மைதானா? சிந்தனைப் போலீஸின் கற்பனை அல்லவே அது?”

“அல்ல அல்ல, சகோதர சேனை என்று ஒன்று இருக்கிறது. கட்சியைக் கவிழ்ப்பதுதான் அதன் நோக்கம். அது சந்தர்ப்பத்தை எதிர்பார்த்திருக்கிறது. நீங்களும் இப்போது அதன் அங்கத்தினர்களாகிவிட்டீர்கள்.” தன் கைக் கடிகாரத்தைப் பார்த்துக்கொண்டே ஓப்ரியன் மேலும் சொன்னான்: “உட்குழு அங்கத்தினன்கூட அரைமணிநேரத்துக்கு அதிகமாக டெலிஸ்க்ரீனை மூடிவைப்பது ஆபத்து. தவிரவும் நீங்கள் இருவரும் சேர்ந்து இங்கு வந்திருக்கக் கூடாது. போகும்போது தனித்தனியாகப் போய்விடுங்கள்.” ஜூலியாவைப் பார்த்து, “முதலில் நீ போ; பிறகு வின்ஸ்டன் கிளம்பட்டும். இருபது நிமிடம் இருக்கிறது. அதற்குள் உங்களைக் கேட்க வேண்டிய கேள்விகளைக் கேட்டுவிடுகிறேன். பொதுவாக என்ன செய்யத் தயார் நீங்கள் ?”

“எங்கள் சக்திக்கெட்டியது எதையும் செய்யத் தயார்.”

ஓப்ரியன் வின்ஸ்டன் பக்கமேதான் திரும்பியிருந்தான். ஜூலியாவை அவன் கவனிக்கவில்லை. அவளுக்கும் சேர்த்து வின்ஸ்டனே பதில் சொல்வான் என்று எதிர்பார்த்த மாதிரி இருந்தான்.

“உயிரைக் கொடுக்கத் தயாரா?”

“தயார்”

“கொலை செய்ய...”

“தயார்”

“நூற்றுக்கணக்கான நிரபராதிகளின் உயிருக்கு ஆபத்து விளைவிக்கக்கூடிய கொள்ளை, தீ வைத்தல் போன்ற காரியங்களை...”

“செய்யத் தயார்”

“அந்நியர்களுக்கு நாட்டைக் காட்டிக் கொடுக்க...”

“தயார்.”

“ஏமாற்ற, பொய் சொல்ல, பொய் கையெழுத்திட, நண்பனையும் காட்டிக் கொடுக்க, குழந்தைகளின் மனதைக் கெடுக்க, பழக்கமாகிவிடக்கூடிய மருந்துகளை உபயோகிக்கத் தூண்ட, கள்ளக்

காதலையும் பாலுணர்ச்சியையும் வளர்க்க, வியாதி பரவச் செய்ய, கட்சி பலத்தை ஒடுக்க எதுவானாலும்."

"செய்யத் தயார்"

"நமது சதிக்கு அவசியம் என்று கருதப்பட்டால் ஒரு குழந்தையின் முகத்திலே அக்கினித் திராவகத்தைத் தெளிக்க வேண்டுமானாலும்..."

"தயங்கமாட்டோம்"

"மாறுவேடம் பூண்டு, பெயர் மாற்றிக்கொண்டு கூலி வேலை செய்ய-"

"தயார்"

"அவசியமானால் தற்கொலை செய்துகொள்ள..."

"தயார்..."

"இருவரும் பிரிந்து ஒருவரை ஒருவர் பார்க்காமல்..."

"அதுமட்டும் முடியாது" என்று கூவினாள் ஜூலியா.

வின்ஸ்டன் உடனே பதில் சொல்லவில்லை. ஒரு நிமிடம் அவன் பேச்சற்றுப்போன மாதிரி இருந்தது. வாய் விட்டுச் சொல்கிற வரையில், என்ன பதில் சொல்லப்போகிறோம் என்று அவனுக்கே தெரியாது. ஆனால், அவனும், "முடியாது" என்று தான் சொன்னான்.

"சொன்ன வரையிலும் சரி; எங்களுக்கு எல்லாம் தெரிய வேண்டியது மிகவும் அவசியம்."

ஓப்ரியன் ஜூலியா பக்கம் திரும்பி, உணர்ச்சி கொஞ்சம் தொனித்த குரலில் சொன்னான்: "அவன் உருவம் மாறிப் போனாலும் போகலாம். காலைக் கையை வெட்டி அவனைப் புது மனிதனாக்க வேண்டிய அவசியம் ஏற்படலாம். பிளாஸ்டிக் ஸர்ஜரி மூலம் முகத்தை மாற்ற அவசியம் ஏற்படலாம். அதற்கு என்ன சொல்கிறாய்?"

வேலைக்காரன் மார்டினின் முகத்தைப் பார்த்தான் வின்ஸ்டன். அதில் உருவமே தெரியவில்லை; ஜூலியாவின் முகம் சற்றே வெளிறிவிட்டிருந்தது. தைரியத்துடனேயே தன் சம்மதத்தைத் தெரிவித்தாள் அவள்.

"சரி, நல்லது. அப்படியே தீர்மானிக்கப்படட்டும்."

நல்ல சிகரெட்டுகள் நிறைந்த ஒரு பெட்டியை அவர்கள் பக்கம் தள்ளினான். தன் சிகரெட்டைப் பற்றவைத்துக்கொண்டு எழுந்து குறுக்கும் நெடுக்கும் ஓப்ரியன் நடந்தான்.

"நீ போ மார்டின். டெலிஸ்க்ரீனை இன்னும் கால்மணியில் திருப்பிவிடுவேன். இவர்கள் முகத்தைப் பார்த்து ஞாபகத்தில்வை. அவர்களை மீண்டும் நான் பார்ப்பேனோ என்பது சந்தேகம்தான்."

ஒரு வார்த்தையும் பேசாமல் மௌனமாக அவர்கள் இருவரையும் பார்த்துவிட்டு வெளியேறினான் மார்டின்.

"இருட்டில் போரிடவேண்டிய வீரர்கள் நீங்கள், தெரிகிறதா? இருட்டுத்தான் இருக்கும். எதுவும் உங்களுக்குத் தெளிவாக்கப்படமாட்டாது. உத்தரவுகளுக்குக் கீழ்ப்படிவது தவிர வேறு எதுவும் நீங்கள் சொல்வதற்கில்லை. காரண காரியம் கூட விளங்காது. பிறகு ஒரு புத்தகம் அனுப்புகிறேன். அதிலிருந்து நம் இயக்கத்தின் கொள்கைகளை நீங்கள் அறிந்துகொள்ளலாம். எந்த யுக்திகளால் இந்த ஆட்சியை வீழ்த்தலாம் என்பதையும் விளக்கும் புத்தகம் அது. லட்சியம் என்ன என்று தெரியும். இடையில் சில காரியங்கள் தெரியும். மற்றபடி எதுவும் உங்களுக்குத் தெரியாது. சகோதர சேனையில் நூறு பேர் இருக்கிறார்களா, நூறு லட்சம் பேர் இருக்கிறார்களா என்பது உங்களுக்குத் தெரியாது. ஒரு டஜன் பேர்வழிகள் இருப்பதுகூட உங்களுக்கு நேரடியாகத் தெரியாது. மூன்று நான்கு பேர்வழிகளைத் தவிர வேறு யாரையும் உங்களுக்குத் தெரியாது. உங்களுக்கு உத்தரவுகள் என் மூலம் வரும். மார்டின் மூலமும் வரலாம். முக்கியஸ்தர்கள் அல்லாதவர்களைத் தவிர வேறு யாரையும் நீங்கள் விரும்பினாலும் காட்டித்தர முடியாது. என்னைக்கூட காட்டித்தர முடியாது. ஏனென்றால் அதற்குள் நான் இறந்துவிட்டிருக்கலாம்; அல்லது என் முகத்தையே மாற்றிக்கொண்டு நான் வேறு மனிதனாகியிருக்கலாம்."

குறுக்கும் நெடுக்கும் நடந்துகொண்டே பேசினான் ஓப்ரியன். பருத்தவன் என்றாலும் அவன் நடை அழகாக இருந்தது. நம்பிக்கையும் ஒரு ஏளனமும் நிறைந்தவையாக இருந்தன, அவன் பேச்சும் முகபாவமும் சைகைகளும். வெறும் வெறியனல்ல அவன். வின்ஸ்டனுக்கு அவன் மனிதன் என்கிற ஞாபகம் போய், சக்திவாய்ந்த ஒரு தேவன் என்கிற எண்ணத்துடன் பக்தியும் தோன்றியது. கோல்ட்ஸ்டீன் பற்றிய ஞாபகமேயில்லை அவனுக்கு. ஓப்ரியனை யாரும் தோற்கடிக்க முடியாது என்றுதான் தோன்றியது அவனுக்கு. ஏமாற்றிவிடமாட்டான் அவன். எதையும் எதிர்பார்த்து

வெற்றிகொள்ளப் பிறந்தவன் அவன். ஜூலியாவுக்கும் அப்படித்தான் தோன்றியது. சிகரெட் அணைந்ததைக் கூடக் கவனிக்காமல் அவன் ஓப்ரியன் சொல்வதைக் கேட்டுக் கொண்டு உட்கார்ந்தான்.

"சகோதர சேனை பற்றி நீங்கள் ஒரு அபிப்பிராயம் வைத்திருப்பீர்கள் அது என்ன என்று தெரியாது. பலர் கூடிப் பிரசங்கங்கள், கமிட்டிக் கூட்டங்கள் எல்லாம் நடத்துவார்கள் என்று நீங்கள் எண்ணலாம். ஆனால், அந்த சேனையில் யார் யார் அங்கத்தினர்கள் என்று உங்களுக்குத் தெரியவே தெரியாது. ஒருவரை ஒருவர் சந்தித்தாலும்கூட நீங்கள் தெரிந்துகொள்ள முடியாது. நாம் இறந்தவர்கள். இன்று நாம் உயிர் வாழ்வது உண்மையல்ல. நம் வாழ்வு எதிர்காலத்திற்கே உரியது; இதில் இடம் நமக்குக் கிடைக்கும்போது மண்ணோடு மண்ணாக இருக்கிறோமோ, அல்லது எலும்பும் சாம்பலுமாக இருக்கிறோமோ? ஆயிரம் வருடம் ஆனாலும் ஆகலாம் - கட்சி கடைசியாக விழுவதற்கு, கொஞ்சம் கொஞ்சமாக சகோதர சேனையை விஸ்தரிப்பது தவிர வேறு எதுவும் நாம் செய்வதற்கில்லை. ஒருவர் ஒருவராக சேனையில் சேர வேண்டுமே தவிர சிந்தனைப் போலீசுக்கு எதிராக நம்மால் வேறு எவ்விதத்திலும் செயல்பட முடியாது."

நின்று தன் கடிகாரத்தை மீண்டும் பார்த்தான் ஓப்ரியன்.

"தோழி ஜூலியா கிளம்ப நேரமாகிவிட்டது. இரு, கொஞ்சம் மது அருந்திவிட்டுப்போ... இப்போது எதற்குக் குடிப்போம்? சிந்தனைப் போலீஸ் அழியட்டும் என்றா? முத்தண்ணா ஒழியட்டும் என்றா? மனிதத்தன்மை செழிக்கட்டும் என்றா? எதிர்காலத்துக்கா?"

"இறந்தகாலத்துக்கு!" என்றான் வின்ஸ்டன்.

"இறந்தகாலத்துக்கு!" என்றான் ஓப்ரியன்.

"உண்மையில் இறந்தகாலம் முக்கியமானதுதான். அதை மறக்கடிக்க முடிகிற காரணத்தினால்தான் கட்சி இப்படி நம்மிடையே ஆட்சி செலுத்த முடிகிறது."

பிறகு ஜூலியாவிற்கு ஒரு வெள்ளை மாத்திரை தந்தான் ஓப்பரியன். "வாயில் இருக்கும் மது வாசனையை மாற்ற." என்றான். பிறகு அவள் போனபின் இரண்டுதரம் குறுக்கும் நெடுக்கும் நடந்தான்.

"ஒளிந்துகொள்ள ஒரு இடம் வேண்டும்."

கார்ரிங்டனின் கடைக்குமேல் இருந்த தன் அறை பற்றி வின்ஸ்டன் விவரித்தான்.

"நல்லது, இப்போதைக்கு அதுவே போதும். அடிக்கடி இடம் மாறவேண்டியது அவசியம். இடையில் நான் சொன்ன புத்தகத்தை உனக்கு அனுப்பிவைக்கிறேன். சீக்கிரமே அனுப்புகிறேன்." அந்த நூல் பற்றிப் பேசும்போது ஓப்ரியன்கூட மரியாதையாகப் பேசினான். "பிரதிகள் அவ்வளவு சுலபமாகக் கிடைக்காது. தவிரவும் இதில் சர்வ ஜாக்கிரதையாக இருக்க வேண்டும். உன்னிடம் ஆபீஸ் பை இருக்கிறதா?"

"சாதாரணமான ஒரு பை இருக்கிறது."

"எப்படியிருக்கும்?"

"பழசு. கருப்பு நிறம். இரண்டு வார்கள் உள்ளது."

"பழசு, கறுப்பு நிறம், இரண்டு வார்கள், சரி. அதி சீக்கிரமே-ஒருநாள் காலையில் உனக்கு வருகிற உத்திரவில் தப்பாக ஒரு வார்த்தை எழுதப்பட்டிருக்கும். அன்று உன் ஆபீஸ் பையை மறந்துவிட்டமாதிரி வைத்துவிடு. தெருவில் யாராவது ஒருவன் உன்னிடம் வேறு ஒரு பையைக் கொடுப்பான். அதில் அந்தப் புத்தகம் இருக்கும். பதினாலு நாட்களுக்குள் படித்துவிட்டு திருப்பிக்கொடுத்துவிடு." ஒரு நிமிட மௌனத்திற்குப் பிறகு மீண்டும் சொன்னான், "நீ இன்னும் இரண்டு நிமிடங்களில் கிளம்பலாம். முடிந்தால் மறுபடியும் சந்திப்போம். எங்கே என்றான்?"

"இருட்டில்லாத ஒளி நிறைந்த பிரதேசத்தில்" என்றான் வின்ஸ்டன்.

ஆச்சரியத்துடன் ஓப்ரியன் அவனைப் பார்த்தான். "ஒளி நிறைந்த பிரதேசத்தில் சந்திப்போம். போகும்முன் வேறேதாவது கேள்விகள் உண்டா?"

வின்ஸ்டன் சற்று நேரம் யோசித்தான். பிறகு, "ஆரஞ்சுகளும் எலுமிச்சைகளும் என்று சொல்லுகின்றன கிளமெண்டின் மணிகள் என்கிற பாட்டின் மற்ற அடிகள் உங்களுக்குத் தெரியுமா?" என்று கேட்டான். இதை எதற்காகக் கேட்டான் என்று அவனுக்கே தெரியாது. மனத்தில் தோன்றியது. உடனே கேட்டுவிட்டான்.

ஓப்பரியன் தலையை ஆட்டினான். பின்னர் பாட்டைப் பூராவும் சொன்னான்.

"ஆரஞ்சுகளும் எலுமிச்சைகளும் என்கின்றன
க்ளமெண்டின் மணிகள்;
எனக்கு மூன்று காசுகள் தரவேண்டும் என்கின்றன
மார்ட்டின் மணிகள்;

எப்போது கொடுப்பாய் என்கின்றன
பெய்லி மணிகள்;
நான் பணக்காரனாகும்பொழுது என்கின்றன
ஸோர்டிங் மணிகள்;

பாட்டைப் பாடி முடித்தவுடன், "இப்போது நீ கிளம்பு. கிளம்பும் முன் அந்த மாத்திரை ஒன்றைத் தின்று விட்டுப்போ" என்றான் ஓப்ரியன்.

கிளம்பும்போது வின்ஸ்டனின் கையைப் பிடித்துக் குலுக்கினான் ஓப்ரியன். அதற்குப் பிறகு வெகுநேரம் வின்ஸ்டன் கை விரல்கள் வலித்துக்கொண்டிருந்தன.

8

வின்ஸ்டனுக்கு ஒரே களைப்பாக இருந்தது. உடம்பெல்லாம் வலித்தது. அணிந்திருந்த துணிமணிகளே மலைபோலக் கனத்தது.

ஐந்து நாட்களில் சேர்ந்தாற்ப் போல 90 மணி நேரம் வேலை செய்திருந்தான். அவன் மட்டும் என்ன? எல்லோருமே அப்படித் தான். இப்போது மறுநாள் காலை வரை வேலை ஒன்றும் இல்லை. 6 நாட்களாக தன்னிடம் இருந்த அந்தப் புத்தகத்துடன் அவன் கார்ரிங்டனின் மாடி அறையைத் தேடிப் போனான்.

வெறுப்பு வாரத்தின் ஆறாவது நாள். ஊர்வலங்கள், பிரசங்கங்கள், பாட்டுகள், கொடிகள், தோரணங்கள், மாலைகள், சுவரொட்டிகள், சினிமா காட்சிகள், இராணுவ அணிவகுப்புகள், டாங்குகளின் அணிவகுப்புகள், விமானங்களின் இரைச்சல்கள், வேட்டுகளின் சப்தம் எல்லாமாகச் சேர்ந்து வெறுப்பின் உச்சத்தை மக்களுக்கு உண்டாக்கிவிட்டன. ஓஷியேனியாவின் மக்கள் எல்லோரும் யூரேஷியாவையே கொளுத்தி நாசமாக்கிவிடத் தயாராக இருந்தனர். 2000 யூரேஷிய போர்க் குற்றவாளிகளுக்கும் சர்க்கார் விதித்த தண்டனைகள் நிறைவேற்றப்படும் முன், மக்களே கிழித்துக் கொன்றுவிடத் தயாராகிவிட்டனர்.

ஆனால், அந்தச் சமயம் திடுதிப்பென்று அறிவிக்கப்பட்டது யூரேஷியா எதிரி அல்ல கிழக்காசியாதான் நமது எதிரி என்று.

மாறுதல் எதுவும் நடந்ததாக யாரும் சொல்லவில்லை. யூரேஷியாவுக்குப் பதில் கிழக்காசியா; அவ்வளவுதான். நகர சதுக்கத்திலே யூரேஷியா செய்த பயங்கரமான அக்கிரமங்கள் பற்றி அடுக்கிக்கொண்டிருந்த ஒரு பிரசங்கி, இத்தனையும் செய்தது யூரேஷியா அல்ல; கிழக்காசியாதான் என்று கூறி அத்தனை பயங்கரங்களையும் திரும்பவும் சொன்னான். வெறுப்புத்தான் முக்கியமே தவிர, கொடிகள் ஸ்லோகங்கள் எல்லாம் ஒரு நொடியில் மாறவேண்டிய அவசியம் ஏற்பட்டு விட்டன. வெறுப்பின் வேகம் மாறவில்லை. திசைதான் மாறியது.

ஒரு பிரசங்கத்தின் மத்தியிலே, ஒரு வாக்கியத்தின் மத்தியிலே பிரசங்கி இப்படி மாறியது பற்றிச் சிந்திக்க வின்ஸ்டனுக்கு அவகாசம் இல்லை. இந்த மாறுதல் நேர்ந்த அன்றுதான் வேறு பல விஷயங்கள் காத்திருந்தன. கோல்ட்ஸ்டீனின் புத்தகம் அவனுக்குக் கிடைத்தது. "அந்த" ஆபீஸ் பையைக் கையில் எடுத்துக்கொண்டு 11வது மணி அடிக்கும்போது அவன் உண்மை மந்திரி சபைக் காரியாலயத்திற்குள் போனான். அந்தக் காரியாலயத்தின் டெலிஸ்கிரீன்கள் உத்தரவிடும் முன்னரே எல்லோரும் வந்து கூடி விட்டார்கள். அன்று உண்மை மந்திரி சபைக் காரியாலயத்தில் வேலை நிறையவே இருந்தது.

ஓஷியேனியா கிழக்காசியாவுடன் போர் துவக்கி விட்டது. உண்மை மந்திரிசபையின் அலுவல் ஓஷியேனியாவிற்கும் கிழக்காசியாவிற்கும் என்றுமே சண்டைதான் என்பதை தக்க ஆதாரங்களுடன் நிரூபித்தாக வேண்டும். தூங்குவதற்கு இரண்டு மூன்று மணி நேரத்தைத் தவிர மற்றபடி ஓய்வே இல்லாமல் தங்கள் அலுவலகங்களிலேயே உணவு முதலியன உண்டு கடுமையாக உழைத்தார்கள். பொய்யை மெய்யாக்க, மெய்யைப் பொய்யாக்க இவ்வளவு உழைப்பு தேவையாக இருந்தது! வின்ஸ்டனின் வேலை இயந்திரம் போலச் செய்து முடிக்கக் கூடியது அல்ல. ஒரு பெயருக்குப் பதில் இன்னொரு பெயரைப் போட்டுவிடுவது சில சமயம் சாத்தியமே. ஆனால், விவரமாக விஸ்தரிக்க வேண்டிய இடங்களில் பொய்யை மெய்யாகக் காட்டுவதற்கு, கற்பனையும், சிரத்தையும் அவசியமாக இருந்தன. உலகத்தின் ஒரு பாகத்திலிருந்து இன்னொரு பாகத்திற்கு சண்டையை மாற்றுவதற்கு பூகோள அறிவே விரிவாகத் தேவைப்பட்டது.

இப்படி மூன்று நாட்கள் வேலை செய்வதற்குள்ளாகவே அவன் கண்கள் வலிக்கத் தொடங்கி விட்டன. தாங்க முடியாத சுமை அவன் தோள் மேல் ஏறி இருப்பது போல இருந்தது. என்றாலும் அந்தக் காரியத்தை செய்து முடித்துத்தான் ஆக வேண்டும் என்கிற பைத்தியக்கார வேகமும் இருந்தது. ஒவ்வொரு வார்த்தையுமே பொய்தான். ஆனால், அந்தப் பொய்கள் ஒவ்வொன்றும் சரியாக அமையத்தானே வேண்டும். 6 நாட்கள் இந்த வேகம் நீடித்தது. மகத்தான ஒரு காரியத்தை சாதித்துவிட்ட ஒரு பெருமிதத்துடன் எல்லோரும் நிமிர்ந்து உட்கார்ந்தனர். யூரேஷியாவுடன் யுத்தம் நடந்தது என்பதற்கு இப்போது எங்கு தேடினாலும் யாருக்கும் அத்தாட்சியே கிடைக்காது. உண்மை மந்திரி சபை அவ்வளவு முழுமையாக வேலை செய்து முடித்திருந்தது. தன் அறைக்குப்போய் சவரம் செய்தபின் சரியாகச் சூடாகாத வெந்நீரில் ஸ்நானம் செய்துவிட்டு கிளம்பினான் வின்ஸ்டன். ஓய்வு என்கிற ஞாபகத்தில் மெய் மறந்தவனாக கார்ரிங்டனின் மாடிப்படிகளில் ஏறினான். களைப்பாக இருந்தது. ஆனால், தூக்கம் வரவில்லை. ஜன்னலைத் திறந்தான், ஸ்டவ்வை மூட்டி காபி தயார் செய்ய தண்ணீரைக் கொதிக்க வைத்தான். ஜூலியா சீக்கிரமே வந்து விடுவாள். நாற்காலியில் உட்கார்ந்து ஆபீஸ் பையைப் பிரித்தான்.

கருப்பு அட்டை போட்ட கனமான ஒரு புத்தகம் அது. அதன் மேலே தலைப்போ, பெயரோ காணவில்லை. பலர் படித்த புத்தகம் என்பதற்கு அறிகுறியாக பக்கங்கள் கசங்கியும் ஓரங்கள் மடங்கியும் காணப்பட்டன. உட்பக்கத்தில்,

கூட்டு அரசியல் முறை

தத்துவமும் - கொள்கையும் - அனுபவமும்
(ஏமானுவல் கோல்ட்ஸ்டீன் எழுதியது)

என்று எழுதியிருந்தது. வின்ஸ்டன் படிக்க ஆரம்பித்தான்.

அத்தியாயம் 1
அறியாமையே பலம்

உயர்ந்தவர்கள், நடுத்தரமானவர்கள், கீழ்த்தரப்பட்டவர்கள் என்ற மூன்று வகுப்புகளும் மனித சமூகக் குலத்தில் என்றுமே இருந்திருக்கின்றன. இவற்றின் உட்பிரிவுகள் எத்தனை எத்தனையோ.

இந்த மூன்று வகுப்பினரும் ஒரே நோக்கத்துடன் வாழ்வதென்பது முடியாத காரியம்...

வாசிப்பதை நிறுத்திவிட்டு, 'சதிகாரன் கோல்ட்ஸ்டீனின் மூளை, நான் படிக்கிறேன்' என்று தனக்குத்தானே சொல்லிக் கொண்டு புத்தகத்தை வேறு ஒரு இடத்தில் திறந்தான்.

அத்தியாயம் 3
சண்டையே சமாதானம்

இருபதாம் நூற்றாண்டின் நடுப்பகுதியிலேயே உலகம் மூன்று பெரும் பிரிவுகளாகப் பிளந்து செயற்படும் என்பது ஊகிக்கக் கூடிய விஷயமாக இருந்தது. ஐரோப்பாவை ரஷ்யா ஆக்கிரமித்துக்கொண்டது. பிரிட்டிஷ் சாம்ராஜ்யத்தை அமெரிக்கா பிடித்துக்கொண்டது. இவ்வாறு யூரேஷியாவும் ஓஷியேனியாவும் தோன்றிவிட்டன. கிழக்காசியா என்கிற மூன்றாவது பிரிவு இன்னொரு பத்தாண்டுகள் குழப்பமான சண்டைக்குப் பிறகு தோன்றியது.

இந்த மூன்று பெரிய தேசங்களில் ஏதாவது இரண்டு ஒன்றாகக் கூடிக்கொண்டு மூன்றாவது நாட்டுடன் போர் செய்வது என்பது கடந்த இருபத்தைந்து ஆண்டுகளாக நடந்து வருகிற நடப்பு. அவ்வப்போது அணிகள் மாறும். ஆயினும் போர் ஓயாது நடந்துகொண்டிருக்கும். இருபதாம் நூற்றாண்டின் தொடக்க ஆண்டுகளில் இருந்தது போன்று இப்போது போர் அத்தனை அவசியமானதாகவும் இல்லை. ஒன்றை ஒன்று வென்று அழித்துவிட முடியாத போர் செய்தே தீர வேண்டிய அடிப்படையான பெரிய தகராறு எதுவும் இல்லாத - அடிப்படையான உண்மையான கொள்கை வேறுபாடுகளும் இல்லாத நாடுகளுக்கு இடையே, குறிப்பிட்ட வரம்புக்கு உட்பட்டு நடந்து வந்த போர் அது. இப்படிச் சொல்வதால், போர் முன்பைவிட இரத்தப்பெருக்கு குறைவானதாகவோ, தார்மீக நெறிமுறைகளின் படி நடத்தப்பட்டதாகவோ அர்த்தமில்லை. எல்லா நாடுகளிலுமே தொடர்ந்தும் ஒரே மாதிரியாகவும் மக்கள் மத்தியில் போர்வெறி தூண்டி வளர்க்கப்பட்டு வந்தது. கொலை, கொள்ளை, குழந்தை குட்டிகளைக் கொன்று தள்ளுதல், பிடிபட்ட பிரதேசங்களின் மக்களை அடிமைகள் ஆக்கிக் கொள்ளுதல், கைதிகளை சித்ரவதை செய்து வதைத்துக்கொன்று பழிவாங்குதல் போன்ற காரியங்கள் சர்வ சாதாரணமான செயல்களாகக் கருதப்பட்டு வந்தன. எதிரிகள் மீது இத்தகைய கொடுமைகளை செய்வது பாராட்டுதற்குரிய செயலாகவும் கருதப்பட்டது; எனினும் போரில் ஈடுபடுத்தப்பட்டவர்களின் எண்ணிக்கையும், போரில் மரணமோ, காயமோ அடைந்தவர்களின் எண்ணிக்கையும் குறைவாகவே இருந்தன. தேர்ச்சி பெற்ற நிபுணர்கள்தான் போரில் ஈடுபடுத்தப் பட்டனர். தெளிவான

வரையறுக்கப்படாத எல்லைப் புறங்களில்தான் நேருக்குநேர் யுத்தம் நடந்தன. சில சமயங்களில் முக்கியமான கடற்பாதைகளைக் காவல் காக்கும் 'பறக்கும் கோட்டை'களுக்குப் பக்கத்திலும் போர் நடக்கும். போர் காரணமாக நாகரிக மையங்களில் அவசியப் பண்டப் பற்றாக்குறைகள், எப்போதோ சிற்சில நேரங்களில் வந்து விழும் எதிரி ராக்கெட்டுகள் வெடிப்பதால் சிற்சிலர் செத்துப்போவது போன்றவற்றைத் தவிர பெரிய விபரீதங்கள் ஏற்படுவதில்லை. போரின் குணாம்சங்கள் மாறியிருந்தன. போருக்கான காரிய காரணங்களின் முக்கியாம்சங்கள் மாறியிருந்தன. இருபதாம் நூற்றாண்டின் தொடக்கக் காலங்களில் நடந்த போர்களின்போது காணப்பட்ட அற்ப காரணங்களில் சில இப்போது பெரிது படுத்தப்பட்டு, அவற்றை முகாந்திரங்களாக வைத்துக்கொண்டு போர்கள் நடத்தப்பட்டன.

பொருளாதாரபூர்வமாகக் கவனித்தால், இந்த மூன்று தேசங்களுமே சண்டை போடவேண்டிய அவசியம் இல்லை. தங்கள் ஆதிக்கத்திற்கு உட்படாத அல்லது உட்பட மறுக்கின்ற சிறு தேசங்களுக்காக இம்மூன்று நாடுகளும் சண்டை இடுகின்றன எனச் சொல்லலாம். இந்தத் தேசங்களில் உற்பத்தியாவது எல்லாம் சண்டைகளினாலேயே வீணாகி விடுகின்றன. ஒரு சண்டை போடுவதற்குக் காரணம் அடுத்துவரும் சண்டையை இன்னும் நன்றாகப் போட வேண்டும் என்பதற்காகத்தான். அடிமை மக்களின் உழைப்பினால் சண்டை சாத்தியமாகிறது. ஆனால், அடிமைகள் இல்லாவிட்டாலும்கூட இந்தப் போர்வெறி மாறிவிடும் என்று சொல்வதற்கில்லை.

நவீன மதத்தின் முக்கிய நோக்கம் மனிதனின் வாழ்க்கைத் தரத்தை உயர்த்தாமல், இயந்திரங்களால் உற்பத்தி செய்யப்படும் சாமான்களையெல்லாம் உபயோகப்படுத்துவதுதான். பழைய உலகத்துடன் ஒப்பிடும்போது இந்த உலகம் பசி, பட்டினி, ஏழ்மையெல்லாம் நிறைந்ததாகத்தான் இருக்கிறது. 50 வருடங்களுக்கு முன் இருந்ததைவிட இப்போது உலகம் அநாகரிகமாகிவிட்டது என்றுதான் சொல்ல வேண்டும். யுத்த தளவாடங்களில் முன்னேற்றம் ஏற்பட்டுள்ளதைத் தவிர மனிதன் இந்த 50 வருடங்களில் வேறு எவ்வகையிலும் மேம்பட்டு விடவில்லை. 1950-க்குப்பின் நடந்த அணுகுண்டு யுத்த நாசங்கள் இன்னமும் சீர்படுத்தப்படவில்லை. உற்பத்தியைப் பெருக்க வேண்டும். ஆனால், அப்படி உற்பத்தி செய்யப்பட்ட சாமான்களின் உபயோகத்தைச் சுருக்க வேண்டும்.

இதுதான் அரசாங்கங்களின் நோக்கமாகும். இந்த நோக்கத்தை நிறைவேற்ற சண்டையைப் போல வேறு சாதனம் ஏது?

போர் என்றால் அழிப்பது என்றுதானே அர்த்தம். இந்த அழிவு காரணமாக மேன்மக்களும்கூட இப்போது மிகவும் கீழ்த்தரமான வாழ்வு வாழவேண்டியதாகிவிட்டது.

தன் அங்கத்தினன் வேலை செய்தால் மட்டும் போதாது; அளவற்ற நம்பிக்கை உடையவனாகவும் இருக்க வேண்டும் என ஓஷியேனியாவை ஆளும் கட்சி எதிர்பார்த்தது. போர் நடப்பது உண்மையோ, பொய்யோ; போரில் ஜெயிப்பது ஓஷியேனியா தான் என்கிற நம்பிக்கையில் கட்சி உட்குழு அங்கத்தினன் யாரும் சற்றும் பிசகக்கூடாது. இல்லாத சண்டையில் எதிர்பார்க்கிற வெற்றியை சாத்தியமாக்குவதுதான் ஓஷியேனியாவில் வளர்ந்து வரும் இரட்டைச் சிந்தனை முறை.

மனிதனின் சுதந்திரத்தைப் பறிப்பது என்ற ஒன்றுக்காக மட்டும் விஞ்ஞானம், ஓஷியேனியாவில் வளர்க்கப்பட்டது. யுத்த இலாகாவிலும் போலீஸ் இலாகாவிலும் விஞ்ஞானம் வளர்க்கப்பட்டது. மற்ற பகுதிகளில் விஞ்ஞானம் மட்டுமல்ல, கலைகளும் கூட வளர்ச்சியடையவில்லை.

மூன்று தேசங்களிலுமே அணுகுண்டுகள் ஏராளமாக இருக்கின்றன. குண்டுகளை சேர்த்துச் சேர்த்து வைக்கின்றனவே தவிர அவைகளை யாரும் உபயோகிப்பதும் இல்லை. தோல்வி ஏற்பட்டு விடக்கூடுமோ என்று பயம் தருகிற எந்தக் காரியத்தையும் இந்த மூன்று தேசங்களிலும் எதுவும் செய்வதில்லை. சண்டை, பேச்சு வார்த்தை, சமயத்தில் ஏமாற்றுவது முதலிய காரியங்களில் ஒன்றையொன்று வெல்ல முயலுகின்றன. இப்போது நட்பு பூண்டுள்ள தேசத்து ஜனங்களையும்கூட யாரும் முழுவதும் நம்பிவிடுவதில்லை. ஒரு தேசத்து மக்களுடன் இன்னொரு தேசத்து மக்கள் பழக சந்தர்ப்பமே கிடைக்காது. கிடைத்தால் அவர்கள் பொய்கள் எல்லாம் அம்பலமாகிவிடும்.

ஓஷியேனியாவில் இங்ஸாக் கொள்கைகள் ஆட்சி செலுத்துகின்றன. யூரேஷியாவில் புது போல்ஷிவிஸம் என்னும் கொள்கை ஆட்சி செலுத்துகிறது. கிழக்காசியாவில் மரணத்தையே தெய்வமாகக் கருதும் கொள்கை ஆட்சி புரிகிறது. அல்லது தன்னை மறுத்தல் என்கிற கொள்கை ஆட்சி செலுத்துகிறது. உண்மையில் மூன்றுக்கும் அதிக வித்தியாசம் இல்லை, எனினும்

ஒருவர் கொள்கையை மற்றொருவர் தெரிந்துகொள்ளாதிருக்க வெகுவாகப் பாடுபட்டனர். ஓஷியேனியாவின் மக்கள் மற்ற இரண்டு தேசங்களின் கொள்கைகளும் அநாகரிகமானவை என்று நம்புகிறார்கள். பகுத்தறிவுக்கும் நல்லுணர்ச்சிக்கும் எதிரானது என்று அவர்களுக்கு இடைவிடாமல் போதிக்கப்படுகிறது. மூன்று தேசங்களிலும் வாழ்வில் மேல் நோக்கிப்போகிற சிறு சமூகமும் அதன் பக்திக்குரிய ஒரு தலைவனுமாக ஒரே மாதிரியான வாழ்க்கை வழிகளைத்தான் முறையாகக் கடைப்பிடித்து வருகின்றன. ஒன்றை ஒன்று வெல்ல முடியாது என்பது மட்டுமல்ல. வெல்வதிலும் எவ்வித லாபமும் காணமுடியாது என்பதையும் ஒவ்வொரு தேசமும் அறிந்திருந்தது. அதிகார வர்க்கத்தினர் சண்டையைக் காரணமாகச் சொல்லி, தங்கள் அதிகாரத்தை நிலையாக ஸ்தாபித்துக்கொள்வது சாத்தியமாக இருந்தது.

முந்திய நாட்களில் சண்டையென்றால் ஒருவர் ஜெயிப்பது; மற்றொருவர் தோற்பது என்று இருந்தது. ஒவ்வொரு சண்டைக்கும் முடிவு உண்டு என்றும் இருந்தது. இப்போது அப்படி இல்லை. சண்டை ஒரு தொடர்கதை என்றிருக்கும்போது, அதனால் ஆபத்து ஒன்றும் இல்லை என்கிற நிலைமை ஸ்திரமாகிவிட்டது. ஆகவே போர் என்பதெல்லாம் வெறும் புரட்டு என்றுதான் சொல்லத் தோன்றும். பொய் என்பதற்காக அது அர்த்தமற்றது என்ற நிலை ஏற்பட்டுவிடாது. அதிகாரத்தில் உள்ள கட்சியின் ஆட்சி நிலைப்பதற்கு இந்தப் போர் அவசியமாக இருக்கிறது. போர் என்கிற சாக்கு இல்லாவிட்டால் நாட்டில் அமைதியின்மை ஏற்பட்டுவிடும். இதையெல்லாம் காரணமாக வைத்துத்தான் 'சண்டையே சமாதானம்' என்கிற கருத்து ஆட்சி செலுத்துகிறது.

வின்ஸ்டன் வாசிப்பதை நிறுத்தினான். தூரத்தில் எங்கேயோ ஒரு குண்டு வீழ்ந்து வெடித்தது. சட்டவிரோதமான ஒரு புத்தகத்தைப் படித்துக்கொண்டிருப்பதில் அவனுக்கு ஏற்பட்ட ஆனந்தம் இன்னும் நீடித்தது. அந்த அறையில் டெலிஸ்க்ரீன் இல்லை. தனிமையும் அமைதியும் அனுபவிக்க வேண்டிய உணர்ச்சிகள் என்று எண்ணினான் அவன். அந்தப் புத்தகம் அவன் மனத்தைக் கவர்ந்தது. நம்பிக்கை ஊட்டுவதாக இருந்தது. புதிதாக ஒன்றும் சொல்லவில்லையென்றாலும் அவன் சொல்ல விரும்பியதைச் சொல்லியது. தன்னைப் போன்ற உணர்ச்சிகளும் அறிவும் பெற்ற ஒரு மனிதனின் எழுத்து அது. ஆனால், தன்னைவிட சக்தியும் விஞ்ஞான ரீதியில் அறிவும் பெற்ற மனம் அது. பயம் இல்லாத

ஒரு மனிதனின் எழுத்து. மீண்டும் முதல் அத்தியாயத்திற்குத் திரும்பியபோது மாடிப்படியில் காலடிச் சத்தம் கேட்டது. வந்தவள் ஜூலியா. அவர்கள் சந்தித்து ஒரு வாரத்திற்கு மேல் ஆயிற்று. எழுந்து அவளைச் சந்திக்க வாசற்படியருகே போனான். அவனைக் கட்டி அணைத்துக்கொண்டாள் அவள்.

அவளிடமிருந்து விடுவித்துக்கொண்டதும், "புத்தகம் வந்துவிட்டது" என்றான் வின்ஸ்டன்.

"வந்துவிட்டதா? நல்லது" என்றாள். அதில் அவளுக்கு அதிக உற்சாகம் இல்லை. ஸ்டவ் அடுப்பை அணுகிக் காப்பிபோடப் போனாள்.

படுத்து அரைமணி நேரத்துக்குப் பிறகுதான் மறுபடியும் புத்தகத்தைப் பற்றிய பேச்சு வந்தது. ஜூலியா தூங்கத் தொடங்கி விட்ட மாதிரி இருந்தது. அவன் கைநீட்டி புத்தகத்தை எடுத்தான். நிமிர்ந்து உட்கார்ந்து பக்கங்களைப் புரட்டினான்.

"நாம் வாசிக்க வேண்டும்; சகோதரர் சேனை அங்கத்தினர்கள் எல்லோரும் வாசிக்க வேண்டும்" என்றான்.

கண்களை மூடியபடியே அவள் சொன்னாள்: "பலமாகப் படி, நான் கேட்டுக்கொண்டிருக்கிறேன்."

கடிகாரம் மணி ஆறு என்று காட்டியது. இன்னும் மூன்று அல்லது நான்கு மணி நேரம் அவர்கள் அங்கு தங்கலாம். புத்தகத்தை மடியில் வைத்துக்கொண்டு வின்ஸ்டன் வாசிக்கலானான்.

அத்தியாயம் 1
அறியாமையே பலம்

உயர்ந்தவர்கள், நடுத்தரமானவர்கள், கீழானவர்கள் என்கிற மூன்று வகுப்புகளும் மனிதகுலத்தில் என்றுமே இருந்திருக்கின்றன. இவற்றில் உட்பிரிவுகள் எத்தனையெத்தனையோ. இந்த மூன்று வகுப்பினரும் ஒரே நோக்கத்துடன் வாழ்வதென்பது முடியாத காரியம்

"என்ன ஜூலியா! தூங்கிவிட்டாயா?"

"இல்லை, வாசி; கேட்கிறேன்."

வின்ஸ்டன் தொடர்ந்து படித்தான்.

உயர்ந்தவர்கள் உயர்ந்தவர்களாகவும், நடுத்தரமானவர்கள் உயர்ந்தவர்களாகவும் இருக்க முயலுகின்றனர். கீழ்த்தரமானவர்கள் தங்கள் நிலையைப் பற்றி யோசிக்கத் தெம்புள்ளவர்களாக இருக்கும் சமயங்களில், இந்த வர்க்க அமைப்பையே அழித்துவிட வேண்டும் என்று எண்ணுகிறார்கள். சரித்திரகால மாறுதல்கள் எதுவும் தங்களுக்கு நன்மை செய்ததாகத் தெரியவில்லை என்று கீழ்த்தரமானவர் சொல்வதில் தவறேயில்லை.

மேன்மக்கள் தத்துவத்தையே வற்புறுத்தி மன்னர்கள், பிரபுக்கள், மதபோதகர்கள் முதலியோர் காரியம் செய்தனர். மத்திய வகுப்பினர் 'நீதி, சுதந்திரம், சகோதரத்துவம்' என்று கூறிக் கொண்டே அதிகாரத்தைக் கைப்பற்ற எவ்வளவோ முயற்சிகள் செய்தனர். இப்படிப் புரட்சி செய்த நடுத்தர வகுப்பினர், புரட்சி வெற்றிகரமாக முடிந்தபின் ஒரு புது அநியாயத்தையே ஸ்தாபிக்க முயன்று வந்தனர் என்பது சரித்திரப்பிரசித்தமான உண்மை. இருபதாம் நூற்றாண்டுவரை சம உடைமை (சோஷலிசம்) என்கிற தத்துவம் 'சமத்துவம் சகோதரத்துவம்', என்ற அம்சங்களை வற்புறுத்தியது. இருபதாம் நூற்றாண்டின் மத்தியில் எழுந்த கொள்கைகள் அதே பெயரில் 'சுதந்திரமின்மையையும் சகோதரத்துவமின்மையையும்', வற்புறுத்தின. பழைய கொள்கைகளின்றும் எழுந்தவைதான் இவையும். எனினும் அவற்றைத் தலைகீழாக மாற்றிவிட்டனர். முன்னேற்றத்தைத் தடுப்பதும், சரித்திரத்தை மாற்றச் செய்வதும்தான் யூரேஷியா, ஓஷியேனியா, கிழக்காசியா என்ற மூன்று தேசங்களின் நோக்கமும். மேன்மக்கள் மேலானவர்களாகவே என்றும் இருப்பதற்கு வழிகள் கண்டுகொண்டுவிட்டனர் இந்த மூன்று தேச ஆட்சியாளரும்.

இந்த மூன்று கொள்கைகளுமே தோன்றியதற்கு பண்டைய சரித்திர அறிவே காரணம் என்று சொல்லலாம். இருபதாம் நூற்றாண்டின் ஆரம்ப வருடங்களிலேயே மனிதர்களுக்கிடையே சமத்துவம் என்கிற விதி சாத்தியமானதாகிக் கொண்டிருந்தது. அதை சாத்தியமில்லாததாக்கப் பாடுபட்டவர்கள் இந்தப் புது ராஜ்யங்கள் மூன்றையும் இயக்கும் கட்சித் தலைமைகள். 1940-க்குள்ளாகவே அரசியல் சிந்தனைகள் எல்லாம் ஒரு அதிகார வர்க்கத்தைச் சிருஷ்டித்து, அதை நிரந்தரமாக்குவது எப்படி என்று முயலத் தொடங்கிவிட்டன. உள்நாட்டுக் கலகங்களும், தேசிய யுத்தங்களும் காரணமாக இங்ஸாக் போன்ற மூன்று கொள்கைகளும் தோன்றின. இந்த ஆதிக்கத்தின் அதிகாரிகள் யார் என்பது தெளிவாகவே தெரிந்த விஷயம். புது அதிகாரிகள் வேறு யாரும் இல்லை.

அரசாங்க இலாகா அதிகாரிகள், விஞ்ஞானிகள் முதலியவர்கள்தான். இவர்கள் ஆதியில் இரண்டாந்தர வகுப்பில் இருந்தவர்கள். இப்போது ஆளும் வர்க்கத்தினர் ஆகிவிட்டனர். அச்சு இயந்திரங்கள் பொதுஜன அபிப்பிராயத்தைச் சிருஷ்டிப்பதைச் சாத்தியமாக்கின. ரேடியோவும் சினிமாவும் அதை ஓரளவு சுலபமாக்கின. டெலிவிஷன் போன்ற வேறு முன்னேற்றங்கள், பொதுஜன அபிப்பிராயத்தை இஷ்டப்படி தடைசெய்துவைப்பதைச் சாத்தியமாக்கியது. முக்கியமான ஒவ்வொருவனையும் இருபத்திநாலு மணிநேரமும் போலீசார் கண்காணிக்க முடியும் என்ற நிலை ஏற்பட்டது. சர்க்கார் பிரச்சாரம் அவன் காதை விட்டு ஒரு விநாடிகூட அகலாமல் பார்த்துக்கொள்ள முடிந்தது. அதிகாரிகள் இஷ்டப்படி மக்களை ஆட்டி வைப்பதும், எல்லோருமே ஒரு விஷயம் பற்றி ஒரேவிதமான அபிப்பிராயம் வைத்துக்கொள்ளும்படி கட்டாயப்படுத்தப்படுவதும் சாத்தியமாயிற்று.

1950-60-க்குப் பின், பலதரப்பட்ட புரட்சிகளினால், சமூகம் புது ரத்தம் பெற்றது. மேன்மக்கள், நடுத்தரத்தினர், கீழ்த்தரமானவர்கள் என்ற மூன்று வகுப்புகளும் மாறி இப்போது ஒரு புது மேன்மக்கள் உண்டாயினர். அவர்கள் தங்கள் மேன்மையைக் காப்பாற்றிக்கொள்ள கண்ணை மூடிக்கொண்டு செயலாற்ற வேண்டியதாக இல்லை. என்ன செய்தால் தங்கள் அதிகாரம் நீடிக்கும் என்பதை அறிந்து, அதைப் பரிபூரணமாகச் செய்தார்கள். அவர்களிடமிருந்துதான் கூட்டு ஆட்சி என்கிற கண்கட்டு வித்தை தோன்றியது. தனிப்பட்ட மனிதனின் சொத்துகளை அழிப்பதற்காகத் தோன்றிய இயக்கம் பொருள்களை எல்லாம் குறைந்த எண்ணிக்கையுள்ள அதிகாரிகளிடம் சேர்ப்பித்தது. கட்சியின் அங்கத்தினன் எவனுக்கும் ஏதும் சொந்தம் என்று சொல்ல முடியாது. ஓஷியேனியாவில் அனைத்தும் கட்சிக்குத் தான் சொந்தம். புரட்சிக்குப் பிந்திய வருடங்களில் கூட்டு முயற்சி என்கிற பெயரில் கட்சி இந்த வித்தையைச் சுலபமாகச் செய்துவிட்டது. முதலாளிகளை ஒழித்துவிட்டால், சோஷலிசம் வந்தே தீரவேண்டும் என்கிற கொள்கைப்படி எதுவும் நடக்கவில்லை. முதலாளிகள் போய்விட்டார்கள். பாங்கிகள், தொழிற்சாலைகள், சுரங்கங்கள், நிலம், வீடுகள் எல்லாம் கட்சிக்குச் சொந்தமாயின. பொருளாதார ஏற்றத்தாழ்வு நித்தியமாகியது.

ஒரு அதிகார வர்க்கத்தை நிரந்தரமாக்குவதற்கு இது மட்டும் போதாது. இன்னும் ஆழமாக வேலை செய்ய வேண்டும். ஆனால், கட்சி தோல்வியுறுவதற்கு நான்கு வகையான

காரணங்கள் சொல்லலாம். வெளியிலிருந்து வருபவர்கள் கட்சியை வெற்றிகொண்டு அழித்துவிடலாம்; அல்லது பலமான ஒரு புதிய வர்க்கம் தோன்றிவிடலாம்; அல்லது அதன் ஆட்சியின் அநீதிகள் காரணமாக ஜனங்கள் அதிருப்தியடைந்து புரட்சி செய்யலாம்; அல்லது மக்களிடத்தில் கட்சிக்கு செல்வாக்கும் நம்பிக்கையும் இழந்துவிடலாம். இந்த நான்கு காரணங்களும் சேருமிடத்தில் ஆளும் வர்க்கத்தினருக்கு ஆபத்து வந்துவிடும். இப்படி ஆபத்து நேராமல் பார்த்துக்கொள்வதை ஒரு கலையாக ஓஷியேனியா அதிகாரிகள் பயின்றனர்.

நீதி, அநீதி என்பதெல்லாம் பெரும்பாலோருக்குத் தெரியாமலே வைத்துக்கொள்வதென்பது அதிகார வர்க்கத்தினருக்கு இப்போது சுலபமான காரியமாகவே இருந்தது. அதிருப்தி ஏற்படும்போது அதை வெளியிட வழி இருந்தால் தான் அது வளர முடியும். அதற்குச் சந்தர்ப்பமே அளிக்கப்படாமல் ஆள முடியும் என்பதை இங்ஸாக் அதிகாரிகள் கண்டு கொண்டு விட்டனர். கல்வி முறையைச் சரியானபடி அமைத்துக் கொண்டு, மனிதர் மனத்தைச் சரியானபடி பண்படுத்திவிட்டால் அதிருப்தி, எதிர்ப்பு என்பதே தலைகாட்டாது. இந்த நிலை சரியானது அல்ல என்று எதனுடன் ஒப்பிட்டு, யார் சொல்ல முடியும்? எதனுடனும் எதையும் ஒப்பிட முடியாத ஒரு சூழ்நிலையைச் சிருஷ்டித்தளித்துவிட்டால் போதும் என்று உணர்ந்தது ஓஷியேனிய அதிகார வர்க்கம்.

ஓஷியேனியாவின் சமூக அமைப்பு இதுதான். உயர்ந்த ஒரு கோபுரத்தின் உச்சியில் முத்தண்ணா வீற்றிருந்தார். தவறு செய்யாதவர்; சக்தி மிகுந்தவர்; அவர் தலைமை காரணமாகவும் அவர் காரணமாகவும் அறிவு விஸ்தரிக்கிறது; புது விஷயங்கள் கண்டுபிடிக்கப்படுகின்றன; எல்லா அறிவுக்கும் அவரே இருப்பிடம். முத்தண்ணா என்பது கட்சியின் மொத்த உருவம் அவ்வளவுதான். தனி மனிதனாக இருப்பதில் சௌகரியங்கள் உண்டு. அந்த மனிதனை பார்ப்பது, வணங்குவது மக்களுக்குச் சுலபமாக இருந்தது. அடுத்த வரிசையில் உட்குழு அங்கத்தினர்கள் இவர்கள் எண்ணிக்கை அறுபது லட்சத்துக்கு மேற்படக்கூடாது. உட்குழு அரசாங்கத்தின் மூளையென்று சொன்னால் சாதாரண அங்கத்தினர்களை அதன் கைகள் என்று சொல்லலாம். அவர்களுக்கும் கீழேயுள்ளவர்களுக்கு ப்ரோல்கள் என்று பெயர். ஜனசங்கியையில் இவர்கள்தான் நூற்றுக்கு எண்பத்தைந்துபேர். அவர்கள் ஊமைக்குச் சமம். பேசத் தெரியாதவர்கள், அறிவிலிகள், கீழ்த்தரமானவர்கள். அவர்கள்

அந்த நிலையிலேயே இருப்பதற்கு அவசியமானதை எல்லாம் சர்க்கார் செய்கிறது. இதைத் தவிர மூன்று ராஜ்யங்களுக்கும் மாறி மாறிச் சொந்தமாகிக்கொண்டிருந்த அடிமைகள் இந்தக் கணக்கில் சேரவில்லை; அவர்கள் சேரவேண்டிய அவசியமேயில்லை.

கட்சி அங்கத்தினனாவது பிறப்புரிமையல்ல. சாதாரணமாக 16வது வயதில் பரீட்சை நடத்தி, இன்னின்னவர் இன்னின்ன வகுப்பைச் சேர்ந்தவர்கள் என்று தீர்மானிக்கப்படுகிறது. மற்றபடி குலம், கோத்திரம், கொள்கை முதலியவை இதைப் பாதிப்பதில்லை. யூதர்கள், நீக்ரோக்கள், தென் அமெரிக்கர்கள் யாரும் எந்த வகுப்பிலும் இருக்கலாம். தலைநகரம் எங்கேயோ தூரத்தில் இருப்பதாக யாரும் நினைப்பதில்லை. ஓஷியேனியாவுக்குத் தலைநகரமே கிடையாது. அதன் தலைவர் முத்தண்ணா எங்கிருக்கிறார் என்பது யாருக்கும் தெரியாத ரகசியம். ஆங்கிலம்தான் முக்கிய மொழி. ஆனால், கட்சி தன் காரியங்களுக்காக புதுமொழி என்று ஒன்றைச் சிருஷ்டித்துக் கொண்டிருக்கிறது. ஒரு கொள்கை என்கிற அளவில் தவிர மற்றபடி அதிகார வர்க்கத்தினர் ஒருமைப்பட்டவர்கள் அல்ல. திறமையுள்ள அங்கத்தினர்கள் சிலர் கட்சியின் உட்குழுவில் சேர்த்துக்கொள்ளப்படுகின்றனர். ப்ரோல்களில் புத்தியுள்ளவர்களும் அதிருப்தி விளைவிக்கக்கூடியவர்களும் சிந்தனைப் போலீசால் பலாத்காரமாக அகற்றப்படுகின்றனர். தகப்பன் பிள்ளை உறவைவிட, அரசியல் அதிகார வர்க்கத்தினர் உறவு முக்கியமானதாகிவிட்டது. கட்சி நிலைக்க வேண்டும். இன்றைய அரசாங்கம் நிரந்தரமாக இருக்கவேண்டும்.

நம்பிக்கைகள், பழக்கங்கள், இச்சைகள், உணர்ச்சிகள், மனத்தின் போக்குகள் எல்லாமே அதிகாரிகளின் மேற்பார்வையில் உருவாக்கப்படுகின்றன. கட்சியின் லாபத்துக்காக இவை அமைகின்றன. இன்றைய சமூகத்தின் உண்மை நிலையை யாரும் அறியமுடியாதபடி அமைந்திருக்கின்றன. புரட்சியோ, புரட்சியை நோக்கி முதல் அடி எடுத்து வைப்பதோ இன்றைய சூழ்நிலையில் சாத்தியமேயில்லை. ப்ரோல்கள் அதிகமாக இருப்பதால் பயப்படவேண்டிய அவசியமில்லை. அவர்கள் உழைக்கலாம்; மக்களைப் பெற்றுத் தரலாம்; இறக்கலாம். இதைத் தவிர வேறு எதுவும் அவர்கள் செய்ய முடியாது. முக்கியமல்லாத விஷயங்களைப் பற்றி அவர்களுக்கு அபிப்பிராய சுதந்திரம் உண்டு. கட்சி அங்கத்தினர்களுக்கு இதுகூடக் கிடையாது. கட்சி அங்கத்தினன் பிறந்தது முதல் இறக்கும் வரையில் சிந்தனைப்

போலீசின் கண்காணிப்புக்கு உட்பட்டவனாக இருக்கிறான். அவன் தப்பவே முடியாது. அவனால் தனியாக இருக்கவே முடியாது. தூங்கிக்கொண்டிருந்தாலும், விழித்துக்கொண்டிருந்தாலும், வேலை செய்தாலும், ஓய்வு எடுத்துக்கொண்டாலும், படுத்திருந்தாலும், குளித்துக்கொண்டிருந்தாலும் சிந்தனைப் போலீஸ் ஒருவனை சோதித்துப் பார்க்க முடியும். எந்தக் காரியத்தையும் அவர்கள் கண்காணிப்புக்கு உட்பட்டுத்தான் செய்ய முடியும். சட்டம் என்று ஒன்றும் ஓஷியேனியாவில் கிடையாது. அதிகாரிகளுக்குப் பிடிக்காதது எல்லாம் சட்ட விரோதமானவைதான். எப்பொழுதாவது, ஏதாவது குற்றம் செய்யலாம் என்று சந்தேகப்படும்படி நடக்கும் ஒருவனை அதிகாரிகள் ஒழித்துவிடுவார்கள். அதற்கு ஒருவிதமான எச்சரிக்கையும் விசாரணையும் தேவையில்லை. எது, என்ன என்று எச்சமயத்திலும் தெளிவாகச் சொல்லப்படுவதே கிடையாது. சொல்லப்பட்டதானால் எல்லாம் வெட்ட வெளிச்சமாகிவிடும். இதற்கு புதுமொழி உதவியது. "குற்றம் தடுத்தல், கருப்பு வெள்ளை, இரட்டைச் சிந்தனை" என்கிற ஒன்றுக்கொன்று மாறான கருத்துக்கொண்ட கூட்டு வார்த்தைகள் நிறைந்த புதுமொழியில் பழக்கப்பட்ட கட்சி அங்கத்தினர்கள் அதிகமாக எதைப் பற்றியும் சிந்திக்க முடியாதபடி செய்து விடுகின்றது.

சொந்த வளர்ச்சிகளுக்கு அங்கு யாரும் இடம் தரக்கூடாது. எப்போதும் கட்சிக் காரியங்களில் உற்சாகமாக இருக்கவேண்டும். கட்சி கூறும் எதிரிகளை எப்போதும் அவன் வெறுக்கவேண்டும். இன்றைய எதிரி நாளைய நண்பன் ஆகலாம். அது பற்றி அவன் சிந்திக்கவே கூடாது. அபாயகரமான சிந்தனைகள் எதற்கும் இடம் தராதிருப்பதற்காக அவர்களுக்குக் கல்வி புகட்டப்படுகிறது. அறிவில்லாதிருப்பதுதான் குற்றம் புரியாதிருப்பதற்குச் சிறந்த வழி. ஓஷியேனியாவின் காரியங்கள், சமூக விதிகள் எல்லாவற்றையும் முத்தண்ணா நன்கு அறிந்தவன்; எங்கும் நிறைந்தவன், எல்லா சக்தியும் படைத்தவன் என்கிற அடிப்படையில் இயங்குகின்றது. உண்மையானவற்றைச் சிந்திக்காதிருப்பதற்கு சொல்லித்தரப்படுகிறது. "வெள்ளை கறுப்பு" எனும் வார்த்தைக்கு அர்த்தம் இதுதான். வெள்ளை என்பது வெள்ளை மட்டுமல்ல - கறுப்பும் தான். கட்சிக்காக வெள்ளையைக் கறுப்பு என்றும் சொல்ல ஒருவன் தயாராக இருக்கவேண்டும் என்று சொல்வது மட்டும் போதாது. உண்மையிலேயே நம்பவும் வேண்டும். சென்ற காலத்தின் காரியங்கள் நிகழ்காலத்தின் தேவைகளை அனுசரித்து மாற்றியமைப்பது

என்கிற காரியம் எப்பொழுதுமே ஓஷியேனியாவில் நடைபெற்றுக் கொண்டிருக்கிறது.

இரண்டு விதங்களில் பழையனவற்றை மாற்றவேண்டிய அவசியம் ஏற்படுகிறது. இக்காலத்துடன் ஒப்பிடக்கூடிய கடந்த கால நிலைமைகள் எதுவும் ஞாபகத்தில் இல்லாது போனால்தான், கட்சி அங்கத்தினன் திருப்தியாக வாழ முடியும். அந்நியர்களிடமிருந்து தப்பியதுபோல, அவன் நேற்று என்கிறதளையிலிருந்தும் விடுபட்டிருக்க வேண்டும். மேலும், கட்சி தவறு செய்திருக்க முடியாது என்கிற காரணத்தினால், கட்சி நேற்று செய்த தவறுகளை இன்று திருத்தி, அவை நடைபெறவேயில்லை என்று நிரூபித்தேயாகவேண்டும். எனவே உண்மையைச் சௌகரியப்படி மாற்றுவதற்கு இரட்டைச் சிந்தனைத் தத்துவம் மிகவும் உபயோகமாக இருந்தது. ஒரே சமயத்தில் எதிர்மாறான இரண்டு சிந்தனைகளை மனதில் நிலைக்கச் செய்யும் காரியத்துக்கு இரட்டைச் சிந்தனை என்று பெயர். தன் நினைவுகளில் எதெது எப்படியெப்படி மாற வேண்டும் என்பதைக் கட்சித் தலைவன் அறிந்திருக்கிறான். தன் நினைவுகளை மாற்றுகிற மாதிரி மற்ற அங்கத்தினர்களின் நினைவுகளையும் மாற்றியே தீரவேண்டும்.

ஆட்சி புரியும் அதிகார வர்க்கத்தின் வீழ்ச்சிக்குக் காரணங்கள் பல உண்டு. பல அதிகாரங்கள் அசட்டுத்தனமாக ஆணவத்துடன் நடந்துகொண்டன. புது நிலைமைக்கு ஏற்றபடி சிலர் மாற மறுத்தனர். அல்லது தைரியமிழந்து, விட்டுக்கொடுக்கிற அதிகார வர்க்கமாக மாறி தோற்றன. தெரிந்தோ தெரியாமலோ அவை தோல்வியுற்றன. அப்படித் தோல்வி வராதிருக்க ஓஷியேனியாவின் அதிகார வர்க்கம் விஞ்ஞான ரீதியில் ஏற்பாடுகள் செய்து கொண்டு கவனமாக இருந்தது.

மனத்தையே ஏமாற்றுவதற்குத்தான் இரட்டைச் சிந்தனை என்று பெயர் என்பது பலருக்கும் தெரிந்த விஷயம்தான். அதிகமாகப் புரிந்துகொண்டவர்களை அதிகமாக ஏமாற்றவும் வேண்டியதாகத்தான் இருந்தது. அதிக அறிவுள்ளவர்கள் நேரான புத்தியுள்ளவர்களாக இருக்க முடியாது. அவசியமாகும்போது மனித உள்ளங்களிலே வெறுப்பையும் உற்சாகத்தையும் விதைத்து விடலாம்.

இரட்டைச் சிந்தனைத் தத்துவம்தான் எல்லா வாழ்க்கைப் பகுதிகளிலும் ஆட்சி செலுத்துகிறது. குடும்பம், தனிமனிதர்கள் உறவு எல்லாவற்றையும் அழிக்க அரசு முயன்று அதில் வெற்றி பெற்றுவிட்டது. மந்திரி சபைக் காரியாலயங்கள்கூட ஒரு இரட்டைச்

சிந்தனை வேகத்தில்தான் பெயரிடப்பட்டிருக்கின்றன. சமாதான மந்திரி சபைதான் சண்டைக் காரியாலயம். உண்மை மந்திரி சபையில்தான் பொய்கள் எல்லாம் தயாரிக்கப்படுகின்றன. அன்பு மந்திரி சபை சித்திரவதை செய்வதில் சமர்த்தர்களைக் கொண்டது. உற்பத்திப் பெருக்கு மந்திரி சபையின் அலுவல்கள் தான் பட்டினியும் பசியும். இவை தற்செயலாக ஏற்பட்ட பெயர்கள் அல்ல. வேண்டுமென்றே இரட்டைச் சிந்தனை முறையில் இடப்பட்ட பெயர்கள். எதிர்ப்பதங்களின் பொருள் விளங்காமல் வைப்பதின் மூலம்தான் அதிகாரத்தை நிரந்தரமாக வைத்துக்கொள்ள முடியும் என்பதை உணர்ந்த அதிகாரவர்க்கம் இப்படிச் செய்திருந்தது.

மனிதர்கள் ஒருவருக்கொருவர் சமமாக இருக்கக்கூடாது என்கிற அடிப்படையில்தான் காரியங்கள் அனைத்தும் நடந்தன. ஏன் என்று யாரும் கேட்பதில்லை. மனிதர்கள் எல்லோரும் சரிநிகர் சமானமாக இருக்கக்கூடாது என்று ஏன் நினைக்கிறார்கள்? சரித்திரம் இந்த விநாடியுடன் உறைந்து இப்படியே எப்போதும் இருக்கவேண்டும் என்று ஏன் எண்ண வேண்டும்?

இந்தப் பிரச்சனைக்குப் பதில்தான் மிக முக்கிய ரகசியம்...

ஜூலியா கவனிக்கவே இல்லை என்று தோன்றியது வின்ஸ்டனுக்கு. மார்புக்குமேல் துணியே இல்லாமல் அவள் படுத்து உறங்கிக்கொண்டிருந்தாள். 'ஜூலியா' என்று கூப்பிட்டான்; பதிலில்லை.

புத்தகத்தை மூடித் தரையில் வைத்தான். பிறகு போர்வையை இழுத்து மூடிக்கொண்டு அவனும் படுத்துவிட்டான். அதிகாரம் எப்படி நடந்தது என்பது புரிந்தது. ஏன் என்று புரியவில்லை அவனுக்கு. அத்தியாயம் ஒன்றில் அவனுக்கே தெரிந்த பல விஷயங்கள் கோர்வையாகச் சொல்லப்பட்டிருந்தன. அவன் படித்த வரையில் அவ்வளவுதான். அடிப்படையான ரகசியம் இன்னும் அவனுக்குத் தெரியவில்லை. உண்மை, உண்மையில்லாதது இரண்டும் உண்டு. உலகத்தையே எதிர்த்து உண்மையைப் பிடித்துக்கொண்டால் உன்னைப் பைத்தியக்காரன் என்று யாரும் சொல்லமுடியாது. மறைந்துகொண்டிருந்த சூரியனின் கிரணம் ஜன்னல் ஒன்றின் வழியாக உள்ளே வந்தது. கண்களை மூடிக்கொண்டான். ஜூலியாவின் மிருதுவான உடலை அழுத்திப் பிடித்துக்கொண்டான் - அவளுக்கு எதுவும் தீங்கு விளைவிக்காது அவள் தப்பித்துக்கொண்டு விடுவாள். "பைத்தியமில்லாதிருப்பது புள்ளிவிவரக் கணக்கில் வராது" என்று முணுமுணுத்துக் கொண்டே தூங்கிவிட்டான்.

9

அதிகநேரம் தூங்கிவிட்டவன் போல உணர்ந்தான். விழித்தெழும் போது, கடிகாரம் பதினொன்று என்று காட்டியது. சலவைக் காரியின் குரல் உரக்கக்கேட்டது. ஜூலியாவும் விழித்துக்கொண்டு சோம்பல் முறித்தபடி எழுந்தாள்.

“பசிக்கிறது. இன்னொரு கப் காப்பி போட்டுச் சாப்பிடலாம்.” என்று சொல்லிக்கொண்டு ஸ்டவ்வருகே போனாள். ஆனால், ஸ்டவ்வில் எண்ணெய் இல்லை. “குளிருகிறது, உடையைகளைப் போட்டுக் கொள்ளலாம்.”

சலவைக்காரியின் குரல் ஓயாமல் ஒலித்தது.

இருவரும் ஜன்னல் பக்கம் போய் நின்றுகொண்டு உள் முற்றத்தைப் பார்த்தனர். அவள்கூட அழகிதான் என்று எண்ணினான் வின்ஸ்டன்.

“அந்தச் சலவைக்காரியும் அழகிதான்” என்றான்.

“இடுப்புப் பாகத்தில் ஒரு மீட்டர் சுற்றளவு இருக்கும்.”

“அவள் அழகு அதுதான்.”

கையால் ஜூலியாவின் இடுப்பைக் கட்டிப்பிடித்துக் கொண்டு நின்றான் வின்ஸ்டன். அவர்களுக்குக் குழந்தை உண்டாக முடியாது. அதைச்செய்ய அவர்களால் இயலாது. பேச்சிலேதான் புரட்சியைத் தொடர்ந்து செய்யலாம். புரட்சிக்கென்று மக்களைப் பெற்றுத் தந்தால் குட்டு வெளியாகிவிடும். அவர்களுக்கே ஆபத்து வந்துவிடும். அந்த சலவைக்காரி எத்தனை குழந்தைகள் பெற்றிருப்பாள். பதினைந்தாவது இருக்குமோ? எப்போதும் பாடிக்கொண்டேதான் இருந்தாள் அவள். வானம் இங்கும் யூரேஷியாவிலும் கிழக்காசியாவிலும் ஒன்றாகவேதான் இருந்தது. ஜனங்களும் பெரும்பான்மையோர் ஒரே மாதிரித்தான் இருந்தார்கள். புரட்சிக்குத் தன்னைப் போன்றவர்கள் ப்ரோல்களிடம்தான் நம்பிக்கை வைத்தாகவேண்டும். கோல்ட்ஸ்டீனும் அப்படித்தான் முடிவாகச் சொல்லியிருக்க முடியும். ப்ரோல்களும் இதே மாதிரிப் பைத்தியக்காரத்தனமான ஒரு உலகத்தைத்தான் சிருஷ்டிப்பார்களா? மாட்டார்கள். அவர்கள் சாதாரண மனிதர்கள், பைத்தியக்காரர்கள் அல்ல, வெறியர்களும் அல்ல, ப்ரோல்கள் அழியாதவர்கள் - அதிகப்படியானவர்கள். எப்படியும் ஒரு நாள் அவர்கள் விழித்தெழுந்து விடுவார்கள், ஆயிரம்

வருடங்கள் ஆகலாம் - ஆகட்டுமே. அவர்கள் அதற்கும் அதிக காலம் முழுமையான மனிதத் தன்மையுடன் இருந்துவிடுவார்கள்.

“ஞாபகம் இருக்கிறதா? அன்று ஒரு குயில் நமக்காகப் பாடிற்றே...”

“நமக்காகப் பாடவில்லை அது. தனக்காகத்தான் பாடியது” என்றாள் ஜூலியா.

பறவைகள் பாடின; ப்ரோல்கள் பாடினார்கள்; கட்சி பாடவில்லை. உலகம் முழுவதிலும் லண்டனிலும் நியூயார்க்கிலும், ஆப்பிரிக்காவிலும் பிரேசிலிலும் மற்றும் எல்லைகளுக்கு அப்பால் ஒதுக்கப்பட்டிருந்த பாரிஸ், பெர்லின் நகரத்தெருக்களிலும் எல்லையற்று பரந்து கிடந்த ரஷ்யாவின் பரந்த வெளிகளிலும், சீன, ஜப்பான் கடைத்தெருக்களிலும், வெல்ல முடியாத திடமான பிறப்பு முதல் இறப்புவரை உழைப்பாலும் பிள்ளை பெறுவதாலும் ராட்சதர்களாக உருவாகியிருந்த இலட்சோப இலட்ச சலவைக் காரிகள் பாடிக்கொண்டே இருந்தார்கள். அந்த மகாசக்தி படைத்த மனிதர்களின் கால் வழியாக என்றோ ஒரு நாள் உணர்வுபெற்ற ஒரு சமூகம் உருவாகத்தான் போகிறது. நாம்தான் இறந்து போனவர்கள். ஆனால், அந்த மக்களுக்கு எதிர்காலம் இருக்கிறது. நாமும் நமது மனதையும் உடலையும் சாகவிடாமல் பார்த்துக் கொண்டு இரண்டும் இரண்டும் நான்கு என்கிற இரகசிய தத்துவத்தை நமக்குள் பரப்பிக்கொண்டிருந்தால் அந்த எதிர்காலத்தில் நாமும் பங்கு பெறலாம், இவ்வாறு வின்ஸ்டனின் எண்ணம் ஓடிற்று.

“நாம் இறந்தவர்கள்” என்றான் வின்ஸ்டன்.

“நாம் இறந்தவர்கள்தான்” என்றாள் ஜூலியாவும்.

“ஆம், நீங்கள் இறந்தவர்கள்தான்” அவர்களுக்குப் பின்னால் ஒரு குரல் வந்தது.

அவர்கள் பயந்து நடுங்கி விட்டனர். குடலில் ஐஸைக் கரைத்தமாதிரி இருந்தது வின்ஸ்டனுக்கு. ஜூலியாவின் கண்கள் வெண்மை மேலிடப் பிதுங்கின. அவள் முகம் வெளுத்து பயத்தால் மஞ்சளாகியது.

“நீங்கள் இறந்தவர்கள்” என்றது மறுபடியும் அந்த இரும்புக்குரல்.

“படத்துக்குப் பின்னால்...” என்றாள் ஜூலியா.

"ஆமாம். படத்துக்குப் பின்னால்தான். ஆனால், அப்படியே நில்லுங்கள். உத்தரவு பிறக்கும் வரையில் அசையாதே!"

எதிர்பார்த்த காரியம் கடைசியாக நடந்தேவிட்டது. ஒருவரை ஒருவர் பார்த்துக்கொண்டு நிற்பதைத் தவிர அவர்கள் வேறு என்ன செய்யமுடியும்? அங்கிருந்து ஓடிப்போய்த் தப்பித்துக் கொள்ள முடியும் என்கிற யோசனையே வரவில்லை அவர்களுக்கு. இரும்புக்குரல் சொல்வதைக்கேட்டு அதன்படி நடப்பதைத் தவிர வேறு வழியில்லை. சுவரில் மாட்டியிருந்த படம் தானாகக் கீழே விழுந்தது. பின்னாலிருந்த டெலிஸ்க்ரீன் இப்போது தெரிந்தது.

"இப்போது அவர்கள் நம்மைப் பார்க்க முடியும்?" ஜூலியா நடுக்கத்துடன் கூறினாள்.

"ஆம், பார்க்க முடியும். அறையின் மத்தியில் நில்லுங்கள். ஒருவரை ஒருவர் தொடாமல் முதுகுப்பக்கம் திரும்பி நில்லுங்கள். கைகளைத் தலைமேல் கட்டிக்கொள்ளுங்கள்" என்று டெலிஸ்க்கிரீனிலிருந்து வந்த குரல் உத்தரவிட்டது. ஜூலியாவின் உடல் நடுங்கியதை உணர்ந்தான் அவன். அல்லது தன் உடல் தான் நடுங்கியதா? கீழே பல பூட்ஸுகளின் சப்தம் கேட்டது. சலவைக் காரியின் பாட்டு திடுதிப்பென்று நின்றுவிட்டது.

"வீட்டைச் சுற்றிக்கொண்டு விட்டார்கள்" என்றான் வின்ஸ்டன்.

"வீட்டைச் சுற்றிக்கொண்டிருக்கிறார்கள்" என்றது இரும்புக் குரல்.

"விடை பெற்றுக்கொள்ளலாம் என்று எனக்குத் தோன்றுகிறது" என்றாள் ஜூலியா.

"விடை பெற்றுக்கொள்ளலாம்." என்றது இரும்புக் குரல்.

வேறு ஒரு குரல் சொல்லியது: "இதோ ஒரு மெழுகுவர்த்தி வருகிறது விளக்குக் காட்ட. இதோ ஒரு அரிவாள் வருகிறது, உன் தலையைச் சீவ."

வின்ஸ்டனுக்குப் பின்னால் ஜன்னலருகே ஒரு சப்தம் கேட்டது. ஒரு ஏணி சாத்தி வைக்கப்பட்டது தெரிந்தது. ஜன்னல் கண்ணாடி உடைந்துவிட்டது. உடனே கறுப்பு அங்கிதரித்த போலீஸ் உருவங்கள் அறையில் நிரம்பிவிட்டன.

இப்போது வின்ஸ்டனுக்கு நடுங்கவில்லை. அவன் கண்கள் கூட அசையவில்லை. எதிர்ப்பட்டவர்களை அதில் முக்கியமாக

உதடுகள் இழந்த ஒரு போலீஸ்காரனை நிமிர்ந்து பார்த்தான். கையில் தடியுடன், இல்லாத உதடுகளை நாக்கால் நக்கிக் கொண்டு வந்தான் அவன்.

அவனுக்குப் பின்னால் ஒரு சப்தம் கேட்டது. யாரோ ஒரு போலீஸ்காரன் ஜூலியாவின் வயிற்றில் ஒரு குத்து விட்டான். ஒரு மடக்கு கஜக்கோல் போல அவள் இரண்டாக மடிந்து தரையில் விழுந்தாள். மூச்சுவிடமாட்டாமல் துடித்துக்கொண்டு தவித்தாள் அவள். தலையைத் திருப்பிப் பார்க்கக்கூட அவளுக்குத் தைரியமேயில்லை. வேதனையில் துடித்த அவள் முகம் அவன் கண்ணில்பட்டது. தன் உடலில் வலிப்பதுபோல இருந்தது அவனுக்கு. போலீஸ்காரர்கள் அவள் முழங்கால்களை பிடித்துச் சாக்கு போலத் தூக்கி வெளியே கொண்டு போனார்கள். தலைகீழாகத் தொங்கிய அவள் முகம் கண்கள் மூடியபடி மஞ்சள் நிறமாக காட்சியளித்தது.

அவன் அசையாமல் நின்றான். இன்னும் யாரும் அவனை அடிக்கவில்லை. அர்த்தமற்ற சிந்தனைகள் ஒன்றன்பின் ஒன்றாக அவன் மனசில் பந்தயம் ஓடின. கார்ரிங்டனையும் பிடித்துக் கொண்டு விட்டார்களா, இல்லையா என்பது தெரியவில்லை. சிறுநீர் கழிக்கவேண்டும் போல இருந்தது அவனுக்கு. அங்கு வந்து இரண்டு மூன்று மணிநேரம்தான் இருக்கும். கடிகாரம் ஒன்பது மணி காட்டியது. மணி மாலை ஒன்பதா காலை மணி ஒன்பதா என்று அவனுக்குத் தெரியவில்லை. குழப்பத்திலிருந்து விடுபடுகிற மாதிரியில்லையே என்கிற சிந்தனையுடன் சிந்திப்பதைத் தொடராதிருந்தான் அவன்.

ஒருவர் மெதுவாக வந்தது காதில் விழுந்தது. கார்ரிங்டன் உள்ளே வந்தார். போலீஸ் வீரர்கள் மிடுக்குகள் சற்று ஒடுங்கின. கார்ரிங்டனைக் கண்டு பயந்து நடுங்கியவர்கள்போல அவர்கள் அடக்கமாக நின்றனர். அவர் இட்ட உத்தரவை நிறைவேற்ற போட்டி போட்டுக்கொண்டு ஓடினார்கள். கார்ரிங்டன் சற்றே மாறியிருக்கிற மாதிரி இருந்தது. அவர் மூக்குக் கண்ணாடியை காணவில்லை. வின்ஸ்டனை ஒரு பார்வை பார்த்துவிட்டு முகத்தைத் திருப்பிக்கொண்டார் கார்ரிங்டன்.

திடீரென்று ஞானோதயம் ஆயிற்று வின்ஸ்டனுக்கு. சிந்தனைப் போலீஸ் அதிகாரிகளில் ஒருவன் அந்த கார்ரிங்டன்.

★

பகுதி - 3

1

அவன் எங்கே இருந்தான் என்பது அவனுக்குத் தெரியாது. அன்பு மந்திரிசபையின் அடித்தளத்திலேதான் இருக்க வேண்டும் என்று எண்ணினான். நிச்சயமாகத் தெரிந்துகொள்ள வழியேயில்லை.

கூரை உயரத்திலிருந்தது, ஜன்னல் இல்லை. பீங்கான் சுவர்கள் நாலுபக்கமும் பளபளத்தன. விளக்குகளின் வெளிச்சம் உள்ளே வீசியது. காற்றடிக்கும் இயந்திரங்களின் சப்தம் முணுமுணுவென்று ஓயாமல் கேட்டது. ஒருவித பலகைகள் சுவர்களை ஒட்டி நாலு பக்கங்களும் போடப்பட்டிருந்தன. கதவு அறையின் ஓரத்தில் இருந்தது. கதவுக்கு எதிர்த்த பக்கம் கக்கூஸ் பானை வைத்திருந்தது. அதற்கு மூடியில்லை. நான்கு டெலிஸ்க்ரீன்கள் நான்கு சுவர்களிலும் இருந்தன.

அவன் வயிற்றில் இடைவிடாத ஒரு வலி இருந்தது. வண்டியில் போட்டுக்கொண்டு வந்த முதலே அவன் வயிற்றில் அந்த வலி இருந்துகொண்டேயிருந்தது. அவனுக்குப் பசியும் இருந்தது. அது நல்ல பசி அல்ல ஆளையே தின்றுவிடும் பசி. அவன் சாப்பிட்டு இருபத்தி நான்கு மணி நேரம் ஆகியிருக்கும் அல்லது முப்பத்தியாறு மணி நேரம் இருக்கலாம். காலையில் அவனைக் கைது செய்தார்களா? அல்லது மாலையில் அவனைக் கைது செய்தார்களா என்பது இன்னமும் அவனுக்குத் தெரியாது.

அதுவும் தெரியாது. ஆனால், கைது செய்யப்பட்ட பிறகு யாரும் அவனுக்கு உணவு அளிக்கவில்லை.

அவன் குறுகலான பலகையில் ஒரே இடத்தில் உட்கார்ந்து கொண்டிருந்தான். உடலுக்குள் பசி தோன்றி அதிகரித்துக் கொண்டிருந்தது. அவனால் அதை அடக்கமுடியவில்லை. ஒரு துண்டு ரொட்டி கிடைத்தால் போதும் - அதுதான் வேண்டும் அவனுக்கு. தன் மேல் சட்டைப் பைகளிலே ரொட்டித் துணுக்குகள் சில கிடந்தன என்ற எண்ணம் அவனுக்கு வந்தது. ஒரு பெரிய துண்டே இருந்தாலும் இருக்கலாம். இருக்கிறதா என்று பார்க்கவேண்டும் என்கிற ஆசை மேலிட்டது. அதுதான் வென்றது. ஒரு கையைத் தன் சட்டைப் பைக்குள் விட்டான்.

டெலிஸ்க்ரீனிலிருந்து குரல் கூவியது: "ஸ்மித்! 6079 ஸ்மித் டபிள்யூ! சிறையில் சட்டைப் பைக்குள் கை போடக்கூடாது. எடு கையை,

அவன் மீண்டும் கையைக் காலை அசைக்காமல் பழைய நிலைக்கு வந்தான். கைகளை மடக்கி முழங்கால்கள் மேல் வைத்துக்கொண்டான். இங்கு வந்து சேரும்முன் அவனை ஒரு பொது அறையில் போட்டுப் பூட்டிவைத்தார்கள். அங்கேயும் அவன் எவ்வளவு நேரம் இருந்தான் என்பது அவனுக்குத் தெரியாது. சில மணி நேரமாவது இருந்திருப்பான். பகல் வெளிச்சமோ கடிகாரமோ இல்லாத சமயத்தில் நேரத்தை எப்படிக் கணித்து அறிந்துகொள்வது? சப்தமும் நாற்றமும் நிறைந்த இடம் அது. அந்த அறையைவிட மிக அசுத்தமாகவும் நாற்றமாகவும் இருந்தது. பொதுவாக அநேக சாதாரணக் குற்றவாளிகள் (சில அரசியல் கைதிகளும் அவர்களிடையே இருந்தனர்) அழுக்கும் அசுத்தமும் படிந்த உடல்களின் நெருக்கத்திலே அவன் சுவர் ஓரமாக ஒதுங்கி உட்கார்ந்து கொண்டிருந்தான். பயமும் வலியும் அதிகமாக இருந்ததால் சுற்றுப்புறம் எதையும் லட்சியம் செய்யாமல் இருந்தான். கட்சிக் கைதிகள் நடந்துகொண்டது மற்றவர்கள் நடந்ததைவிட எவ்வளவு மாறுபட்டு இருந்தது என்று அவனால் கவனிக்காதிருக்க முடியவில்லை. கட்சிக் கைதிகள் ஒரு பீதியுடன் மௌனமாக நடந்துகொண்டார்கள். சாதாரணக் குற்றவாளிகள் யாரைப் பற்றியும் எதைப் பற்றியும் லட்சியம் செய்ததாகத் தெரியவில்லை. வாயில் வந்தபடியெல்லாம் காவலாளிகளைத் திட்டினார்கள் - தங்களுக்குள்ளும் பிறருடனும் சண்டை போட்டார்கள். தரையில் இழிவான வார்த்தைகளை எழுதி ஆனந்தித்தார்கள்- திருட்டுத்தனமாகத்

தேவையான உணவை வாங்கி வைத்துக்கொண்டு தின்றார்கள் - டெலிஸ்க்ரீன் கொடுத்த உத்தரவுகளை லட்சியம் செய்யாமல் சில சமயம் கேலியும் செய்தார்கள். சில சமயம் அவர்களில் சிலர் தங்கள் காவலாளிகளுடன் சிநேகமாக இருக்கிற மாதிரி இருந்தது, செல்லப் பெயர் வைத்து அவர்களை அழைத்தார்கள். வெளி ஓட்டை வழியாக வெளியே போகிறவர்கள் வருகிறவர்களைக் கூப்பிட்டு சிகரெட்டுகள் கேட்டார்கள். காவலாளிகளும் சாதாரணக் குற்றவாளிகளை அதிகமாகக் கெடுபிடி பண்ணாமல் இருந்தார்கள்; சில சமயம் முரட்டுத்தனமாக நடத்தினார்களே தவிர அனாவசியமாக துன்பம் தரும்படி நடத்தவில்லை. அடிமை வேலைப் பண்ணைகள் பற்றிச் சிறையில் பேச்சு ஏராளமாக இருந்தது - அநேகமாக எல்லா குற்றவாளிகளுமே அங்கே போய்ச் சேரவேண்டியவர்கள்தான். அடிமைப் பண்ணைகளில் செல்வாக்குள்ளவர்கள் கடினமான வேலைகளிலிருந்தும் தப்பித்துக்கொள்ள முடியும் என்று தெரிந்தவர்கள் சொன்னார்கள். லஞ்சம், பட்ச பாதம், கள்ளமார்க்கட்டு எல்லாம் அங்கும் ஓரளவு ஆட்சி செலுத்தின. ஆணுக்கு ஆண் காதல், பெண் வியாபாரம், உருளைக்கிழங்கிலிருந்து மது எல்லாம் கிடைக்கும். நம்பகமான வேலைகளைப் பார்த்தவர்கள் சாதாரணக் குற்றவாளிகளே ! கொலைகாரர்கள், கோஷ்டிக் கொள்ளைக்காரர்கள் முதலியவர்களை சிறைச்சாலையின் மேன்மக்களாக மதித்து நடத்தினார்கள். அரசியல் கைதிகள்தான் கஷ்டமான, கீழ்த்தரமான, அருவருப்பான வேலைகளையெல்லாம் செய்யவேண்டும்.

நாள்தோறும் ஏராளமான கைதிகள் வந்துகொண்டிருந்தனர்; மருந்து வியாபாரிகள், கருப்பு மார்க்கெட்காரர்கள், குடிகாரர்கள், விபசாரிகள் எல்லோரும் வந்தார்கள். சில குடிகாரர்களை அடக்க மற்ற கைதிகளும் காவலாளிகளுடன் ஒத்துழைக்கவேண்டியதாக இருந்தது. ஒரு ராட்சஸ உருவமுள்ள அறுபது வயதான பெண்ணை தூக்கிக்கொண்டுவந்து வின்ஸ்டன் மடியில் போட்டார்கள். தொடை எலும்பு முறிந்து விடும் மாதிரி வலித்தது அவனுக்கு. நான்கு காவலாளிகள் வேண்டியதாக இருந்தது அவளைச் சமாளிக்க. "அயோக்கியக் காலிகள்" என்று சொல்லிக் கொண்டிருந்த கிழவி, தான் வின்ஸ்டன் மடியில் கிடப்பதை உணர்ந்து எழுந்து பக்கத்தில் உட்கார்ந்தாள்.

"மன்னிக்க வேண்டும் நண்பரே" என்றாள் அவள், ஒரு கையால் தன் தொங்கிய ஸ்தனத்தை வருடிவிட்டுக்கொண்டு. "நானாக உட்காரமாட்டேன், அந்தக் காலிகள் இப்படிச் செய்து விட்டனர்.

என்னைப் போன்ற சீமாட்டியை எப்படி நடத்த வேண்டும் என்று அவர்களுக்குத் தெரியவில்லையே." ஒரு தரம் உரக்க ஏப்பமிட்டாள். பிறகு, "என்னை மன்னித்துவிடு. எனக்கு உடம்பு சரியாக இல்லை" என்றாள்.

முன்னால் குனிந்து அறையில் வாந்தியெடுத்தாள்.

"இப்போது தேவலை" என்று சொல்லிவிட்டுப் பின்னால் சாய்ந்து கண்களை மூடிக்கொண்டாள். "வாந்தி எடுக்க வந்தால் வாந்தி எடு என்றுதான் நான் சொல்வேன்."

திரும்பி வின்ஸ்டனைப் பார்த்தாள். அவளுக்கு அவனைப் பிடித்திருந்தது. அவன் தோள் மேல் தடித்த கை ஒன்றைப் போட்டு அணைத்துக்கொண்டாள். பீரும் வாயிலெடுத்த நாற்றமும் அவள் முகத்தில் குப்பென்றடித்தன.

"உன் பெயர் என்ன கண்ணே?"

"ஸ்மித்"

"என் பெயரும் அதுதான். விசித்திரம்தான். நான் உன் தாயாக இருக்கலாம்." என்றாள் அவள்.

இருக்கலாம் என்றுதான் எண்ணினான் வின்ஸ்டன். உடம்பு வயது இரண்டைப் பொறுத்த வரையில் அவள் தன் தாயாராக இருப்பது சாத்தியம்தான். இருபது வருடங்கள் அடிமைப் பண்ணையில் இருந்தால் முகம் மாறாது என்று யார் நிச்சயமாகச் சொல்ல முடியும்?

வேறு யாரும் அவளிடம் பேசவில்லை. சாதாரணக் குற்றவாளிகள் அரசியல் கைதிகளுடன் பழகுவதில்லை; வேண்டுமென்றே பழகாதிருந்தார்கள்; ஒதுங்கியிருந்தார்கள். அலட்சியத்துடன், "அரசியல்" என்றார்கள் அவர்கள். யாருடனும் பேச அரசியல் கைதிகளுக்குச் சுபாவத்தில் தைரியம் வராது. ஒரே ஒரு சமயம்தான் இரண்டே அரசியல்கைதிகள் இருவரும் பெண்கள் குசு குசு என்று, "அறை 101" என்று சொல்லிக் கொண்டதை வின்ஸ்டன் கவனித்தான். அதன் அர்த்தம் வின்ஸ்டனுக்குப் புரியவில்லை.

இரண்டு மூன்று மணி நேரத்துக்கு முன்தான் அவனை இங்கு கொண்டுவந்தார்களோ? அவன் வயிற்றில் வலியும் பசியும் அகலாது நிலைத்துவிட்ட மாதிரி இருந்தது. சில சமயம் அதிகரித்தது. சில சமயம் குறைந்தது. ஆனால், முழுவதும் அகலத் தான் மறுத்தது.

வலியை மட்டும் ஞாபகம் வைத்துக்கொண்டு உணவு என்கிற ஞாபகத்தை மறக்க முயன்றான் அவன். கொஞ்சம் குறைவாக வலியிருக்கும்போது, போலீஸ் தன்னை அடிப்பது போலவும் தன் எலும்புகள் நொறுங்குவது போலவும் கற்பனை செய்துகொண்டு அவஸ்தைப்படுவான். கற்பனையா அது? அது உண்மை போலவே இருந்தது. தரையில் ரத்தம் பெருக விழுந்து புரளுவதை எண்ணிப் பார்த்தான். தடிகளும் போலீஸ்காரர்களின் பூட்ஸுகளும் மேலே வந்து விழுவது போல இருந்தது. பற்களில் பல உடைந்தும் விட்டன. கதறிக்கொண்டிருந்தான் அவன். ஜூலியாவைப் பற்றி அவன் மனதில் எந்தவிதமான சிந்தனையும் இல்லை. அவளைப் பற்றி எண்ண மனமேயில்லை. அவளை அவன் காதலித்தான். ஆகவே அவன் அவளைக் காட்டிக் கொடுக்க விரும்பவில்லை. அவள் என்ன ஆனாள் என்று அவன் எண்ணிப்பார்க்கக்கூட இல்லை. அடிக்கடி அவன் ஓப்ரியனைப் பற்றி எண்ணிப் பார்த்தான். ஓப்ரியனைப் பற்றி எண்ணுவதில் நம்பிக்கை பிறந்தது. ஓப்ரியனுக்குத் தன் கதி தெரிந்திருக்கும். ஆனால், சகோதர சேனை அங்கத்தினர்கள் யாரையும் காப்பாற்ற முன்வராது என்று ஓப்ரியன் சொன்னது ஞாபகம் வந்தது அவனுக்கு. வேறு ஒன்றும் முடியாவிட்டாலும் சகோதர சேனை ஒரு சவரக் கத்தியையாவது அனுப்பும் கழுத்தை அறுத்துக் கொள்ள, தற்கொலை செய்துகொள்ள ஐந்து வினாடிகள் கிடைக்காதா - கத்தியின் குளிர்ந்த கூரான ஓரம் அவன் கழுத்தில் பாய்வதுபோல அவன் உணர்ந்தான். கழுத்தை அறுத்துக்கொள்ள கத்தி கிடைத்தாலும் உபயோகிக்கத் தனக்குத் தைரியம் வருமா என்பது பற்றிச் சந்தேகம்தான் அவனுக்கு. வினாடிக்கு வினாடி உயிர் வாழ்ந்து காலந்தள்ளுவதுதான் சரியானது. இன்னும் ஒரு ஐந்து நிமிடம் அதிகமாக வாழ முடியுமானால் வாழ்ந்துவிடுவது தான் புத்திசாலித்தனமான காரியம் என்று அவனுக்குத் தோன்றியது. சித்திரவதைக்குட்பட்டேயாக வேண்டும் என்று தெரிந்தாலும்கூட அந்தப் பத்து நிமிடங்களையும் வாழ்ந்து பார்த்து விடுவதே நல்லது என்று எண்ணினான் அவன்.

சில சமயம் பீங்கான் பலகைகள் அந்த அறையில் எத்தனையிருந்தன என்று எண்ணிப் பார்த்தான். சுலபமாகச் செய்ய வேண்டிய விஷயம்தான். ஆனால், எங்கேயாவது ஒரு இடத்தில் கணக்குப் பிசகிவிட்டது. எங்கிருக்கிறோம் என்ன நேரம் ஆகிறது என்பதுதான் தெரியவில்லை. விடாமல் எரிந்து கொண்டிருந்த விளக்கொளியில் நேரத்தை எப்படியும் நிர்ணயிக்க முடியவில்லை. ஒளி நிறைந்த பிரதேசம்தான் அது. விளக்குகள் எந்நேரத்திலும்

அங்கு அணைக்கப்படுவதில்லை. இருட்டற்ற பிரதேசம் என்று அவன் சொன்னபோது ஓப்ரியன் அதைப் புரிந்துகொண்ட மாதிரித் தோன்றியது இதனால் தானோ! அன்பு மந்திரிசபைக் காரியாலயத்தில் ஜன்னல்களே கிடையாது. அவன் அடைபட்டிருந்த அறை கட்டிடத்தின் மத்தியில் இருந்ததா, ஓரத்தில் இருந்ததா?அது பூமிக்கு கீழே இருந்ததா? மேலே இருந்ததா? தெரியாது. கற்பனை இங்கு பயன்படாது. அறிந்துகொள்ள வழி வேறு ஒன்றுமில்லை.

வெளியே டக் டக்கென்று பூட்ஸ் சப்தம் கேட்டது: இரும்புக் கதவு "க்ளாங்" என்று சத்தத்துடன் திறக்கப்பட்டது. ஒரு வாலிப அதிகாரி, பளபளக்கும் தோல் வார்களுடன், பொம்மை முகம் போல பாவம் எதுவும் காட்டாமல் உள்ளே வந்தான். கொண்டு வந்த கைதியை உள்ளே தள்ளச் சொல்லி உத்தரவிட்டான். கவி ஆம்பிள் போர்த் தடுமாறிக்கொண்டே உள்ளே வந்தான்; கதவு சாத்தப்பட்டது.

அந்தப் பக்கமும் இந்தப் பக்கமும் நிச்சயமில்லாமல் ஒரு விதமாகத் தள்ளாடிக்கொண்டு சாய்ந்தான் ஆம்பிள் போர்த். வேறு ஏதோ கதவிருக்கிறது; அது வழியாக வெளியேறலாம் என்று எண்ணியமாதிரி அறை நெடுக நடந்தான். வின்ஸ்டன் அங்கிருப்பதை அவன் இன்னும் கவனிக்கவில்லை. அவன் காலில் செருப்பில்லை. கால் உறையிலிருந்து ஓட்டைகள் வழியாக அவன் விரல்கள் எட்டிப்பார்த்துக்கொண்டிருந்தன. அவன் சவரம் செய்துகொண்டு பல நாட்களாகிவிட்டன. ஏதோ சோமாறி போல காட்சியளித்தான் அவன்.

வின்ஸ்டன் தன் சோம்பலிலிருந்து தன்னை விடுவித்துக் கொண்டான். ஆம்பிள் போர்த்திடம் அவன் பேசியேயாக வேண்டும். டெலிஸ்க்ரீனிலிருந்து உத்தரவுவந்தாலும் மீறிப் பேசியேயாக வேண்டும். ஆம்பிள் போர்த்தான் ஒருவேளை தனக்காக சவரக் கத்தியைக் கொண்டுவந்தவனோ என்னவோ?

"ஆம்பிள் போர்த்"

டெலிஸ்க்ரீன் கூச்சலிடத் தொடங்கவில்லை. ஆம்பிள் போர்த் திடுக்கிட்டு நிமிர்ந்தான். மெதுவாக அவன் கண்கள் வின்ஸ்டன் பக்கம் திரும்பின.

"ஹா! ஸ்மித், நீ கூடவா, இங்கே?"

"எதற்கு நீ…?" வின்ஸ்டன் கேட்டான்.

அவன் வின்ஸ்டனுக்கு எதிரில் பலகையில் உட்கார்ந்தான். "உண்மையில்... ஒரே ஒரு குற்றம்தான்" ஆம்பிள் போர்த் கூறினார்.

"அதை நீ செய்தாய்?"

"அப்படித்தான் தோன்றுகிறது?" என்றான் அவன். எதையோ ஞாபகப்படுத்திக்கொள்ள அவன் விரும்பியதுபோல் இருந்தது.

"இதெல்லாம் நடக்கின்றன" என்றான் அவன். "ஒரே சிறு சம்பவம்தான் எனக்கு நினைவுக்கு வருகிறது ஒன்றுதான். அதுவும் குற்றமா என்று நிச்சயமாகவே எனக்குத் தெரியாது. கிப்ளிங்கின் கவிதைகள் நூல் ஒன்று தயார் செய்துகொண்டிருந்தோம். ஒரு வரியின் கடைசியில் வந்த "கடவுளே" என்கிற வார்த்தையை அப்படியே விட்டுவிட்டேன். அதை விடாமல் என்ன செய்வது?" என்று கூவினான் அவன். "அந்த வரியை மாற்றவே முடியாது மாற்ற முடியுமா என்று பல நாள் மண்டையை உடைத்துக்கொண்டேன் - மாற்ற இயலவில்லை."

அவன் முகபாவம் மாறியது. அவன் மனவருத்தம் மாறியது. ஒரு நிமிடம் ஏதோ ஒரு திருப்தியைப் பிரதிபலிப்பது போல இருந்தது. ஒரு அறிவு வேகம், ஒரு திருப்திகரமான கலை உணர்ச்சி, உபயோகமற்ற ஒரு உண்மையைக் கண்டுகொண்ட ஒரு பண்டிதனின் பரவசம் அவன் முகத்தில் பிரதிபலித்தது.

"உனக்குத் தெரியுமா? ஆங்கிலக் கவிதையின் சரித்திரமே மிகவும் குறுகியதாக இருப்பதற்குக் காரணம் தெரியுமா? ஆங்கில மொழியில் முடிவு மோனைகள் மிகவும் குறைவு - தெரியுமோ!" என்றான் அவன்.

தெரியாது, வின்ஸ்டனுக்கு அது தெரியவே தெரியாது. இந்த சந்தர்ப்பத்தில், சூழ்நிலையில் அது அப்படி ஒன்றும் முக்கியமான விஷயமாக அவனுக்குத் தோன்றவில்லை.

"இப்போது மணி என்ன? பகலா, இரவா? தெரியுமா?" என்று கேட்டான் வின்ஸ்டன்.

ஆம்பிள் போர்த் திகைத்தவனாக அவனைப் பார்த்தான். "அதைப் பற்றி நான் எண்ணிப்பார்க்கவேயில்லை. இரண்டு அல்லது மூன்று நாட்களுக்கு முன் நான் கைது செய்யப்பட்டேன் என்று எண்ணுகிறேன்." எங்காவது ஜன்னல் இருக்கும் என்று எண்ணியவன்போல நிமிர்ந்து பார்த்தான். இங்கே இரவுக்கும்

க.நா. சுப்ரமண்யம்

பகலுக்கும் எவ்வித வித்தியாசமும் இல்லை. எப்படி நேரத்தைக் கண்டுபிடிக்க இயலும்.

சில நிமிடங்கள் இருவரும் எதையோ பற்றிப் பேசினார்கள். காரணமேயில்லாமல் திடீரென்று டெலிஸ்க்ரீன் அவர்களைப் பார்த்துக் கத்தியது. ஆம்பிள் போர்த்தால் அந்தக் குறுகிய பலகையில் சௌகரியமாக உட்கார இயலவில்லை. வின்ஸ்டன் கைகளை மடக்கிக்கொண்டு அமைதியாக உட்கார்ந்திருந்தான். அப்படி ஆம்பிள் போர்த்தால் உட்கார முடியவில்லை. பக்கத்துக்குப் பக்கம் நகர்ந்துகொண்டு, ஒரு ஒரு முழங்காலாகக் கைகளால் பிடித்து வருடிக்கொண்டு முன்னும் பின்னும் நகர்ந்து உட்கார்ந்தான். “சும்மா இரு” என்று டெலிஸ்க்ரீன் அவனைப் பார்த்து உத்தரவிட்டது. நேரம் சென்றது. எத்தனை நேரம்? இருபது நிமிடம் இருக்குமா? ஒரு மணி இருக்குமா? சொல்ல முடியாது. வெளியே பூட்ஸ் சப்தம் கேட்டது. வின்ஸ்டனின் குடலைப் புரட்டியது. ஐந்து நிமிடங்களில் சீக்கிரமே, அதி சீக்கிரமே அவனுக்காக அந்த பூட்ஸுகள் சப்திக்கும். அவன் முறை வந்துவிடும்.

கதவு திறக்கப்பட்டது. வாலிப அதிகாரி மீண்டும் அறைக்குள் வந்தான். ஆம்பிள் போர்த்தை சுட்டிக் காட்டினான் அவன்.

“101ஆம் நம்பர் அறை” என்றான் அவன்.

“காவலாளிகளுக்கு மத்தியில் தடுமாறிக்கொண்டே வெளியேறினான் ஆம்பிள் போர்த். அவன் முகத்தில் ஒரு குழப்பம் இருந்தது.மற்றபடி எதையும் அவன் புரிந்துகொண்ட மாதிரித் தெரியவில்லை.

வெகு நேரம் ஆனமாதிரி இருந்தது. வின்ஸ்டனின் வயிற்றில் மீண்டும் வலிக்கத் தொடங்கிவிட்டது. அவன் மனம் தொங்கிப் போய் திரும்பத் திரும்ப ஒரே பாதையில் சுற்றிச் சுற்றி வந்தது. ஒரே ஓட்டையில் விழும் குண்டுகள் போலத் திரும்பத் திரும்ப அவன் ஒரே விஷயத்தைப் பற்றிச் சிந்தித்தான். வயிற்றில் வலி; ரொட்டித் துண்டு; ரத்தம் சிந்திக் கூச்சலிடுவது; ஓப்ரியன்; ஜூலியா; கத்தி; இந்த ஆறு சிந்தனைகளும்தான் அவன் மனத்தில் திரும்பத் திரும்பக் குழம்பின. வயிற்றில் மீண்டும் வலித்தது. மீண்டும் பூட்ஸ் சப்தம் கேட்டது. கதவு திறக்கப்பட்டதும் அறைக்குள் ஒரே வியர்வை நாற்றம் பரவியது. பார்ஸன்ஸ் வந்தான் அறைக்குள். காக்கி அரைக்கால் சட்டையும் ஒரு ஷர்ட்டும் அணிந்திருந்தான் அவன்.

இந்தத் தடவை வின்ஸ்டனுக்கு உண்மையிலேயே தூக்கி வாரிப் போட்டது. தன்னை மறந்துவிட்டுக் கூவினான்.

“நீயா? நீயா இங்கே?”

அசுவாரசியமான ஒரு பார்வை பார்த்தான் பார்ஸன்ஸ். வின்ஸ்டன் அங்கிருந்தது பற்றி அவனுக்கு ஆச்சரியம் எதுவும் தோன்றியதாகத் தெரியவில்லை. அவன் முகத்தில் ஒரே துயரம்தான் படர்ந்திருந்தது. குதித்துக் குதித்துக்கொண்டு, சும்மா ஓரிடத்தில் இருக்கமாட்டாமல் அவன் குறுக்கும் நெடுக்கும் நடந்தான். அவனுக்குக் கால்கள் நடுங்கின. அவனால் அவற்றை நேராக வைத்துக்கொள்ள முடியவில்லை. கண்களைப் பறக்க விழித்துக்கொண்டே, நடு தூரத்தில் எதையோ பார்ப்பவன்போல இருந்தான் அவன்.

“எதற்காக நீ இங்கு வந்தாய்?”

“சிந்தனைக் குற்றம்” என்றான் பார்ஸன்ஸ். வாயில் எச்சில் குமிழியிருப்பது தன் குற்றத்தை அவன் பூரணமாக ஒப்புக் கொண்டான் என்பதையும், அப்படிப்பட்ட குற்றத்தைத் தன்னால் செய்ய முடிந்ததே என்று ஆச்சரியப்பட்டவன் போலவும் இருந்தான் அவன். நம்பிக்கையற்ற ஒரு பயங்கரம் அவன் முகத்திலும் வார்த்தைகளிலும் தொனித்தன. வின்ஸ்டன் எதிரில் நின்று கொண்டு, அவனைக் கெஞ்சுகிற குரலில் சொன்னான்: “என்னைச் சுட்டுக் கொன்றுவிடுவார்களா? எதுவும் தவறு செய்யாவிட்டால் தண்டிக்கமாட்டார்கள். நான் சிந்தித்தேனே தவிர எதுவும் செய்யவில்லை. சிந்தித்ததைப் பெரிய குற்றமாக எண்ணி என்னைச் சுட்டுவிடமாட்டார்கள் இல்லையா? நியாயமாக விசாரணைகூடச் செய்யாதிருப்பார்களா அவர்கள்? அதில் பிசகு எதுவும் இராது. என் வாழ்க்கைச் சரிதம் பூராவும் அவர்களுக்குத் தெரிந்திருக்கும்... இல்லையா? நான் எப்படிப்பட்டவன் என்பது உனக்கும்தான் தெரியுமே! நான் கெட்டவனா? இல்லவே இல்லை. மூளை எனக்கு அதிகம் கிடையாதுதான். ஆனால், கட்சி வேலைகளை உற்சாகத்துடன் பார்ப்பேன் நான். கட்சிக்காக என்னால் முடிந்தவகைகளிலெல்லாம் பூரணமாக உழைத்தேன்... இல்லையா? ஐந்து வருடங்களுக்குமேல் எனக்குத் தண்டனை விதிக்கமாட்டார்கள். இல்லையா? அதிகமானால் பத்து வருடங்கள் விதிப்பார்கள். அடிமைப் பண்ணையில் என்னைப் போன்றவன் மிகவும் உபயோகப்படலாம். ஒருதரம் தவறாகச் சிந்தித்தேன் என்பதற்காக என்னைச் சுட்டுவிடமாட்டார்களே?”

"நீ குற்றம் செய்தாயா?" என்று கேட்டான் வின்ஸ்டன்.

"குற்றம் செய்யாமல்!" என்று கூறினான் பார்ஸன்ஸ். டெலிஸ்க்ரீன் பக்கம் அடிமைப் பார்வை பார்த்துக்கொண்டு, "தவறு செய்யாதவனை - நிரபராதியைக் - கட்சி கைது செய்யுமா என்ன? தவளை போன்ற அவன் முகம் ஒரு நிமிட அமைதி பெற்றது. ஏதோ வரம்பெற்றுவிட்ட பக்திமானுடைய முகம்போல அவன் முகம் மாறியது. "சிந்தனைக் குற்றம் என்பது பெரிய விஷயம் நண்பா என்றான் நீதி போதிக்கும் ஆசிரியர் குரலில். "அது ரகசியமாகப் பரவும். உனக்குத்தெரியாமலே அது உன்னைத் தின்றுவிடும். அது என்னையும் பிறகு பிடித்துக்கொண்டது தெரியுமா? என் தூக்கத்தில் பிடித்துக்கொண்டது. ஆமாம். உண்மைதான். நான் விழித்துக் கொண்டிருக்கும்போது என் மனதில் கெடுதி எதுவும் இல்லை. இரவில் கனவில் பேசத் தொடங்கிவிட்டேன். நான் என்ன சொன்னேன் தெரியுமோ?"

தன் குரலைத் தாழ்த்தினான். ரகசியமாக ஒரு கெட்ட வார்த்தை பேச விரும்புகிறவன் போல குசுகுசுவென்று கூறினான்.

"முத்தண்ணா ஒழிக என்று கனவில் கத்தினேன் நான். ஆமாம், நான்தான் அப்படிச் சொன்னது. திரும்பத் திரும்ப அதைச் சொன்னேனாம் நான். இன்னும் அதிகமாக என் குற்றம் விசுவரூபம் எடுக்கும் முன் என்னை அவர்கள் பிடித்து விட்டார்களே என்று எனக்குச் சந்தோஷம்தான். என்னை விசாரிக்க வருபவர்களிடம் நான் என்ன சொல்லப் போகிறேன் தெரியுமோ? 'என் நன்றி உங்களுக்கு' என்று சொல்வேன். இன்னும் முற்றிவிடும் முன் என்னிடமிருந்தே என்னைக் காப்பாற்றியதற்கு என் நன்றி என்று சொல்வேன்."

"யார் உன்னைக் காட்டிக் கொடுத்தது?"

"என் சிறு பெண்தான்" என்றான் பார்ஸன்ஸ், துயரம் ததும்பிய ஒரு பெருமையுடன். "கதவிடுக்கால் அவள் கேட்டுக் கொண்டிருந்தாளாம். நான் சொன்னதைக் கேட்டு அதிகாரிகளிடம் மறுநாள் சொல்லிவிட்டாள். ஏழு வயதுப் பெண்ணான அவள் கெட்டிக்காரிதான் இல்லையா? அவளைப் பற்றி எனக்குக் கோபம் இல்லை. அவள் செய்தது பற்றி எனக்கு பெருமைதான்! நல்ல வழியில் அவளை நான் வளர்த்திருக்கிறேன் என்பது பற்றி எனக்குப் பெருமைதான்!"

மீண்டும் நான்கு தடவை குறுக்கும் நெடுக்கும் நடந்தான் பார்ஸன்ஸ். பல தடவைகள் அங்கிருந்த பானையைத் திரும்பித்

திரும்பிப் பார்த்தான். பிறகு திடீரென்று தன் அரைக்கால் சட்டையை அவிழ்த்துக்கொண்டான்.

"என்னை மன்னித்து விடு நண்பா! அடக்க முடியவில்லை."

பெரிய தன் பின்பாகத்தை பானையில் வைத்துக்கொண்டு உட்கார்ந்தான். தன் கைகளால் முகத்தை மூடிக்கொண்டான் வின்ஸ்டன்.

டெலிஸ்க்ரீன் குரல் அலறிற்று. "ஸ்மித்; 6079 ஸ்மித் டபுள்யூ. முகத்தைவிட்டுக் கையை எடு. முகத்தை மூடக்கூடாது."

கைகளை எடுத்தான் வின்ஸ்டன். பார்ஸன்ஸ் மலஜலம் கழித்த பிறகு அந்த அறை முழுவதும் வெகு நேரம் நாறிக் கொண்டிருந்தது.

பார்ஸன்ஸையும் அழைத்துச் சென்றுவிட்டார்கள். வேறு பல கைதிகள் வந்து போனார்கள். ஒருத்தி 101ஆம் அறைக்கு அழைத்துச் செல்லப்பட்டாள். 101ஆம் அறை என்று கேட்டவுடனேயே அவள் சுருங்கிப் பயந்ததைக் கவனித்தான் வின்ஸ்டன். நள்ளிரவோ அதிகாலை நேரமோ அவனுக்கு நிச்சயமாகத் தெரியாது. அறையில் அவனும் பெண்ணுமாக ஆறு கைதிகள் இருந்தனர். எல்லோரும் ஆடாமல் அசையாமல் உட்கார்ந்திருந்தார்கள். வின்ஸ்டனுக்கு எதிரில் முகவாய்க் கட்டையற்ற பல் நிறைந்த வாயுள்ள ஒரு மனிதன் உட்கார்ந்திருந்தான். யாருக்கும் எவ்விதக் கெடுதியும் செய்யாத பூனை போல இருந்தான் அவன். அவன் கன்னத்தில் சதை தொங்கியது. அவனுடைய சாம்பல் நிறக்கண்கள் அங்குமிங்கும் பயந்த மாதிரியில் திரிந்தன. யாரையும் நிமிர்ந்து நேராகப் பார்க்காமல் கண்களைத் திருப்பிக்கொண்டான் அவன்.

கதவு திறந்தது. இன்னொரு கைதி கொண்டுவந்து விடப்பட்டான். அவன் தோற்றமே வின்ஸ்டனை பயமுறுத்தியது. மிகவும் சாதாரணமான, தாழ்ந்த பாவமுள்ள மனிதன் அவன். யாராவது என்ஜினியர் அல்லது அது சம்பந்தப்பட்ட தொழிலாளியாக இருப்பான். அவன் முகம் எப்படி இளைத்திருந்தது! மண்டையோடு தெரிகிற அளவுக்கு இளைத்திருந்தது. சதைப்பற்றேயில்லாத முகத்தில் வாயும் கண்களும் மிகவும் பெரிதாகத் தெரிந்தன. கண்களில் ஒரு வெறுப்பு உணர்வு, கொலை செய்யவும் துணிகிற ஒரு வெறுப்பு உணர்வு நிறைந்திருப்பது போல இருந்தது.

வின்ஸ்டனுக்குச் சிறிது தூரத்தில் உட்கார்ந்தான் அவன். அவனை இரண்டாம்தரம் நிமிர்ந்து பார்க்கவில்லை வின்ஸ்டன்; மறுபடியும்

பார்க்காவிட்டாலும்கூட அந்த முகமும் மண்டையும் அவன் கண்ணைவிட்டு அகல மறுத்தன. கொஞ்சநேரம் கழித்துத் தான் அந்த முக மெலிவின் காரணம் அவனுக்குப் புரிந்தது. அந்த மனிதன் பட்டினி கிடந்து செத்துக் கொண்டிருந்தான். எல்லோருடைய மனதில் அந்த எண்ணம் அதே சமயத்தில் உதித்ததுபோலும், பலகையில் உட்கார்ந்தவர்கள் எல்லோரும் ஒரு தரம் ஆடி அசைந்தார்கள். முகவாய்க்கட்டை இல்லா மனிதன் அடிக்கடி அந்த எலும்பு மனிதன் பக்கம் திரும்பினான் - ஏதோ பெரும் தவறு செய்து விட்டவன்போல உடனேயே முகத்தைத் திருப்பிக்கொண்டு விடுவான். அடிக்கடி அவன் தன் ஆசனத்திலிருந்து நகர்ந்து நகர்ந்து அவஸ்தைப்பட்டான். கடைசியில் அவன் எழுந்து அந்த மெலிந்த மனிதனை அணுகினான். தன் சட்டைப் பைகளில் கைவிட்டு, வெட்கப்படுகிற ஒரு பாவத்துடன் ஒரு ரொட்டித் துண்டை எடுத்து அவன் பக்கம் நீட்டினான்.

டெலிஸ்க்ரீன் காது பிளவுபடக் கூச்சலிட்டது. முகவாய்க் கட்டையற்ற அந்த மனிதன் ஸ்தம்பித்து நின்றான். மெலிந்தவன் அந்த ரொட்டியை அங்கீகரிக்க மறுப்பவன் போல தன் கைகளை முதுகுப் பக்கம் வைத்துக்கொண்டு உட்கார்ந்திருந்தான்.

“பம்ஸ்டெப்” என்றது குரல்; “*2613* பம்ஸ்டெப் ஜே. அந்த ரொட்டியைக் கீழே போடு...”

முகவாய்க்கட்டையற்ற அந்த மனிதன் ரொட்டியைக் கீழே போட்டான்.

“நிற்கிற இடத்திலேயே நில். கதவுப் பக்கம் பார், அசையாதே!” என்றது டெலிஸ்க்ரீன் குரல்.

முகவாய்க்கட்டையற்ற மனிதன் சொன்னபடி செய்தான். அவன் கன்னத்துச் சதைகள் தாமாக ஆடின. கதவு க்ளாங் என்று திறக்கப்பட்டது. வாலிப அதிகாரி உள்ளே வந்து ஒதுங்கி நின்றான். ராட்சசன் போன்ற ஒரு தடியன் உள்ளே வந்து முகவாய்க்கட்டையற்ற மனிதன் முன் நின்றான். அதிகாரி சைகை காட்டியதும், ஓங்கி முகவாய்க்கட்டையற்ற மனிதன் வாயில் ஒரு குத்து வைத்தான். அவனை ஆகாசத்தில் தூக்குவதுபோல இருந்தது அந்த அடியின் வேகம். அவன் உடல் பறந்து போய் கக்கூஸ் பானைமேல் மோதிச் சரிந்தது. மூக்காலும் வாயாலும் ரத்தம் வழிய பிரக்ஞையற்றவன் போலக் கிடந்தான். மெதுவாக அவன் முனகினான். பிறகு புரண்டு கைகளாலும் கால்களாலும் தரையைத் துளாவிக்கொண்டு எழுந்தான்.

செயற்கைப் பல் கட்டு ஒன்று ரத்தத்துடன் அவன் வாயிலிருந்து கீழே விழுந்தது.

கைதிகள் அசையாமல் உட்கார்ந்திருந்தனர். முகவாய்க் கட்டையற்ற மனிதன் எழுந்து தன்னிடத்தில் போய் உட்கார்ந்து கொண்டான். முகத்தில் ஒரு பாகம் சிவந்து விட்டது, நன்றாக; சிவந்த ஒரு ஓட்டையாக அவன் வாய் இருந்தது. வாயிலிருந்து ரத்தம் அடிக்கடி வழிந்தோடியது. தன்னை மற்றவர்கள் எவ்வளவு கேவலமாக எண்ணினார்கள் என்று பார்க்க விரும்பியவன்போல அவன் ஒவ்வொருவர் முகத்தையும் மாறிமாறிப் பார்த்தான்.

கதவு மீண்டும் திறக்கப்பட்டது. அதிகாரி மெலிந்த மனிதனைக் காட்டினான்.

"101ஆம் அறை" என்றான்.

மெலிந்தவன் உடனேயே துள்ளி எழுந்தான். அவன் தரையில் மண்டியிட்டுக் கெஞ்சினான். கைகளைக் கூப்பிக் கொண்டு கெஞ்சினான்.

"தோழரே! அதிகாரியே!" என்று கூவினான் அவன். "என்னை அங்கே மறுபடியும் இட்டுப்போகாதே! எனக்குத் தெரிந்ததை எல்லாம் சொல்லிவிட்டேன். வேறு என்ன வேண்டும் உங்களுக்கு; எது வேண்டுமானாலும் எழுதித்தாருங்கள்; நான் கையெழுத்திடுகிறேன், 101ஆம் நம்பர் அறை மட்டும் வேண்டாம்."

"101ஆம் நம்பர் அறை" என்றான் வாலிப அதிகாரி மீண்டும். நம்பமுடியாத ஒரு வர்ணம் பெற்றது அந்த மனிதனின் முகம். பச்சை வர்ணம் அது! உண்மையிலேயே பச்சையாக மாறியது அவன் நிறம்!

"என்ன வேண்டுமானாலும் செய்யுங்கள்" என்று கூறினான் அவன். "பல வாரங்களாகப் பட்டினி போட்டீர்கள். முடித்து விடுங்கள் - என்னைக் கொன்றே விடுங்கள். சுட்டு விடுங்கள். தூக்குப்போட்டு விடுங்கள், அடிமைப் பண்ணையில் இருபத்தைந்து வருடங்கள் விதியுங்கள். வேறு எவனைக் காட்டிக் கொடுக்கவேண்டும் என்று சொல்லுங்கள் - காட்டித் தருகிறேன். யார் வேண்டும் சொல்லுங்கள். எனக்கு ஒரு மனைவியும் மூன்று குழந்தைகளும் இருக்கிறார்கள். குழந்தைகளில் பெரியதற்கு வயது ஆறுதான் ஆகிறது. என் கண்முன் அவர்களைக் கொல்லுங்கள்; ஆனால், 101 க்கு மட்டும் வேண்டாம்."

"101ஆம் அறை" என்றான் அதிகாரி மீண்டும்.

மற்ற கைதிகளை உதவி கேட்பவன்போலத் திரும்பித் திரும்பிப் பார்த்தான். தனக்குப் பதில் வேறு யாராவது போகமாட்டார்களா என்று சிந்திப்பவன்போல மாறிமாறி ஒவ்வொரு வரையும் பார்த்தான் அவன். முகவாய்க்கட்டையற்ற அந்த மனிதன் பக்கம் மெலிந்த கையை நீட்டிக்கொண்டு சொன்னான்.

"அவனை இழுத்துப் போங்கள். என்னை எதற்காக அழைத்துப் போகிறீர்கள்?" என்றான் அவன். "முகத்தில் குத்தை வாங்கிக்கொண்டு அவன் என்ன சொன்னான் தெரியுமோ? அவன் சொன்ன வார்த்தைகள் ஒவ்வொன்றையும் நான் சொல்கிறேன். அவன்தான் கட்சியின் எதிரி; நானல்ல" காவலாளிகள் முன்னால் வந்தார்கள். அவன் மீண்டும் கத்தினான். "உங்கள் காதில் அவன் சொன்னது விழவில்லை. அந்தச் சமயம் பார்த்து டெலிஸ்க்ரீன் வேலை செய்யாதிருந்துவிட்டது. அவனைத்தான் நீங்கள் அழைத்துப்போக வேண்டும் என்னையல்ல."

இரண்டு காவலாளிகள் அவன் கைகள் இரண்டையும் பிடித்துக்கொண்டனர். பலகையில் கால்களில் ஒன்றைக் கெட்டியாகப் பிடித்துக்கொண்டு நகர மறுத்தான் அவன். வார்த்தைகளற்ற ஒரு ஊளையிடத் தொடங்கிவிட்டான். மிருகம் போல ஊளையிட்டான். அவனைப் பிடித்து இழுத்தார்கள் காவலாளிகள். அதிசயத்தக்க பலத்துடன் அவன் கையைவிட மறுத்தான். இருபது விநாடிகள் அவர்கள் இழுத்தபின்தான் அவன் பிடி தளருகிறமாதிரி இருந்தது. மற்ற கைதிகள் மடியில் கைகளை வைத்துக்கொண்டு நேரே பார்த்துக்கொண்டு உட்கார்ந்திருந்தார்கள். ஊளையிடுவது நின்றது. பிறகு வேறு ஒரு தினுசாகக் கதறினான் அவன். ஒரு காவலாளியின் கனத்த கால்பூட்ஸ் அவன் கைவிரல்களை ஒடித்துவிட்டது. அவனை எழுப்பி நிறுத்தி வைத்தார்கள்.

"101ஆம் அறை" என்றான் அதிகாரி கோபத்துடன்.

மனிதனை இழுத்துச் சென்றார்கள். அவனால் நேராக நடக்க முடியவில்லை. தலை தொங்க ஒடிந்த கைவிரல்கள் தொங்க தெம்பில்லாமல் போனான் அவன்.

வெகு நேரமாயிற்று. மெலிந்தவன் போனபோது நள்ளிரவு என்று வைத்துக்கொண்டால் இப்போது காலைநேரம். வின்ஸ்டன் தனியாக இருந்தான். மணிக்கணக்காக அவன் தனியாக இருந்தான். குறுகிய பலகையில் உட்காருவது சிரமமாக இருக்கிறது என்று எழுந்து இரண்டுதரம் குறுக்கும் நெடுக்கும் நடந்தான். டெலிஸ்க்ரீன் அவனைத் திட்டவில்லை. முகவாய்க் கட்டையில்லாத மனிதன்

போட்ட இடத்திலேயே அந்த ரொட்டித் துண்டு இன்னமும் கிடந்தது. அதைப் பார்க்காதிருப்பதற்கே அவன் வெகுவாக முயற்சி எடுக்கவேண்டியதாக இருந்தது. ஆனால், இப்போது பசி மறைந்து தாகம் தோன்றிவிட்டது. அவன் வாய் உலர்ந்துவிட்டது. கெட்ட நாற்றத்துடன் அவன் நாக்கு மேல் தட்டில் ஒட்டிக்கொண்டிருந்தது. அந்த முணுமுணுப்புச் சப்தமும், மாறாத அந்த வெளிச்சமும் அவனுக்கு ஒருவிதமான மயக்கத்தைத் தந்தன. தலைக்குள் ஒரு சூனியமான பிரதேசம் இருப்பதுபோல அவன் உணர்ந்தான். உடம்பெல்லாம் வலிக்கிறது என்று எழுந்திருப்பான். தலை சுற்றுகிறது என்று உடனேயே உட்கார்ந்துவிடுவான். உணர்ச்சிகளை, களைப்பை, வலியைக் கொஞ்சம் அடக்கிக்கொண்டால் உடனே பீதி திரும்பிடும். ஓப்ரியனையும் கழுத்துச் சீவும் கத்தி பற்றியும் மங்கிக்கொண்டிருந்த ஒரு நம்பிக்கையுடன் அவன் நினைத்தான். உணவில் - அதாவது எப்பவாவது யாராவது அவனுக்கு உணவு தந்தார்களானால் அதில் கத்தி வரலாம். ஜூலியாவைப் பற்றி அவன் நினைத்தான். அவளும் எங்கேயோ இத்தனை அவஸ்தைகளையும் பட்டுக்கொண்டுதான் இருப்பாள். அவனைவிட அதிகமாக அவஸ்தைப்பட்டாளோ என்னவோ! இவ்விநாடி அவள் வலிதாங்காமல் அழுது கூச்சலிட்டுக் கொண்டிருந்தாளோ என்னவோ. அவன் சிந்தித்தான்: "என் கஷ்டம் அதிகரிப்பதால் அவள் கஷ்டம் குறையுமானால், என் கஷ்டம் அதிகரிப்பதற்கு நான் சம்மதிப்பேனா? சம்மதிப்பேன்." ஆனால், அது யோசிக்காமல் செய்த முடிவே தவிர உள்ளத்துடன் செய்ததல்ல. அதுதான் நியாயம் என்று அவன் உணரவில்லை. வலியையும், வலியின் எதிர்பார்ப்பையும் தவிர இங்கு வேறு எதையும் உணர முடியாது. தான் வலியால் கஷ்டப்பட்டுக் கொண்டிருக்கும்போது, அது அதிகரிக்க வேண்டும் என்று எந்த மனிதனாலாவது விரும்ப முடியுமா? அந்தக் கேள்விக்கு இப்போது பதில் சொல்வதற்கில்லை?

பூட்ஸ் சப்தம் கேட்டது. உடனே கதவு திறந்தது. ஓப்ரியன் உள்ளே வந்தான்.

திடுக்கிட்டு எழுந்தான் வின்ஸ்டன். அவன் ஜாக்கிரதையாக இருக்க வேண்டிய அவசியத்தை மறந்துவிட்டான். டெலிஸ்க்ரீன் இருந்ததை பல வருடங்களில் முதல் தடவையாக அவன் மறந்து விட்டான்.

"உன்னையும் பிடித்துவிட்டார்களா?" என்று கூவினான்.

"பல நாட்களுக்கு முந்தியே என்னைப் பிடித்துவிட்டார்கள்" என்றான் ஓப்ரியன், லேசான கேலிச் சிரிப்புடன். அவன் நகர்ந்தான்.

அவனுக்குப் பின்னால் ஒரு போலீஸ் தடியன் நின்றான். கையில் ஒரு நீண்ட தடியுடன் நின்றான்.

"உனக்கே இது தெரியும் வின்ஸ்டன். உன்னையே நீ ஏமாற்றிக்கொள்ளாதே!" என்றான் ஓப்ரியன்.

ஆம், இப்போதுதான் புரிந்தது வின்ஸ்டனுக்கு. எப்போதுமே தெரிந்த விஷயம்தான் அது. ஆனால், அதைப் பற்றிச் சிந்திக்க இப்போது நேரமில்லை. அவன் கண்கள் போலீஸ் தடியனின் தடியின்மேல் சென்று லயித்தன. அது எங்கே விழும், தலையில், காதில், தோளில், காலில்...

தோளிலும் முன்னங்காலிலும் விழுந்தது அடி. வலி தாங்காமல், கைகால் மரத்துப்போனவன்போல மண்டியிட்டான் அவன். எங்கும் ஒருவித மஞ்சள் வெளிச்சம் பரவி நிற்பதுபோல இருந்தது. ஒரு அடி இவ்வளவு வலி தரமுடியும் என்று எதிர்பார்த்திருக்கவே முடியாது? மெதுவாக நினைவு வந்தபோது எதிரில் இருவரும் நின்று தன்னைப் பார்ப்பது அவன் கண்ணில் பட்டது. அவன் துடிப்பதைக் கண்டு நகைத்தான் போலீஸ் தடியன். ஒரு கேள்விக்கு விடை கிடைத்துவிட்டது. அவனால் தன் வலி அதிகரிப்பதை விரும்ப முடியாது. வலி நிற்கவேண்டும் என்று விரும்பலாமே தவிர, அதிகரிக்கவேண்டும் என்று விரும்புவது சாத்தியமேயில்லை. உடல் வலியைப் போல துக்கம் நிறைந்தது உலகில் வேறு எதுவும் இல்லை. வலியை அனுபவிக்கும் போர்வீரனாக இருப்பது சாத்தியமில்லை. தரையில் உருண்டு புரண்டுகொண்டே இந்த வலியை அனுபவித்தவன் வீரனாக எப்படியிருக்கமுடியும் என்று எண்ணினான் வின்ஸ்டன். அவனுடைய இடது கை முறிந்தே போய்விட்டது. அதை தனது வலது கையால் பற்றிக்கொண்டே தரையில் புரண்டான்.

2

மடிப்புக் கட்டில் போன்ற ஒன்றில் அவன் படுத்திருந்தான். கட்டில் அதிக உயரத்திலிருந்தது. அவன் கைகால்கள் அசைக்க முடியாதபடி கட்டிப்போடப்பட்டிருந்தது. வழக்கத்தைவிட அதிகமான வெளிச்சம் அவன் முகத்தில் அடித்தது. அவனையே கவனித்துக்கொண்டு ஓப்ரியன் அவன் பக்கத்தில் நின்றான். ஊசிபோடுவதற்காக வெள்ளைச் சட்டையிலிருந்த ஒருவன் மறுபக்கத்தில் நின்றுகொண்டிருந்தான்.

கண்கள் திறந்த பிறகும் எல்லாம் உடனே அவன் கண்ணில் படவில்லை. வேறு உலகத்திலிருந்து இங்கே நீந்தி வருவது போன்ற ஒரு உணர்ச்சி அவனுள் மேலோங்கி நின்றது. கடலுக்கடியில் இருந்து மேல் உலகத்துக்கு வந்தவன் போல இருந்தது. அடியில் எத்தனைநேரம் இருந்தானோ அது அவனுக்குத் தெரியாது. அவன் கைதானது முதல் அவன் இருட்டையோ பகல் வெளிச்சத்தையோ கண்ணால் காணவில்லை. தவிரவும் அவன் நினைவுகள் தொடர்ச்சியாக இல்லை. பிரக்ஞை பல இடங்களில் அறுந்து துண்டு துண்டாக இருந்தது. அந்த நீண்ட காலங்கள் நாட்களா, வாரங்களா, மாதங்களா? தெரிந்துகொள்ள வழியே கிடையாது.

தோள்பட்டையில் விழுந்த அடியுடன் பயங்கரக் கனவு தொடங்கியது என்று சொல்லலாம். இதெல்லாம் மிகவும் சாதாரணமான ஆரம்ப கட்டங்கள் என்பதை அவன் பின்னால் தான் உணர இருந்தான். எல்லா கைதிகளும் சாதாரணமாகத் தாண்டவேண்டிய முதல் கட்டம் அது. வேவு பார்த்தல், எதிரிக்கு உதவுதல், தீ வைத்தல் போன்ற குற்றங்களை எந்தக் கைதியும் ஒத்துக்கொண்டுதான் மேலே செல்லலாம். சித்திரவதைகள் உண்மைதான் என்றாலும், ஒத்துக்கொள்ளுதல் என்பது சாதாரணமாகவே தப்பமுடியாத விஷயம்; அடிகள் எத்தனை விழுந்தன, எவ்வளவு நேரம் ஒவ்வொரு விசாரணையும் நீடித்தது என்பதெல்லாம் அவனுக்கு ஞாபகமே இல்லை. ஐந்தாறு தடியர்கள் தடிகளுடன் சுற்றி நின்று அவனை மாற்றி மாற்றி விசாரித்தார்கள். முஷ்டிகள், தடிகள், தடியர்களின் கால் பூட்ஸ்கள், சில சமயம் இரும்புத் தண்டவாளங்கள் முதலியன அவனை அடிக்க உபயோகப்பட்டன. மிருகமாகி அடிபடாதிருப்பதற்காக அவன் தரையில் உருண்டு புரண்டு தப்ப முயன்றதும் உண்டு. அந்த மாதிரி சமயங்களில் அடியும் உதையும் அதிகரிக்குமே தவிரக் குறையாது. பிரக்ஞை இழக்க முடியவில்லையே என்று பல சமயங்கள் அவன் வருந்தியதுண்டு. சில சமயம் அடி மேலே படுவதற்கு முன்னரே வலியை உணர்ந்து அவன் ஊளையிடத் தொடங்கிவிடுவான். கெஞ்சத் தொடங்கிவிடுவான். எதையும் ஏற்று ஒத்துக்கொள்வதில்லை என்கிற தீர்மானத்துடன் அவன் அடிகளைத் தாங்கத் தொடங்கிய சமயங்களும் பல உண்டு. சில சமயம் எட்டாவது உதைக்குப்பின்தான் எதையும் சொல்வது என உதைகளை எண்ணிக்கொண்டு காத்திருப்பான். உதைகளை எண்ணக் கடைசி நிமிடத்தில் இவன் மறந்துவிடுவதும் உண்டு. அடிக்குப் பிறகு உடல் தேற அவனுக்கு அவகாசம் தரப்பட்டது. அரை மயக்கத்தில் அரைத்

தூக்கத்தில் இப்படிக் கழித்த நேரம் அதிகம் என்பதைத் தவிர வேறு ஒன்றும் அவனுக்குத் தெரியாது. ஒரு பலகைப் படுக்கை, ஒரு தகர பேசின், சூப், சில சமயம் காப்பி என்று வேறு சில விஷயங்களும் அவனுக்கு லேசாக ஞாபகம் இருந்தன. ஒரு தடவை ஒரு பார்பர் வந்து சவரம் செய்துவிட்டது ஞாபகம் இருந்தது. பலர் அவன் உடலைப் பரிசோதித்துப் பார்த்துச் செய்யவேண்டியதைச் செய்ததும் அவனுக்கு ஞாபகம் இருந்தது.

அடிகள் குறைந்தன. அவற்றிற்கிடையே அவகாசம் அதிகரித்தது. அவை மீண்டும் தொடங்கிவிடலாம் என்கிற பயமே போதுமானதாக இருந்தது. அவனைப் பயமுறுத்த, கட்சி அறிவாளிகள் அவனைச் சரமாரியாகக் கேள்விகள் கேட்டார்கள். பத்துப் பனிரெண்டு மணிநேரம் சேர்ந்தாற்போல அவனை ஓய்வு எடுத்துக்கொள்ள விடாமல் கேள்விகளைக் கேட்டுக்கொண்டே இருந்தார்கள். அவர்களின் உண்மையான ஆயுதங்கள் தடிகள் அல்ல. இந்தக் கேள்விதான் கட்சி அதிகாரிகளின் முக்கிய ஆயுதங்கள் என்பதை அவன் உணர்ந்தான். திடீர் திடீரென்று அவர்கள் அவனை எதிரியாகவும் நண்பனாகவும் கொண்டாடி அவனை குழப்பமடையச் செய்தார்கள். இப்பவாவது அவனால் முத்தண்ணாவை நம்பி வாழ முடியுமா என்று கேட்டார்கள். அழுகையே வந்துவிடுகிற அளவுக்கு அவன் மூளை வறண்டுவிட்டது. அடிகளுக்குப் பயந்ததற்கும் அதிகமாகவே இந்தக் கேள்விகளுக்குப் பயப்படத் தொடங்கிவிட்டான் அவன். எதை ஏற்றுக் கையெழுத்திட வேண்டுமோ அதைப் புரிந்துகொண்டு உடனே கையெழுத்திட்டுவிட்டு மேலே சென்றால் தேவலை என்று தோன்றிற்று அவனுக்கு. பிரபல கட்சி அங்கத்தினர்களைக் கொன்றதற்காகவும், சதிகாரர்களுடன் கூடிக் குலாவியதாகவும், புரட்சி இலக்கியங்களைப் பரப்பியதாகவும், பொதுச்சொத்தைக் களவாடியதாகவும், 1968 முதலே எதிரிகளின் கையாளாக இருந்ததாகவும் அவன் தன் குற்றங்களை ஏற்றுக்கொண்டான். மதத்தில் நம்பிக்கையுள்ளவன் என்றும், பால் உறவில் குற்றவாளி என்றும், முதலாளித்துவத்தில் நம்பிக்கையுள்ளவன் என்றும் தன்னையே குற்றம் சாட்டிக்கொண்டான். தன் மனைவி உயிருடன் இருந்தாள் என்பது அவனுக்கும் தெரியும்; மற்றவர்களுக்கும் தெரியும். இருந்தும் தான் அவளைக் கொன்றுவிட்டதாக அவன் எழுதிக் கையெழுத்திட்டுத் தந்தான். இதெல்லாம் ஒருவிதத்தில் உண்மைதான் - செய்ய நினைத்தாலே குற்றம் செய்ததுபோலத்தான். அது போதாது என்று யார் சொல்வது? குற்றம் குற்றம்தானே!

வேறு பலவிதமான ஞாபகங்களும் லேசாக இருந்தன. 101ஆம் நம்பர் அறையும் ஞாபகம் இருந்தது. இதிலெல்லாம் தன்னைப் பிரத்தியேகமாகப் பரீட்சித்தது ஓப்ரியன்தான் என்று ஓர் எண்ணம் வின்ஸ்டன் மனத்தில் நீடித்தது. அவன்தான் எல்லாக் காரியங்களையும் ஒன்றன்பின் ஒன்றாக நடத்திவந்தது என்று எண்ணினான் வின்ஸ்டன். அடி எத்தனை தருவது, என்னென்ன கேள்விகள் கேட்பது போன்ற எல்லா விஷயங்களையும் தீர்மானித்தது ஓப்பரியன்தான் என்பது எப்படியோ அவனுக்குத் தெரிந்திருந்தது. கேள்விகளை மட்டும் அல்ல, அவற்றிற்கான பதில்களையும் சொன்னது ஓப்ரியன்தான். சித்திரவதை செய்தவன், ஆறுதல் அளித்தவன், நண்பன், நீதிபதி எல்லாம் அவனேதான். ஒருதடவை, "ஏழு வருடங்களாக உன்னைக் கவனித்து வருகிறேன் வின்ஸ்டன். உன்னை மீண்டும் மனிதனாக்கிவிடுகிறேன்" என்று ஓப்ரியன் சொன்னது போல இருந்தது. கனவில் வந்து. "இருட்டில்லாத ஒளி நிறைந்த பிரதேசத்தில் சந்திக்கலாம் நாம்" என்று ஏழு வருடங்களுக்கு முன் சொன்ன ஓப்ரியனும் இந்த ஓப்பரியனும் ஒருவனேதான்.

தன் விசாரணைக்கு முடிவென்று எதுவும் இருந்ததாக அவனுக்குத் தெரியவில்லை. அசைய முடியாமல் உயரத்தில் படுத்திருந்தான் அவன். துயரத்துடன் ஓப்ரியன் பக்கத்தில் நின்று அவனைக் குனிந்து பார்த்தான்.

"இங்கேதான் சந்திப்போம் நாம் என்று நான் சொன்னது ஞாபகம் இருக்கிறதா?" என்றான் ஓப்ரியன்.

"இருக்கிறது."

ஓப்ரியனின் கையில் ஒரு கடிகாரம் போன்ற பொருளும் ஒரு விசையும் இருந்தன; ஓப்ரியன் கையை லேசாக அசைத்தான். சொல்லொணாத வலி வின்ஸ்டனின் உடலில் பாய்ந்தது. என்ன நடக்கிறது என்பது தெரியாததாலேயே அது பயங்கரமானதாக இருந்தது. உடம்பையெல்லாம் முறித்து உருமாற்றுவது போன்ற வலி அது. முதுகெலும்பு உடைந்து சிதறிவிடும்போல இருந்தது. மூக்கால் அழுத்தி மூச்சுவிட்டுக்கொள்ள முயன்றான் அவன்.

ஓப்ரியன் அவனையே பார்த்துக்கொண்டு சொன்னான்: "உன் முதுகு ஒடிந்துவிடும் என்று கற்பனை செய்துகொண்டு கிடக்கிறாய் நீ, இல்லையா?"

வின்ஸ்டன் பதில் தரவில்லை. ஓப்ரியன் விரலை அசைத்தான்; வலி அலை நின்றுவிட்டது.

“இந்தக் கடிகார இயந்திரத்தில் நூறு வரை எண்கள் இருக்கிறது. இப்போது முள்ளை நான் நாற்பது வரையில்தான் தள்ளினேன். மேலே தள்ளினால் எப்படியிருக்கும் என்று நீயே யோசித்துக்கொள். உன்னை அழித்தெறிய சக்தி எனக்கு உண்டு. இதை ஞாபகம் வைத்துக்கொண்டு சொல்லு. பொய் சொன்னால், உண்மையை என்னிடமிருந்து மறைத்தால்... ஆமாம், ஜாக்கிரதை, தெரிகிறதா?”

“தெரிகிறது!”

எழுந்து இரண்டுதரம் குறுக்கும் நெடுக்கும் நடந்துவிட்டு பொறுமையும் அன்பும் நிறைந்த குரலில் ஓப்ரியன் பேசினான். அவனைத் திருத்த முயலுகிறவன் மாதிரிப் பேசினான்.

“உன்னைப் பற்றி இவ்வளவு சிரமம் எடுத்துக்கொள்வது எதற்காகத் தெரியுமா? உன் விஷயத்தில் சிரமத்துக்குப் பலன் இருக்கும் என்று எண்ணுகிறேன் நான். உன் மேல் என்ன பிசகு என்று உனக்கே தெரியும். அந்த அறிவை எதிர்த்துப் பல வருடங்களாகவே நீ போராடி வந்திருக்கிறாய். உன் மனத்தில் ஒரு தீய சக்தி தோன்றிவிட்டது. உன்னிடத்தில் ஞாபகசக்தி என்கிற கோளாறு ஏற்பட்டுவிட்டது. நடக்காததையெல்லாம் நடந்ததாக எண்ணி நீ ஏமாறுகிறாய். அதை மாற்றி உன் மன அழுகலை அழிக்க வேண்டும். நீ மனது வைத்தால் அந்தக் கோளாறு பூரணமாக மறைந்துவிடும். ஞாபக சக்தி என்கிற கோளாறு பூரணமாக மறைந்துவிடும். ஞாபகசக்தி ஒரு நற்குணம் என்றெண்ணி நீ அதை இன்னமும் தொடர்ந்து வைத்துக் கொண்டிருக்கிறாய். உதாரணமாக ஒரு விஷயம். இப்போது ஓஷியேனியாவின் எதிரி யார்?”

“நான் கைது செய்யப்படும்போது கிழக்காசியா.”

“கிழக்காசியா, நல்லது. எப்போதுமே கிழக்காசியாதான் நமது எதிரி, இல்லையா?”

மூக்கை உள்ளுக்கிழுத்தான் வின்ஸ்டன். பேச வாய் திறந்தான், ஆனால், அவன் பேசவில்லை.

“உண்மையைச் சொல், நன்றாக ஞாபகப்படுத்திப் பார்த்துச் சொல்.”

“ஒரு வாரத்துக்கு முன் ஓஷியேனியாவுக்கும் யூரேஷியாவுக்கும் சண்டையென்று எனக்கு ஞாபகம் இருக்கிறது. நூறு வருடத்துக்கு முந்தி...”

பாதியில் கையமர்த்தி நிறுத்தினான் ஓப்ரியன்.

“இன்னொரு உதாரணம். சில வருடங்களுக்கு முன் ஒரு பெரிய விஷயம் பற்றி உனக்கு ஒரு சந்தேகம் எழுந்தது. தப்பான அபிப்பிராயம் வைத்திருந்தாய் நீ. ஜோன்ஸ், ரூதர்போர்டு, ஆரென்ஸன் பற்றி நீ ஒரு தப்பபிப்பிராயம் கொண்டிருந்தாய். அவர்கள் மேல் சாட்டிய குற்றங்கள் பொய் என்று நிரூபிக்க உன்னிடம் ஆதாரம் இருந்ததாக நீ எண்ணினாய்; அதை நீ மெய் என்று எண்ணினாய்.”

ஒரு சமயம் வின்ஸ்டன் கையில் அகப்பட்ட போட்டோ படத்தைப் போன்ற ஒரு படத்தை அவன் கண்முன் நீட்டினான் ஒப்ரியன். அதே படம்தான்.

“சான்று இருக்கிறதே!”

“இல்லை என்று நான் சொல்கிறேன்” என்று சொல்லி விட்டு ஒப்ரியன் எழுந்துபோய் அந்தப் படத்தை ஒரு ஞாபக வாய்க்குள் போட்டான். வின்ஸ்டனால் அசையவே முடியவில்லை. “அந்தச் சான்று இப்போது சாம்பலாகிவிட்டது. அப்படிப்பட்ட ஒரு சான்று இருந்ததேயில்லை.”

“அதுதான் இருந்ததே! எனக்கு ஞாபகம் இருக்கிறதே? உனக்கும் ஞாபகம் இருக்கிறதே!”

“எனக்கு அது பற்றி ஒரு ஞாபகமும் இல்லை.”

இது இரட்டைச் சிந்தனை முறை. வின்ஸ்டனின் உள்ளம் குன்றியது. எதுவும் செய்ய முடியாது. உதவி என்பதே கிடையாது என்கிற மாதிரி உணர்ந்தான் அவன். ஓப்ரியன் பொய்தான் சொல்கிறான் என்கிற எண்ணம்கூட ஏற்படவில்லை அவனுக்கு. ஒப்பரியன் அந்த போட்டோ படம் பற்றி மறந்துவிட்டான் என்பது உண்மையாகவே இருக்கலாம். அப்படி இருந்தால் மறுத்துச் சொன்னதையே அவன் மறந்திருக்கலாம். இது ஏதோ ஏமாற்று வித்தை என்று எப்படி நிச்சயமாகச் சொல்வது? தனக்குத்தான் மூளைக்கோளாறோ? அப்படியிருந்தால் என்ன செய்வது என்கிற எண்ணம்தான் அவனைத் தோல்வியை ஏற்றுக்கொள்ளச் சொல்லியது.

ஒப்பரியன் சிறிது நேரம் அவனையே உற்றுப் பார்த்துக் கொண்டிருந்தான் விஞ்ஞானி மேஜை மேல் இருக்கும் ஆராய்ச்சிப் பொருளைப் பார்க்கிறமாதிரி.

“சென்ற காலத்தை கட்டுப்படுத்துவது பற்றி ஒரு கட்சி

சுலோகம் இருக்கிறதே - சொல்லு...”

“சென்ற காலத்தை கட்டுப்படுத்த அறிந்தவன் எதிர்காலத்தை ஆள்கிறான். இன்றைய காலத்தை ஆள்பவன் சென்ற காலத்தைக் கட்டுப்படுத்த அறிவான்.”

“சென்ற காலத்துக்கு உண்மையான உருவம் ஒன்று உண்டு என்று நீ அபிப்பிராயப்படுகிறாயா?”

இதற்கு என்ன பதில் சொல்வது? உண்டு என்பதா? இல்லை என்பதா? எதைச் சொன்னால் வலியிலிருந்து அவன் தப்பிக்கலாம். எது மெய் என்று அவனுக்கே நிச்சயமாகத் தெரியாது.

“நீ தத்துவவாதியல்ல வின்ஸ்டன். நீ இந்தப் பிரச்சனையை இன்றுவரை அலசிப் பார்த்ததில்லை. சென்ற காலம் என்பது ஒரு குறிப்பிட்ட இடத்தில் கண்ணால் காணும்படியாக ஒரு ஸ்தூல உருவத்துடன் இருக்கிறது என்று எண்ணுகிறாயா நீ?”

“இல்லை.”

“அப்படியானால் சென்ற காலம் எது? எங்கிருக்கிறது?”

“நடந்ததைப் பற்றிப் பதியப்பட்டுள்ளவற்றில்?”

“பதிவுகளிலும்...”

“மனிதன் ஞாபகத்திலும் சென்ற காலம் இருக்கிறது.”

“சரி, ஆனால், கட்சி பதிவுப் பத்திரங்களையெல்லாம் கட்டுப்படுத்துகிறது; மனிதர் ஞாபகங்களை எல்லாம் கட்டுப்படுத்துகிறது. அப்படியிருக்கும்போது நமது கட்சி, சென்ற காலத்தை கட்டுப்படுத்த முடியும் அல்லவா?”

“என் ஞாபகத்தை அழிக்க கட்சியால் எப்படி முடியும்?” என்றான் வின்ஸ்டன், வலியை மறந்துவிட்டு. நினைவு தமக்கு அப்பால் உள்ள ஒரு சக்தியல்லவா, ஞாபகம் என்பது. என் ஞாபகத்தை உங்களால் கட்டுப்படுத்த முடியவில்லையே?”

ஓப்ரியன் கோபமாக அவனைப் பார்த்தான்; கடிகார இயந்திரத்துக்கருகில் கையைக் கொண்டுபோனான்.

“நீதான் உன் நினைவுகளைக் கட்டுப்படுத்த மறுக்கிறாய் என்று சொல்லவேண்டும். அதனால்தான் நீ இங்கு இப்போது வந்து அகப்பட்டுக்கொண்டிருக்கிறாய். பணிவு அற்றவன் நீ; உன்னையே அடக்கி ஆளத் தெரியாதவன்; பைத்தியக்காரனாகாமல் இருப்பதற்குக்

கீழ்ப்படிதல் அவசியம். அதற்குப் பதில் பைத்தியக்காரனாகவே இருக்க நீ விரும்பினாய். உண்மை என்று ஏதோ தனியாக ஒன்றுண்டு என்று நீ கட்சி கட்டுகிறாய். கட்சி எதை உண்மை என்று சொல்கிறதோ அதுதான் உண்மை. கட்சிக் கண்கள் வழியாகப் பார்க்கலாமே தவிர, உன் கண்களால் எதையும் பார்க்கக்கூடாது. அதைத்தான் இப்போது நீ கற்றுக் கொள்ள வேண்டும் வின்ஸ்டன்."

ஒரு விநாடி பேசாதிருந்தான். பிறகு கேட்டான். "உன் டைரியில் நீ எழுதினாயே அது ஞாபகம் இருக்கிறதா? சுதந்திரம் என்பது இரண்டும் இரண்டும் நான்கு என்று சொல்வதற்குள்ள சுதந்திரம்தான் என்று."

"ஞாபகமிருக்கிறது!"

நான்கு விரல்களைத் தூக்கிக் காட்டினான் ஓப்ரியன்.

"எத்தனை விரல்கள்?"

"நான்கு"

"நான்கு அல்லது - ஐந்து என்று கட்சி சொன்னால்?"

"அப்பவும் நான்குதான்" என்று சொன்ன வின்ஸ்டன் வலி தாங்காமல் ஊளையிட்டான்.

கடிகார இயந்திரத்தின் முள்ளை ஐம்பத்தியைந்துக்குத் தள்ளி விட்டான் ஓப்ரியன். வலியால் அவஸ்தைப்பட்டுக் கொண்டிருந்த வின்ஸ்டனைப் பார்த்து, "இப்போது எத்தனை ?" என்றான்.

"நான்கு"

முள் அறுபதுக்கு ஏறிற்று.

"எத்தனை விரல்கள் வின்ஸ்டன்?"

"நான்கு என்பதைத் தவிர நான் வேறு என்ன சொல்வது?" மறுபடியும் முள் ஏறியிருக்க வேண்டும். ஆனால், ஓப்ரியன் பிரித்துக் காட்டியது நான்கு விரல்கள்தான்.

"நான்கு நான்கு!"

"எத்தனை விரல்கள் வின்ஸ்டன்."

"ஐயோ வலி தாங்கவில்லையே! நான்கு ஐந்து நான்கு... எத்தனை நீ சொல்கிறாயோ அத்தனை. நிறுத்து வலியை."

“இது போதாது, நீ இன்னும் நம்பத் தொடங்கவில்லை.”

வலி தாங்காமல் பிரக்ஞை இழந்துவிட்டான் வின்ஸ்டன். கட்டுகளை விடுவித்து அவனைத் தாங்கிக்கொண்டான் ஓப்ரியன். தன்னைக் காப்பாற்றுபவன் அவன்தான் என்கிற ஞாபகத்தில் வின்ஸ்டன் விழித்துக்கொள்ளும்போது அவனைக் கட்டிக்கொண்டு தொங்கினான்.

“நீ சீக்கிரம் கற்றுக்கொள்ள வேண்டும் உன் பாடங்களை.”

“இரண்டும் இரண்டும் நான்குதான். வேறு எப்படி யூகிக்க முடியும்?” என்றான் வின்ஸ்டன்.

“சில சமயம் நான்கு, சில சமயம் ஐந்து, சில சமயம் மூன்று, சில சமயம் வேறு பல எண்களாகவும் இருக்கலாம். ஆனால், புத்திக் கோளாறு நீங்குவது சிரமமான காரியம்தான்; முயற்சி செய்துபார்.”

மறுபடியும் அவனைப் படுக்கவைத்துக் கட்டிப்போட்டு கடிகாரத்தின் முள்ளைத் திருப்பினான். வலி மீண்டும் தொடங்கியது.

“மறுபடியும்...”

“நான்கு என்றுதான் தோன்றுகிறது. அதை ஐந்தாகக் காண முயலுகிறேன் நான்.”

முள் எண்பது, தொண்ணூறு என்று ஏறியிருக்கும்போல இருந்தது. “என்னை ஏமாற்ற முயல்வது வேண்டாம். ஐந்தைக் காண முயலு.”

“முயல்கிறேன்.”

ஒன்றன்பின் ஒன்றாக விரல்கள் அவன் கண்முன் ஊர்வலம் வந்தன. “நான்கு, ஐந்து, நான்கு, ஐந்து” என்று அவை பாடுவது போல இருந்தது. கண்களை மூடிக்கொண்டான்.

“எத்தனை விரல்கள் வின்ஸ்டன்?”

“எனக்குத் தெரியவில்லை. உண்மையிலேயே தெரியவில்லை.”

“நல்லது, முன்னைக்கிப்போது தேவலை.”

வின்ஸ்டன் கையில் ஊசி போட்டார்கள். இன்ப வெள்ளம் உள்ளே பாய்வது போல இருந்தது. வலி மறந்துவிட்ட மாதிரி இருந்தது. ஓப்ரியன் விரோதியா, நண்பனா? எதுவானாலும் என்ன? அவனைவிட அவனுக்கு உறுதுணை வேறு கிடையாது.

அன்பு எதற்கு? புரிந்துகொள்வதுதான் முக்கியம். பைத்தியம் பிடிக்கிற வரைக்கும் அவனைச் சித்திரவதை செய்தான் ஓப்ரியன். சிறிதுநேரத்தில் அவனைச் சாக அடித்தாலும் அடித்துவிடுவான். அதனால் என்ன? அவர்கள் பேசவேண்டிய விஷயங்கள் நிறையவே இருந்தன.

"எங்கிருக்கிறாய் நீ, தெரியுமா?"

"நிச்சயமாகத் தெரியாது. அன்பு மந்திரி சபைக் காரியாலயமா இது?"

"எத்தனை நாளாக இங்கிருக்கிறாய்?"

"தெரியாது. மாதக் கணக்காக இருக்கும்."

"எதற்காக மக்களை இங்கு கொண்டு வருகிறோம் தெரியுமா?"

"குற்றங்களை ஏற்றுக்கொள்ளச் சொல்ல."

"இல்லை."

"தண்டிக்க."

"அதுவும் இல்லை. உன்னை எதற்காக இங்கு கொண்டு வந்திருக்கிறோம் தெரியுமா? உனக்குக் கல்வி கற்பிக்க? உன் பைத்தியக்காரத்தனத்தை ஏமாற்றத்தான் உன்னை இங்கே கொண்டுவந்திருக்கிறோம். உன் குற்றங்கள் பற்றி எங்களுக்கு அக்கறையேயில்லை. சிந்தனை பற்றித்தான் கவலை. உன் மனத்தைக் கைப்பற்றி கட்சிக்கு உபயோகமானதாகச் செய்யத் தான் விரும்புகிறோம். விரோதிகளை அழிப்பதுடன் திருப்தி அடைவதில்லை நாங்கள் - அவர்களை ஜெயித்து எங்கள் பக்கம் கொண்டுவர முயலுகின்றோம்."

முகத்தைப் பெரிதாக அவன் பக்கம் வைத்துக்கொண்டு ஓப்ரியன் தொடர்ந்தான்.

"இங்கே தியாகங்களோ - அதற்காகப் பலிகளோ எதுவும் கிடையாது. ஒரு சிந்தனை எதிரியை எரித்துக் கொன்றால் அவனிடத்தில் ஆயிரம் சிந்தனை எதிரிகள் தோன்றிவிடுகிறார்கள். சிந்தனை எதிரிகளைக் கொன்ற அதிகாரிகளைக் காறி உமிழ்ந்து தியாக பலிகள் என்று மக்கள் இறந்தவர்களைப் போற்றினார்கள். அந்த மாதிரித் தவறு செய்ய கட்சி விரும்பவில்லை. எல்லோர் கண்ணிலும் படும்படியாக எதிரிகளைத் தீர்த்துக்கட்டுவதில்லை நாங்கள். எதிரிகளைப் பலியிடுகிற மாதிரியே காட்டிக்கொள்வதில்லை;

இறந்தவர்கள் எங்களை எதிர்த்து நிற்க முடியாது. எங்கள் எதிரிகள் யார் யார், எங்கெங்கிருந்தார்கள் என்பது தெரியாதபடி அழித்துவிடுகிறோம். எதிர்காலத்தில் உன் ஞாபகம் இருக்கும் என்று நினைக்காதே; நீ இருந்ததே யாருக்கும் தெரியாது. தெரியாதபடி கட்சி பண்ணிவிடும்."

இப்படி அழிப்பதற்கு இந்தச் சித்திரவதை செய்வானேன்? என்று எண்ணினான் வின்ஸ்டன்.

அவன் மனத்திலிருந்ததை அறிந்தவன் போல ஓப்ரியன் பதில் சொன்னான்: "அழிப்பது என்று தீர்மானித்துவிட்டபின், முதலில் உன்னைக் கேள்விகள் கேட்பானேன். அவஸ்தைப் படுத்துவானேன் என்று எண்ணுகிறாய் நீ? அதற்குக் காரணம் உண்டு. அநாவசியமாக வந்துவிட்ட ஒரு கனவு நீ - அதை அகற்றித்தானேயாகவேண்டும்? பொய்யான ஒரு பணிவுடன் திருப்தியடைந்துவிடுகிற ஏமாளியல்ல நம் கட்சி பணிவுடன் கொல்லும்முன் நாங்கள் அவனை எங்களில் ஒருவனாக்கித்தான் கொல்லுகிறோம். இங்கு வருகிற யாரும் எங்களை எதிர்த்துச் சமாளிக்க முடியாது. யார்தான் இருக்கட்டுமே; நன்றாகத் துவைத்துத் தோய்த்து அழுக்கில்லாமல் செய்துவிடுகிறோம் நாங்கள். ஜோன்ஸ், ஆரன்ஸன், ரூதர்போர்டுகூட இப்படியாகக் கடைசியில் கட்சியே முத்தண்ணா, முத்தண்ணாதான் கட்சி என்று ஏற்றுக்கொண்டுதான் உயிர் துறந்தார்கள். தப்பமுடியாத முடிவு அது."

ஓப்ரியன் முகத்தில் ஒரு பரவசம் படர்ந்திருந்தது. அவன் பாசாங்கு செய்யவில்லை. அவன் கட்சி அபிமானம் வேகம் உண்மையானதுதான். ஓப்ரியனின் மனத்திற்குள் தன் மனது, தன் மூளை ஒரு சிறு பகுதிதான். தான் நினைப்பது எதையும் அறிந்து கொண்டுவிடக்கூடிய சக்தியுடையவன் என்று அவன் எண்ணினான் வின்ஸ்டன்.

"எங்களுக்குப் பணிவதால் மட்டும் நீ உன்னைக் காப்பாற்றிக் கொள்ளலாம் என்று எண்ணாதே வின்ஸ்டன். தவறு செய்தவன் எவனையும் விட்டுவிட எங்களால் முடியாது. உன்னை உயிருடன் விட்டாலும் கூட நீ எங்களை விட்டுத் தப்ப முடியாது. இங்கு நடப்பது நித்தியமானது. ஆயிரம் வருடமானாலும் அழிக்க முடியாதது. சாதாரண மனுஷ்ய உணர்ச்சிகள் உனக்குச் சாத்தியமில்லாமல் செய்துவிடுவோம். உன்னைப் பிழிந்தெடுத்துவிட்டு உன் சக்கைக்குள் கட்சியைத் திணித்து விடுவோம். உனக்கு எதுவும் சாத்தியமில்லாது போய்விடும்."

டாக்டரைக் கூப்பிட்டான். அவன் மூவாயிரம் என்று ஏதோ சொன்னான். வலியை எதிர்பார்த்து அனுபவிக்கத் தொடங்கினான் வின்ஸ்டன். "இந்தத் தடவை வலிக்காது" என்றான் ஓப்ரியன்.

ஏதோ வெடித்தது போல இருந்தது. ஒளிகுண்டு ஏதோ வெடித்துப் பரவியது போல இருந்தது. அடி, வலி எதுவுமில்லாமல் அவன் சக்தியற்றுக் கிடந்தான். மூளையில் ஏதோ ஒரு பகுதி தெறித்துப் போய்விட்ட மாதிரி உணர்ந்தான் வின்ஸ்டன். ஞாபகம் என்னும் பகுதிதான் மூளையிலிருந்து சிதைந்து, பிரித்தெடுக்கப்பட்டதோ?

"இப்போது ஓஷியேனியா எந்தத் தேசத்துடன் யுத்தம் செய்கிறது!"

"ஞாபகமில்லை."

"கிழக்காசியாவுடன்."

"கிழக்காசியாவுடன்."

'ஓஷியேனியா எப்போதுமே கிழக்காசியாவுடன்தான் சண்டை போட்டு வந்திருக்கிறது. வேறு தேசத்துடன் அது போர் செய்ததேயில்லை.'

"ஆமாம், ஞாபகம் இருக்கிறது."

"இது ஐந்து விரல்கள்தானே?" ஓப்ரியன் நான்கு விரல்களைத் தூக்கிக் காட்டினான்.

"ஐந்து விரல்கள்தான்."

இப்போது வின்ஸ்டன் கண்ணில் பட்டது ஐந்து விரல்கள் தான். தன் மூளையில் இருந்த சூனியப் பகுதியில் ஓப்ரியனின் ஒவ்வொரு வார்த்தையும் ஒரு புது உண்மையைக் குடியேற்றி வைத்த மாதிரி இருந்தது.

"இது சாத்தியம் என்று புரிகிறதா?"

"புரிகிறது."

திருப்தியுடன் எழுந்து நின்றான் ஓப்ரியன்.

"எனக்கு உன்னைப் புரிகிறது. உன் மூளை என்னுடையதைப் போன்றது. நீ பைத்தியக்காரன், நான் பைத்தியக்காரன் அல்ல. இவ்வளவுதான் வித்தியாசம். ஏதாவது சந்தேகங்கள் உண்டானால் கேள்" என்றான் ஓப்ரியன்.

"எதை வேண்டுமானாலும் கேட்கலாமா?"

"எது வேண்டுமானாலும் கேள்."

"ஜூலியாவை என்ன செய்தீர்கள்?"

ஓப்ரியன் புன்சிரிப்புச் சிரித்தான். "உன்னை உடனேயே காட்டிக் கொடுத்துவிட்டாள் அவள். கட்சி நோக்கத்தை அவள் உடனேயே ஏற்றுக்கொண்டாள். அவள் அதிக சிரமம் தரவில்லை."

"அவளைச் சித்திரவதை செய்தீர்களா?"

"உன் அடுத்த கேள்வியைக் கேள்."

"முத்தண்ணா இருப்பது உண்மையா?"

"உண்மைதான். கட்சி உண்டு என்பதும் உண்மையே. முத்தண்ணா இல்லாவிட்டால் கட்சியே இல்லை."

"நான் இருக்கிற மாதிரி அவர் இருக்கிறாரா?"

"நீதான் இல்லையே!" என்றான் ஓப்ரியன்.

"நான் இருக்கிறேன் என்றுதான் எனக்குத் தோன்றுகிறது. நான் பிறந்தேன். இருந்துகொண்டிருக்கிறேன். எனக்குக் கைகால்கள் உண்டு. இந்த இடத்தில் ஒரு புள்ளியில் நான் வசிக்கிறேன். அதே நேரத்தில் முத்தண்ணா இருக்கிறாரா?"

"அவர் இருக்கிறார்."

"அவருக்கு மரணமுண்டா?"

"அவர் என்றும் சாகமாட்டார். அடுத்த கேள்வியைக் கேள்."

"சகோதர சேனை என்று ஒன்று உண்டா?"

"அதற்குச் சரியான பதில் உனக்கு என்றுமே தெரிய முடியாது வின்ஸ்டன். இருக்கு - இல்லை. இரண்டுமே உண்மைதான், அது புதிராகத்தான் இருக்கும்."

வின்ஸ்டன் மௌனமானான். கடைசியாக அவன் கேட்க வேண்டிய கேள்வி ஒன்று பாக்கியிருந்தது. ஓப்ரியனுக்கு அக்கேள்வி என்ன என்று தெரியும். அதற்காகக் காத்திருந்தான் அவன்.

"101ஆம் அறையில் என்ன இருக்கிறது?"

“அது உனக்கே தெரியுமே! 101ஆம் அறையில் இருப்பதென்ன என்று எல்லோருக்குமே தெரியும்.”

ஓப்பரியன் கையைக் காட்டினான், வின்ஸ்டனுக்கு ஒரு ஊசி போட்டார்கள். உடனேயே தூங்கத் தொடங்கிவிட்டான் அவன். வின்ஸ்டனின் மனமாற்றுப் படிப்பில் முதல் பாடம் முடிந்தது.

3

“நீ புது மனிதனாவதில் மூன்று பகுதிகள் உண்டு. கற்றுக் ஏற்றுக்கொள்வது. இதில் இரண்டாவது பகுதியை நீ கற்கவேண்டிய நேரம் வந்துவிட்டது” என்றான் ஓப்ரியன்.

வின்ஸ்டன் எப்போதும் போல மல்லாந்து படுத்துக் கிடந்தான். முழங்கால்களையும், முகத்தையும், முன்னங்கைகளையும் லேசாக அசைக்கும் அசைவில் அவனைப் பிணைத்துப் போட்டிருந்தார்கள். கடிகார இயந்திரம் முன்போல இப்பவெல்லாம் அவனை அதிகம் பயமுறுத்துவதில்லை. அவனுடைய மூளை துரிதமாக வேலை செய்ததால் அவனால் கடிகாரக் கருவி உண்டாக்கும் வேதனையைத் தவிர்த்துக்கொள்ள முடிந்தது. மந்தத்தனம் காட்டியபோதுதான் ஓப்ரியன் அக்கருவியைப் பயன்படுத்தினான். சில சமயங்களில் கடிகாரக் கருவி பயன்படுத்தப்படாமலேயே விசாரணை நேரங்கள் முடிந்தும் இருந்தன. எத்தனை தடவை விசாரணை நடந்தது என்பது அவனுக்கு ஞாபகம் இல்லை. இந்த விசாரணைகள் நீண்டகாலத்திற்கு, ஒருக்கால் பல வார காலம் நீடித்ததாகத் தோன்றியது. ஒரு விசாரணைக்கும் இன்னொரு விசாரணைக்கும் இடையே சில சமயங்களில் சில நாட்களும் சில சமயங்களில் சில மணி நேரமும் இடைவெளியிருந்ததாகத் தோன்றியது.

“எதற்காக அன்பு மந்திரிசபை உன்னைப் போன்ற ஒருவன் மேல் இவ்வளவு காலத்தை விரயம் செய்யவேண்டும் என்று கேட்கிறாய் நீ. நமது சமூகம் இயங்குகிற விதம் தெரிகிறது உனக்கு. அதன் அடிப்படைகள்தான் தெரியவில்லை. “ஏன் என்று எண்ணிப் பார்க்கும்போதுதான் உனக்கே பைத்தியம் பிடித்து விட்டதோ என்று சந்தேகம் வந்தது. நீ கோல்ட்ஸ்டீனின் நூலை வாசித்தாயா?”

“ஆம், நீயும் வாசித்திருக்கிறாயா?”

“நானேதானே எழுதினேன் அதை. அதாவது அதை எழுத நான் உதவினேன்.”

"அதில் காண்பது உண்மைதானா?" என்றான் வின்ஸ்டன். "விவரணைகள் சரிதான், திட்டங்கள் என்று வெளியிட்டிருப்பதெல்லாம் பிதற்றல், ப்ரோல் புரட்சி பற்றி அதில் சொல்லப்பட்டிருப்பது வெறும் பிதற்றல்.

இரகசியமாக அறிவைத் திரட்டுவது, படிப்படியாக விழிப் புணர்வைப் பரப்புவது, இறுதியாக ஒரு பாட்டாளி வர்க்கப் புரட்சி -கட்சி ஆட்சிக்கவிழ்ப்பு ஆகிய அத்தனையும் அபத்தம். நீயே அதை எதிர்பார்த்தாய். அதுவே அந்த நூலில் எழுதப்பட்டிருந்தது. ஆனால், ஆயிரம் இலட்சம் ஆண்டுகளானாலும் ப்ரோல்களாகிய பாட்டாளிகள் புரட்சி செய்யமாட்டார்கள். அவர்களால் முடியாது. காரணத்தை உனக்கு சொல்ல வேண்டியதில்லை. அது உனக்கே தெரியும். பலாத்காரப் புரட்சி என்று ஏதாவது உனக்கு கனவுகள் இருந்தால் அதை கைகழுவி விடு. கட்சியைக் கவிழ்ப்பதற்கு எந்த வழியும் இல்லை. கட்சி ஆட்சி என்றென்றைக்கும் இருக்கும்! ஓப்ரியன் சிறிது நேரம் மௌனமாக நின்றான்.

"கட்சியைக் கவிழ்க்க வழியே கிடையாது" என்று மீண்டும் தொடங்கினான் ஓப்ரியன். "ஏன் எதற்காக என்பது பற்றிச் சிந்திப்போம்; கட்சி ஆட்சி பீடத்தில் எப்படியிருக்கிறது என்று அறிவாய் நீ? ஏன் என்று தெரியுமா? சொல்லு, ஆட்சியை நாங்கள் ஏன் விரும்புகிறோம்? எதற்காக இவ்வளவு சக்தி தேவை எங்களுக்குச் சொல்லு."

ஓப்ரியன் இப்படித் தூண்டியும் வின்ஸ்டன் உடனே பேசி விடவில்லை. அலுப்பு, மேலிட்டது என்பது மட்டுமல்ல. என்ன சொன்னால் நல்லது என்றும் சிந்தித்தான். பெரும்பாலோருடைய நன்மைக்காகவே அதிகார சக்தியை விரும்புவதாக ஓப்ரியன் சொல்லுவான். பலஹீனமானவர்களைக் காப்பாற்றுவதே கட்சியின் நோக்கம் என்பான். உன்னைவிடக் கெட்டிக்காரனான பைத்தியக்காரனிடம் அகப்பட்டுக் கொண்டுவிட்டால் என்ன செய்வது? அந்தப் பைத்தியக்காரன் சொல்கிறபடியெல்லாம் ஆடித்தானேயாகவேண்டும்.

"எங்கள் நன்மைக்காக எங்களை அடக்கி ஆளுகிறது கட்சி, மனிதர்கள் ஆளத்தக்கவர்கள் அல்ல என்பதனால் நீங்கள் ஆளுகிறீர்கள்!"

வலி உடம்பில் ஏறிற்று. முப்பத்தைந்து வரை கடிகார முள்ளைத் திருப்பினான் ஓப்ரியன்.

"இது அசட்டுத்தனம் வின்ஸ்டன். வடிகட்டின அசட்டுத்தனம், நான் சொல்கிறேன். உனக்குத் தெரியாவிட்டால், கேள். அதிகார சக்தி என்கிற ஒரே தத்துவத்துக்காகத்தான் கட்சி அந்தச் சக்தியை நாடுகிறது. எதற்கும் யாருக்கும் நன்மை செய்வதற்காக அல்ல, கலப்பற்ற அதிகார சக்திதான் கட்சி லட்சியம், மற்ற சக்தி அரசியல்களிலிருந்து பூரணமாக மாறியவர்கள் நாங்கள். எங்கள் லட்சியம் ஆனந்தம். சந்தோஷம், சௌகரியம் என்பதெல்லாம் அல்ல. ஜெர்மன் நாஜிகளும், ருஷ்யக் கம்யூனிஸ்ட்டுகளும் அதிகார சக்திக்கு வணங்கினார்கள். ஆனால், தங்கள் லட்சியங்களைத் தெளிவு செய்து கொள்ளாமல் தோற்றுப் போனார்கள். கொஞ்ச நாள், கொஞ்ச நாள் என்று அதிகார சக்திக்காகப் பாடுபட்டார்கள். நாங்கள் அப்படியில்லை; சக்திக்கப்பாற்பட்ட ஒரு லட்சியம் உண்டு என்று நாங்கள் அங்கீகரிப்பதேயில்லை. மனிதர்கள் சரி நிகர் சமானமாக வசிக்கக் கூடிய ஒரு லட்சிய உலகத்தைச் சிருஷ்டிக்க நாங்கள் முயலவில்லை. அதிகார சக்திதான் எங்கள் இறுதி லட்சியம். சக்தி என்பது ஒரு சாதனம் அல்ல - அதுவே முடிவு என்று நாங்கள் உணர்ந்து விட்டோம். புரட்சியைக் காப்பாற்ற சர்வாதிகாரி வருவதில்லை சர்வாதிகாரி வருவதற்குத்தான் புரட்சியே நடக்கிறது என்று சொல்ல வேண்டும். அதிகார சக்தியின் லட்சியம் அதிகார சக்தியேதான். புரிகிறதா?"

வின்ஸ்டன் பதில் சொல்லவில்லை. ஆனால், அவன் மனத்தில் தோன்றிய கேள்விக்குப் பதில் தந்தான் ஓப்ரியன்.

"அதிகார சக்தியைப் பற்றிப் பேசுகிற நான் ஏன் எப்படி கிழவனாகியிருக்கிறேன் என்று நீ நினைக்கிறாய்? நான் என்கிற தனி மனிதன் முக்கியமேயல்ல; கட்சிதான் முக்கியம். நாங்கள் அதிகார சக்தியின் பூசாரிகள். கடவுள் என்பதே சக்திதான். உன்னைப் பற்றிய வரையில் சக்தி என்பது இன்னமும் ஒரு வார்த்தைதான். அதன் முழு அர்த்தங்களும் உனக்குத் தெரியாது. கூட்டு முயற்சியில்தான் சக்தி வளர முடியும், தனி மனிதன் செய்துவிட முடியாததைக் கட்சி சுலபமாகவே செய்துவிடும். கட்சி சுலோகம் "சுதந்திரமே அடிமைத்தனம்" என்பது தெரியுமில்லையோ. அதைப்பற்றி 'அடிமைத்தனமே சுதந்திரம்' என்று நீ சொல்லலாம். அதுவும் உண்மையே! தன்னை மறந்து ஒருவன் கட்சிக்கு அடிமைப்பட்டு விட்டானானால் அதுவே அவனுக்குக் கூடிய பெரிய சுதந்திரம், சக்தி என்பது அரசியல் ஆட்சி சக்தி மட்டுமல்ல. மனிதர்களின் உடல் மனம் இரண்டையும் வெற்றி கொள்ளும் சக்திதான் சக்திகளில்

பெரியது. வெளியுலகத்தை வெல்வது சிரமமல்ல; அது பூரணமாக இருக்கிறது எங்களிடம். மனத்தையும் ஆளுகிற விஷயத்தில்...''

வலியை மறந்துவிட்டு வின்ஸ்டன் கூவினான்; ''வெளியுலகத்தை நீங்கள் மாற்றும் சக்திபெற 'எப்படி' முடியும். பழசு, புதுசு என்பதை, நேற்று இன்று என்பதை மாற்ற முடியாது? சீதோஷ்ணத்தை மாற்றக்கூட உங்களால் முடியவில்லை. வியாதி, வலி, மரணம் எல்லாம் இன்னும் இருக்கின்றனவே.''

கையை அசைத்து அவனை அமைதியாக இருக்கச் சொன்னான் ஓப்ரியன். ''மனிதர் மனத்தை அடக்கியதால் வெளியுலகத்தையும் அடக்கி ஆளும் சக்தி எங்களுக்கு வந்தது. உண்மை என்பது மனத்திற்குள் உள்ளதுதான் வின்ஸ்டன். வெளியுலகம் என்று தனியாக ஒன்று கிடையாது. உன்னுள் இருப்பதுதான். எனக்கிஷ்டமானதைச் செய்ய எனக்குச் சக்தி உண்டு. இயற்கை விதிகள் பற்றி தப்பாக நீ எண்ணுகிறாய் - பண்டை காலத்திய கொள்கைகளாக இயற்கை விதிகளையும் கட்சிதான் உற்பத்தி செய்கிறது.

''இல்லை. மேலும் யூரேஷியா, கிழக்காசியாகூட உங்கள் ஆதிக்கத்தில் வரவில்லை. உலகத்தையே நீங்கள் ஆளவில்லை.''

''அது முக்கியமல்ல, தேவையானபோது அவற்றையும் கட்டியாள எங்களால் முடியும், ஓஷியேனியாதான் எங்கள் உலகமெல்லாம். மற்றவை இல்லை என்றே சொல்லிவிடலாம்.''

''உலகமே ஒரு புள்ளிதானே! பிரபஞ்சம் வெகுவாக விரிந்துள்ளது. மனிதன் ஒரு கொசு. உலகத்தின் வயதுடன் ஒப்பிடும்போது அவன் ஒரு நாள் வாழ்ந்தவன்; நேற்றுத் தோன்றியவன் என்றுதான் சொல்ல வேண்டும்'' என்றான் வின்ஸ்டன்.

''இப்பிரபஞ்சத்துக்கும் நம் வயதுதான் ஆகிறது. மனிதனில்லாவிட்டால் யார் அதைப் பற்றி நினைப்பது.''

''வேறுவிதமாக விஞ்ஞானம் சொல்கிறது?''

''பத்தொன்பதாம் நூற்றாண்டு விஞ்ஞானம் பூராவும் புளுகு. மனிதன் தோன்றும்முன் எதுவும் எங்கும் இருந்ததில்லை.''

''நட்சத்திரங்கள் நமக்கு எட்டாத தூரத்தில் உள்ளன. அதனால் அவை இல்லவே இல்லை என்று சொல்லிவிட முடியுமா?''

“நட்சத்திரமா? அவற்றை நாம் மனது வைத்தால் அழித்து விடலாம். பூமியைச்சுற்றி, அதுவும் நம் பூமியைச் சுற்றித்தான் சூரியனும் சந்திரனும் நட்சத்திரங்களும் வலம் வருகின்றன.”

வின்ஸ்டன் பதில் சொல்லவில்லை. “வான சாஸ்திரத்தைப் புதுசாக நம்மால் சிருஷ்டிக்க முடியாது என்கிறாயா நீ? சிருஷ்டித்தால் ஓரளவுக்குப் பழசும் ஓரளவுக்குப் புதுசும் உண்மையாகவே இருக்கும். இரட்டைச் சிந்தனைத் தத்துவத்தையே மறந்துவிட்டாயா நீ ?” என்றான் ஓப்ரியன்.

வின்ஸ்டன் கேட்ட எதற்கும் பதில் தயாராக வைத்திருந்தான் ஓப்பரியன். “தத்துவ வாதத்தில் நீ வல்லவனல்ல வின்ஸ்டன். மனிதர்களைப் பற்றிய வரையில், அவர்கள் மனத்தை மாற்றி இஷ்டப்படி இழுக்கும் சக்திக்காக நாங்கள் எப்போதும் போரிடுகிறோம் என்பதுதான் உண்மை. மற்றதையெல்லாம் இப்போதைக்கு மறந்துவிடுவோம். அந்தச் சக்தியை எப்படி உபயோகிக்கலாம் காட்டலாம் சொல்லு.”

“ஒருவனைத் துன்புறுத்தலாம்.”

“துன்புறுத்தலாம். சரி, கீழ்ப்படிவது போதாது. துன்புறுத்தலாமே என்கிற பயம் வேண்டும். உன் இஷ்டப்படி எல்லோரையும் நடக்கச் செய்யத் துன்புறுத்தும் சக்தி அவசியம். கீழ்ப்படிந்து பணியச் செய்ய ஒருவனைத் துன்புறுத்துவது அதிகார சக்தியின் ஒரு முக்கிய அம்சம். ஒருவன் மனத்தை அழித்து அதை உருவம் கொள்ளச்செய்வது சக்தி. எப்படிப்பட்ட உலகத்தை நாங்கள் சிருஷ்டிக்க முயலுகிறோம் என்று தெரிகிறதா? முன்பிருந்த லட்சியவாதிகள் சிருஷ்டிக்க முயன்ற லட்சிய பூமிகளிலிருந்து எங்கள் உலகம் பல விதங்களிலும் மாறுபட்டது. முன்னோர்கள் அன்பு, நீதி என்பதை அடிப்படையாகக் கொண்டு அவற்றை நிர்மாணிக்க முயன்றனர். எங்கள் லட்சிய பூமி வெறுப்பை அடிப்படையாகக் கொண்டது - பயம், கோபம், தாழ்மை உணர்ச்சி இவை தவிர மற்ற உணர்ச்சிகளுக்கு எங்களுக்கிடையே இடமே கிடையாது. மற்றதெல்லாவற்றையும் அழித்துவிடவே நாங்கள் விரும்புகிறோம். புரட்சிக்கு முந்திய சிந்தனை வகைகளை ஓரளவு அழித்துவிட்டோம். பெற்றோருக்கும் குழந்தைகளுக்கும் இடையேயுள்ள பிடிப்புகளைத் தளர்த்திவிட்டோம். மனிதனும் மனிதனும் உறவுகொள்வதைக்கூட நிறுத்திவிட்டோம். ஆணும் பெண்ணும் உறவாடுவதைக்கூட நிறுத்திவிட்டோம். கோழிகளிடமிருந்து முட்டைகளை எடுப்பது போலத் தாய்களிடமிருந்து குழந்தைகளைப் பிரித்து விடுவோம்.

கட்சி ஒன்றுக்குத்தான் மனிதன் கட்டுப்பட்டவன். மற்றபடி வேறு எதற்கும் எவனும் கடமைப்பட்டிருக்கமாட்டான். முத்தண்ணாவிடம் அன்பு என்பதைத் தவிர வேறு எவ்வித அன்பும் இல்லாது போய்விடும். சிரிப்பு எதுவும் இராது வெற்றிச் சிரிப்புத் தவிர. கலை, இலக்கியம், விஞ்ஞானம் எதற்கும் அவசியம் இல்லாது போகும். அழகுக்கும் அழகில்லாததற்கும் வித்தியாசமே அறியமாட்டான் மனிதன். எங்கள் லட்சிய பூமியிலே வாழ்க்கை வழிகள் பல இராது ஒன்றுதான் இருக்கும். அதையும் கட்சியே நடத்தும். இதைத்தான் மறக்கக்கூடாது. வெற்றி விழாக்கள் - எதிரிகளைத் தூற்றுகிற காரியம் எப்போதும் இடைவிடாது நடந்து கொண்டேயிருக்கும். எதிர்காலத்தைப்பற்றி ஒரு உருவகம் தேவையா? கட்சியின் பூட்ஸ் மனிதன் முகத்தைத் தரையில் தள்ளித் தேய்த்துக்கொண்டிருக்கும். அந்தக் காட்சியைப் படம் எழுதிக் கற்பனை செய்து பார்!"

பயந்த உள்ளத்துடன் வின்ஸ்டன் பேசாதிருந்தான். "எப்போதைக்கும் என்றும் நினைத்துப்பார் இதை; முகம் இருந்து கொண்டேயிருக்கும். அதை உதைத்தது கட்சிக்காரன் என்பதையும் அறிந்து விடலாம்; இப்போது உனக்கு நடந்தது பூராவும் திரும்பத்திரும்ப உனக்கும் வெவ்வேறு மனிதர்களுக்கும் நடைபெறும். பயங்கர உலகம் இது - சக்தி உள்ளவன் பலமற்றவனை அடக்கி ஆளும் உலகம் இது. சக்தி பெருகப் பெருகக் கட்சி சிறு விஷயங்களிலும்கூட மனிதர்களை அடக்கி வைக்கும். கோல்ட்ஸ்டீனும் அவன் சதியும் இத்துடன் அழியாது. உடன் வரும் எதிரிகளைக் கண்டுகொள்ள அதுதானே சுலபமான வழி; எப்படியிருக்கும் அந்தச்சக்தி? உலகம் என்று உனக்கு இப்போதாவது புரிகிறதா? புரிந்துகொள்வது மட்டுமல்ல, அதை நீயும் ஏற்றுக்கொண்டுதான் ஆகவேண்டும்."

"நடக்காது" என்றான் வின்ஸ்டன் பலஹீனமாக.

"நீ சொல்வதற்கு என்ன அர்த்தம்?"

"இப்படி ஒரு உலகைச் சிருஷ்டிப்பது நடக்காத காரியம் என்று எனக்குத் தோன்றுகிறது."

"ஏன்?"

"வெறுப்பு, பயம், கொடுமை என்பவற்றின் மேல் ஒரு நாகரிகத்தை எழுப்பினால் அது நிலைக்காது."

"ஏன் நிலைக்காது?"

“அதற்கு சுபாவத்தில் ஒரு பலம் இல்லை. அசைந்தாடும் அது, தானே தற்கொலை செய்துகொண்டு இறந்துவிடும்.”

“அன்பைவிட வெறுப்பு மட்டமானது என்று எண்ணுகிறாயா நீ? ஏன் மட்டமாக இருக்கவேண்டும்? மனிதர்களுக்கு முப்பதாவது வயதிலேயே கிழட்டுத்தனம் வந்து விடும்படியாக வெறுப்பு வேகம் அதிகரிக்கலாம். அதனால் என்ன? ஒருவன் இறப்பதால் கட்சிக்கு எவ்வித நஷ்டமும் வந்துவிடாது. கட்சி அழியாது, நித்தியமானது.”

எதிர்த்து ஏதாவது சொன்னால் அதிகமான வலி ஏறப் போகிறதே என்று பயந்தான் வின்ஸ்டன். இருந்தும் அவன் சொன்னான்: “எப்படியோ! நீயும் உன் கட்சியும் தோல்வியடைவீர்கள் என்றே எனக்குத் தோன்றுகிறது.”

“வாழ்க்கையின் எல்லா இடங்களிலும் நாங்கள் ஆட்சி செலுத்துகிறோம் வின்ஸ்டன். மனித சுபாவம் என்ற ஒன்று எங்களைத் தோற்கடித்துவிடும் என்று நீ எண்ணுகிறாய். மனித சுபாவம் என்று ஒன்றில்லாமலே செய்துவிட எங்களால் முடியும். ப்ரோல்களும் அடிமைகளும் ஒன்று சேர்ந்து எங்களைக் கவிழ்த்து விடுவார்கள் என்று நீ சொல்லலாம். அதுவும் நடக்காத காரியம். முன்கூட்டியே அதற்கெல்லாம் ஏற்பாடுகள் செய்துவிட்டோம். கட்சியைத் தவிர அப்பால் எதுவும் இல்லை கவனிக்க வேண்டியதும் எதுவுமில்லை.”

“எப்படியோ, நீயும் உன் கட்சியும் தோற்கும்.”

“எப்படி? அப்படி அதற்கு சான்று ஏதாவது உண்டா?”

“அதென்னமோ! எப்படியும் நீங்கள் தோற்பீர்கள்?”

“கடவுளிடம் நம்பிக்கையுண்டா உனக்கு?”

“இல்லை. ஆனால், மனிதனிடம் நம்பிக்கை இருக்கிறது” என்றான் வின்ஸ்டன்.

“மனிதன் உலகில் நீதான் கடைசி மனிதன் என்று வைத்துக் கொள். நீ தனி மனிதன். இப்போது காலத்துக்கப்பால் இருப்பவன் - அதாவது நீ ஒருவன் இருப்பதாகவே இப்போது யாருக்கும் தெரியாது. இல்லவேயில்லை” ஓப்ரியனின் குரல் கடுமையாயிற்று. “எங்களைவிட நீ உயர்ந்தவன் என்று எண்ணுகிறாயா?”

“உயர்ந்தவன்தான்” என்றான் வின்ஸ்டன்.

ஓப்ரியன் பதில் சொல்லவில்லை. ஒரு ரிகார்டு ஓடத் தொடங்கிவிட்டது. அதில், சகோதர சேனையில் வின்ஸ்டன் சேர்ந்த அன்று பொய் சொல்லுவேன், திருடுவேன். சேனைக்காகக் கொலை செய்வேன் என்றெல்லாம் வின்ஸ்டன் வாக்களித்த சம்பாஷணை பதிவு செய்யப்பட்டிருந்தது. ரிகார்டு பேசி முடிந்தது. ஓப்ரியன் சிறிதுநேரம் எதுவும் சொல்லவில்லை. எந்தவிதத்தில் வின்ஸ்டன் உயர்ந்தவன் என்று அவன் கேட்பது போல இருந்தது.

"எழுந்திரு"

தடுமாற்றத்துடன் எழுந்து நின்றான் வின்ஸ்டன், மூன்று பக்கங்களிலும் மூன்று பெரிய நிலைக்கண்ணாடிகள் இருந்தன; "துணிமணிகளை அகற்றிவிட்டு உன்னையே பார்த்துக்கொள்" என்றான் ஓப்ரியன். கண்ணாடியில் தன் உருவத்தை பார்த்த வின்ஸ்டன் அலறினான். எப்படி உருமாறிப் போயிருந்தான் அவன்? ஏதோ ஒரு எலும்புமனிதன்போல இருந்தான் அவன். முகத்தில்தான் எத்தனை காயங்களின் வடுக்கள், எத்தனை இடத்தில் தழும்புகள், உள் மாறுதல்களைவிட வெளிமாறுதல்கள் பார்க்கப் பயங்கரமாக இருந்தன. முதுகெலும்பு வளைந்து கூனலே விழுந்துவிட்டது. கால் சிரங்கு சிவந்து பெரிதாகியிருந்தது. தோல் உரிந்துகொண்டிருந்தது. அன்று ஒரு மெலிந்த மனிதன் வந்தானே, அந்த மாதிரி இருந்தான் அவனும்.

"நான் கிழவனாகிவிட்டேன் என்று கூறினாயே! நீ எப்படி இருக்கிறாய்?"

தோளில் கைவைத்து அவனைத் திருப்பித் தன்முன் நிற்க வைத்துக்கொண்டு சொன்னான் ஓப்ரியன். "உன் உடம்பில் எப்படி நாற்றம் வீசுகிறது தெரியுமா? எப்படி இருக்கிறாய் தெரியுமா? என் கைவிரல்கள் உன் கையைச் சுற்றிவந்துவிடும், பிடிபிடியாக உன் தலைமயிர் உதிர்ந்துகொண்டிருக்கிறது பார்" என்று கூறி ஒரு பிடி முடியை இழுத்துக்காட்டினான். "வாயில் பத்துப் பதினொரு பற்களே மிச்சம் இருக்கின்றன, அவையும் ஆடிக்கொண்டிருக்கின்றன."

"நீ அழுகி உதிர்ந்துகொண்டிருக்கிறாய்" என்றான் ஓப்ரியன். சிறிதுநேரம் கழித்து, "நீ மனிதன் என்று பெருமைப்பட்டுக் கொள்கிறாய். நீயா மனிதன் ? கடைசி மனிதன்."

எத்தனை நாட்களாக இங்கு அவஸ்தைப்பட்டான். எதிர் பார்த்ததைவிட அதிகநாள் அவன் கட்சியில் விருந்தாளியாக

இருந்துவிட்டான்போல இருக்கிறதே! முகத்தை மூடிக்கொண்டு ஒரு ஸ்டூலில் உட்கார்ந்து அழவே தொடங்கிவிட்டான் வின்ஸ்டன்.

"இப்படியே இருக்காது. நீ மனது வைத்தால் இதையெல்லாம் மாற்றிவிடலாம்" என்றான் ஓப்ரியன், இரக்கத்துடன்.

"என்னை இந்த நிலைக்குக் கொண்டுவந்தவன் நீதான்.

"இதற்கு காரணம் நானல்ல; நீதான். கட்சியை நீ எதிர்க்கத் துணிந்ததுதான் இத்தனைக்கும் காரணம். அந்த முதல் காரியம் காரணமாக இவ்வளவும் நடந்தது. அதுவும் நீ எதிர்பாராதது எதுவுமே நடந்துவிடவில்லையே."

ஓப்ரியன் மீண்டும் கேட்டான்: "நீ இன்னமும் பெருமைப் பட்டுக்கொள்ள ஏதாவது இருக்கிறதா? சொல்."

"நான் ஜூலியாவைக் காட்டித்தரவில்லை."

ஓப்ரியன், "ஆம்" என்றான். உடனேயே வின்ஸ்டனின் நோக்கைப் புரிந்துகொண்டுவிட்டான்.

"எப்போது என்னைத் தீர்த்துக்கட்டுவார்கள் சொல்."

"ரொம்பநாள் ஆகலாம் - நாளைக்கேயும் ஆகலாம். அது சொல்லமுடியாது" என்றான் ஓப்ரியன்.

4

அவன் அறையில் வெளிச்சமும் சப்தமும் முன்போலவே தான் இருந்தன. ஆனால், வின்ஸ்டனுக்கு உடம்பு தேறிப் பெருக்க ஆரம்பித்துவிட்டது. குளிப்பதற்குத் தண்ணீர்கூடக் கொடுத்தார்கள். அவன் சிரங்குக்கு மருந்துகூடப் போட்டுவிட்டார்கள்.

வாரங்கள், மாதங்கள் ஓடியிருக்கும். அதைப்பற்றி அவன் பெரிதாகக் கவலைப்படவில்லை. கணக்கு வைத்துக் கொள்ளலாம் ஆனால், அதில் கவனம் இல்லை அவனுக்கு. தினமும் நல்ல சாப்பாடாகவே கிடைத்தது. மூன்று நாளைக்கொருதரம் மாமிசம்கூடத் தந்தார்கள்.

ஏதாவது எழுதுவதற்கென்று அவனுக்கு ஒரு கற்பலகையும் பென்சிலும் தந்திருந்தார்கள். ஆனால், முதலில் அவன் அவற்றை உபயோகிக்கவில்லை. சோம்பலாகப் படுத்து உறங்கியவன் கனவுகள் பல கண்டான். அதற்குப் பிறகு உறங்குவதும் சிரமமாக இருந்தது.

பிறகு சும்மா உட்கார்ந்துகொண்டு பல நாள் கழித்தான். உடம்பு பெருத்துக்கொண்டிருந்தான் அவன்; முழங்காலைவிடத் தொடை அதிகப்பருமனாகிக் கொண்டிருந்தது. தினமும் தேகப் பயிற்சி செய்ய ஆரம்பித்தான். சாதாரணமாக முன்னெல்லாம் செய்த சிறிய காரியங்களைக்கூட அவனால் இப்போது செய்ய முடியவில்லை. ஆனால், கூனிய முதுகு நிமிரத் தொடங்கியது. பலம் வரவில்லையே தவிர உடம்பு உடம்பாகிக்கொண்டிருந்தது. ஆனால், தலைமயிர் போனது போனதுதான்.

மனமும் சுறுசுறுப்புப் பெற்றது. தன் கல்வியைப் புதிதாகத் தொடங்க அவன் தன்னையே தயார் செய்துகொண்டான்.

அவன் தோற்றுவிட்டான்; அது நிச்சயம். கட்சி எதிர்பார்த்தபடி ஆகிவிட்டான் அவன். அது எதிர்பார்த்தபடி எதுவும் செய்ய அவன் தயாராக இருந்தான். கட்சிச் சக்தியை எதிர்த்து நின்று ஜெயிக்க அவன் எம்மாத்திரம்! ஏழு வருடங்களாக அவனைக் கண்காணித்து வந்திருக்கிறது கட்சி. ஒன்றும் சொல்லாமல் அவன் செய்ததையெல்லாம் கவனித்து, தக்க நேரத்திற்காகக் காத்திருந்தது கட்சி. ஜூலியாவும் அவனும் அனுபவித்த சிற்றின்பத்தைக்கூடப் படம் எடுத்து வைத்திருந்து காட்டினார்கள். கட்சியை எதிர்ப்பது பைத்தியக்காரத்தனம். அந்தப் பித்தம் தெளிந்துவிட்டது. கட்சி செய்வதுதான் சரி. அது தப்பாக எதுவும் செய்ய முடியவே முடியாது.

கையில் பென்சில் இருந்தது.

"அடிமைத்தனமே சுதந்திரம்"

என்று கற்பலகையில் பெரிய எழுத்துகளில் எழுதினான்.

"இரண்டும் இரண்டும் ஐந்து"

என்றெழுதினான். கொஞ்சநேரம் யோசித்துவிட்டு,

'அதிகார சக்தியே கடவுள்' என்று எழுதினான்.

இதெல்லாவற்றையும் அங்கீகரிக்க அவன் தயாராக இருந்தான். எப்போதுமே ஓஷியேனியாவுக்கும் கிழக்காசியாவுக்கும் போர் நடந்துதான் வந்திருக்கிறது. ஜோன்ஸும், ஆரன்ஸனும், ரூதர்போர்டும் எல்லாவிதமான குற்றங்களையும் செய்தது உண்மைதான். மறுக்க முடியாத உண்மை. எதிர்மாறான பல நினைவுகள் தன் மனத்தில் இருந்தன. கட்சி நலனுக்காக அவற்றை மாற்றியே தீரவேண்டும் என்று உணர்ந்தான் அவன். எதிர்நீச்சல் போடுவது தவறு -

முட்டாள்தனம் – பைத்தியக்காரத்தனம். ஆற்றோட்டத்தோடு போவதுதான் நல்லது...

எதுவும் உண்மையாக இருப்பது சாத்தியமே. எதையும் மனிதன் நம்பிவிட்டால் உண்மையாகிவிடும். நம்ப மறுப்பதுதான் பெரிய குற்றம். நம்ப மறுப்பவர்களை நம்பவைப்பது தான் கட்சியின் முதல் வேலை. எல்லோரும் ஏற்றுக்கொண்ட பிறகு பொய் என்பதுகூட உண்மையாகாமல் எப்படி இருக்க முடியும்?

மெய்யை அங்கீகரிக்க அவன் இப்போது தயாரில்லை. அந்த அத்தியாயம் தாண்டிவிட்டது. மனது தானாகவே ஒரு குற்ற சிந்தனையும் வராமல் பார்த்துக்கொள்ள வேண்டும். அதற்கு 'குற்றம் தடு' என்று புதுமொழிப் பெயரிடப்பட்டிருந்தது.

'குற்றம் தடு' என்கிற காரியத்தில் அவன் முழுமனதுடன் ஈடுபட்டான். பூமி தட்டைதான் என்று கட்சி சொல்லுகிறது. தண்ணீரைவிட ஐஸ் அதிக கனம் என்று கட்சி சொல்லுகிறது. இதை அங்கீகரிப்பது முதலில் சிரமமாகத்தான் இருந்தது. ஆனால், பழக்க வேகத்தில் சிரமம் ஓரளவு நீங்கிவிடும்.

எவ்வளவு சீக்கிரத்தில் தன்னைச் சுட்டுவிடுவார்கள் என்று சிந்தித்துப் பார்த்தான் வின்ஸ்டன். அது உன் பொறுப்பு என்றான் ஓப்ரியன். ஆனால், அதைச் சாத்தியமாக்க அவன் செய்யக் கூடியது ஒன்றுமில்லை. அவன் உயிர் பத்து நிமிடத்திலே போகுமோ பத்து வருடத்தில் போகுமோ? எதிர்பார்க்கும்போது சாவு வராது என்பது மட்டும் நிச்சயம்.

தூங்கும்போது ஒரு சமயம் கனவொன்று கண்டான். வசந்தத்திலே துளிர்த்துப் பசுமையாக இருந்த புல்லின்மேல் எங்கேயோ ஆற்றோரமாக, காற்றைச் சுவாசித்துக்கொண்டு, மலர்களைப் பார்த்துக்கொண்டு, பட்சிகளின் கானத்தைக் கேட்டுக் கொண்டு அவன் மெதுவாக நடந்துகொண்டிருந்தான். கனவில் தான் என்றாலும் கட்சி அவனை விடுதலை செய்துவிட்டது.

"ஜூலியா! ஜூலியா!" என்று கூவிக்கொண்டே அவன் உடலில் வியர்வை ஆறாகப் பெருகி ஓட விழித்துக்கொண்டான்.

அந்த ஒரு கனவால் எத்தனை மாதத்துச் சித்திரவதைகள் வீணாயினவோ! அவன் கனவு பற்றி அதிகாரிகள் அறிந்து அவனை மீண்டும் சித்திரவதை செய்யத் தொடங்கிவிடுவார்கள்.

கட்சி அதிகாரத்தை மீறவா அவன் விரும்பினான்? மறுபடியும் சிறைவாசத்தைத் தொடங்கவேண்டியதுதான்!

என்றாவது ஒரு நாள் எதிர்பாராதபோது அவனைச் சுட்டு விடுவார்கள் - நெஞ்சின் பின்பக்கத்திலிருந்து சுட்டுவிடுவார்கள். அதற்குள் அவன் இன்னும் எத்தனை அனுபவித்தாக வேண்டுமோ?

கட்சியை மீற அவன் கனவிலும் கருதியது தவறுதான். தண்டனையை அனுபவிக்காமல் அவன் தப்ப முடியாது. ஆனால், கட்சியை வெறுப்பதுதான் மனிதத்தன்மை என்று அவன் மனத்தில் ஒரு பகுதி சொல்லியது. அந்தப் பகுதியும் மறையும் வரை கட்சி அவனைச் சும்மா விட்டு வைக்காது. முத்தண்ணாவைப் பற்றி அவன் உண்மை அபிப்பிராயம்தான என்ன?

வெளியே பூட்ஸ் சப்தம் கேட்டது. கதவைத் திறந்து கொண்டு ஓப்ரியன் வந்தான். "எழுந்து வா" என்று உத்தர விட்டான்.

வின்ஸ்டன் எழுந்து போய் எதிரே நின்றான்.

"என்னை ஏமாற்ற நினைத்தாய் நீ. நிமிர்ந்து நில். நேராக என்னைப் பார்... நீ திருந்திக்கொண்டு வருகிறாய். உன் பைத்தியம் முக்கால்வாசியும் தெளிந்துவிட்டது. உணர்ச்சிகள்தான் அடங்க மறுக்கின்றன உனக்கு. மனம் அடங்கிவிட்டது. முத்தண்ணாவைப் பற்றி உன் உண்மை அபிப்பிராயம் என்ன?"

"அவரை நான் வெறுக்கிறேன்."

"வெறுக்கிறாயா? நல்லது. கடைசி அடி எடுத்துவைக்க வேண்டிய கட்டம் இது. அவர் சொல்லுக்குப் பணிந்தால் மட்டும் போதாது - நீ முத்தண்ணாவிடம் முழுமனதுடன் அன்பு கொள்ள வேண்டும்... இவனை 101ஆம் அறைக்கு அழைத்துப்போங்கள்" என்று காவலாளிகளுக்குக் கட்டளையிட்டான்.

5

கடைசியாக 101ஆம் அறை.

இதுவரை அவன் பார்த்த அறைகளெல்லாவற்றையும் விடப் பெரிதாக இருந்தது இது. எதிரே இரண்டு சிறிய மேஜைகள் போடப்பட்டிருந்தன. நாற்காலியில் உட்கார்ந்தவுடனேயே அவன் கைகால்களைக் கட்டிப்போட்ட மாதிரியாகிவிட்டது.

ஓப்ரியன் உள்ளே வந்து எதிரே நின்றான். "101ஆம் அறையில் என்ன இருக்கிறது என்று கேட்டாயே தெரிந்துகொள். உலகிலுள்ளதில் எல்லாவற்றைக் காட்டிலும் அநேகமாக துன்பம் தருவது இங்கிருப்பதுதான்."

ஒரு கம்பிக் கூண்டை எடுத்துக்கொண்டு ஒரு காவலாளி உள்ளே வந்தான். அந்தக் கூண்டில் என்ன இருந்தது என்று வின்ஸ்டனுக்குத் தெரியவில்லை.

"உலகத்தில் மிகவும் துன்பமானது எது என்பதில் மனிதனுக்கு மனிதன் மாறுபடுகிறது. சிலர் விஷயத்தில் மரணம் கூட சின்ன விஷயமாகத் தோன்றும்..." ஓப்ரியன் நகர்ந்தான். மேஜைமேல் வைக்கப்பட்ட கூண்டு அவன் கண்ணில் பட்டது. அந்தக் கூண்டில் இரண்டு அறைகளில் இரண்டு எலிகள் இருந்தன. "உன்னைப் பற்றிய வரையில் உலகில் மிகவும் பயப்பட வைப்பது எலிகள்தான்" என்றான் ஓப்ரியன்.

பயங்கரமான ஒரு பீதி வின்ஸ்டனைப் பற்றிக்கொண்டது. கூண்டைத் திறந்து அவர்கள் எலிகளை வெளியே விட்டு விட்டார்களானால்... கூண்டின் வாய் இப்போது மூடித்தான் இருந்தது. "இப்படியா செய்வீர்கள்? உண்மையாகவா? கூடாது! கூடாது!" என்று கூவினான் வின்ஸ்டன்.

"கூண்டில் இருப்பவை எலிகள்! எலிகள்தான்."

"ஓப்ரியன்! இதற்கு அவசியம் உண்டா? நீ என்ன செய்யச் சொல்லுகிறாய்!" என்று கதறினான் வின்ஸ்டன்.

பிரசங்கம் செய்பவன் போல நின்றுகொண்டு, வின்ஸ்டனுக்குப் பின்னால் இல்லாத ஒரு சபையை நோக்கிப் பேசினான் ஓப்ரியன்:

"வலி மட்டும் போதாது. எந்த வலியையும் சில மனிதன் தாங்கிக்கொண்டு விடுவான். தாங்கமுடியாதது என்று ஒன்று ஒவ்வொரு மனிதனுக்கும் உண்டு. ஒவ்வொரு மனிதனுக்கும் தாங்கமுடியாதது என்ன என்று கட்சி கண்டுபிடித்து வைத்துக் கொண்டு அதை உபயோகிக்கிறது. இதைத் தாங்குவது, தாங்காதிருப்பதோ, தைரியம், தைரியமின்மை என்கிற பிரச்சனையில்லை. அல்பமான ஒரு விஷயம் தாங்கமுடியாததாக இருக்கலாம். அதை வைத்துப் பயமுறுத்தும்போது நீ எதற்கும் தயாராகிவிடுவாய்."

"என்ன செய்ய வேண்டும் என்று சொல் - நான் செய்யத் தயார்" என்றான் வின்ஸ்டன்.

“எலிக்கூண்டை அருகிலிருந்த மேஜை மேல் கொண்டு வந்து வைத்தான் ஓப்ரியன். தனியாக ஒரு பாலைவனத்தில் ஒரு எலியுடன் மாட்டிக் கொண்டவன் போல செயலிழந்து நின்றான் வின்ஸ்டன்.

ஓப்ரியன் மேலும் சொன்னான்: “எலி வந்து ஆட்களைத் தின்றுவிடும் - கடித்துக் கடித்துத் தின்றுவிடும் என்பது விஞ்ஞான ரீதியில் உண்மை. ப்ரோல்கள் வீடுகளில் சில சமயம் எலிகள் வந்து ஒரு குழந்தையைக் கடித்துத் தின்றுவிட்டன என்று பத்திரிகைகளில் படித்திருப்பாயே நீ. மனிதன் உதவியற்றிருக்கிறான் என்று அறிந்துகொள்வதில் எலிகள் அதிசயிக்கத்தக்க அறிவுள்ளவையாக இருக்கின்றன.”

கூண்டில் இருந்த இரண்டு எலிகளும் சண்டைபோடத் தொடங்கின. யார் வின்ஸ்டனைத் தின்பது என்பதற்காகச் சண்டை போட்டனபோலும் அவை. முனகினான் வின்ஸ்டன்.

கூண்டை அவன் முகத்தருகே கொணர்ந்தான் ஓப்ரியன். அதில் போட்டிருந்த பை அவன் தலையை மூடிவிடும். கூண்டைத் திறந்தால் எலியும் அவன் முகமும் அந்த வலைக்குள் இருக்கும். வின்ஸ்டனால் முகத்தைத் திருப்பிக்கொள்ள முடியாதபடி கட்டிப்போட்டிருந்தது. “முதல் முள்ளைத்தான் அழுத்தினேன். இரண்டாவது முள்ளை அழுத்தினால் எலிகள் வெளியே வந்துவிடும். முதலில் வலையை உன் தலைமேல் மாட்டிவிடுகிறேன்; எலிகள் பாய்ந்து உன் கன்னத்தைப் பொத்தல் செய்து கொண்டு வாய்க்குள் புகுந்துவிடும் - அல்லது கண்கள் மூலமாக மண்டைக்குள் போகுமோ யார் சொல்ல முடியும்?” என்று சொல்லிக்கொண்டே வலையை அவன் முகத்தை மூடிப் போட்டான்.

வேறு எதுவும் தெரியவில்லை. கூண்டும் வலையும் மறைந்தன. மூக்கில் எலி நாற்றம் வீசியது. பயங்கரமான அசுரர்கள்போல எலிகளும் அவனையே பார்த்துக்கொண்டு நாக்கைச் சப்புக்கொட்டிக்கொண்டு உட்கார்ந்திருந்தன. சிந்திக்க முயன்றான் வின்ஸ்டன். தன்னைக் காப்பாற்றிக்கொள்ள ஒரு வழிதான் உண்டு. ஒரே வழி.

பண்டைய நாளைய சீனாவில் இது சாதாரணமாக அனுஷ்டிக்கப்பட்டு வந்த ஒரு தண்டனை.

கூண்டின் கம்பி அவன் முகத்தில் ஜில்லென்று பட்டது. உடனேயே அந்த வழியைக் கடைப்பிடிக்க முயன்றான் வின்ஸ்டன்.

எலிகளிடமிருந்து தன்னைக் காப்பாற்றக்கூடியவள் அவள் ஒருத்திதான்.

"இதை ஜூலியாவுக்குச் செய்யுங்களேன்! என்னை விடுங்கள், என்ன ஜூலியாதான் தண்டிக்கப்பட வேண்டியவள். வேண்டுமானாலும் செய்யுங்கள் அவளை. முகத்தைப் பூராவும் எலிகள் தின்னட்டும். எலும்பு தெரியத் தின்னட்டும்; எனக்கு வேண்டாம். ஜூலியாவைப் பிடியுங்கள்."

பின்னால் சாய்ந்தான் வின்ஸ்டன். அவன் முகத்தை மூடியிருந்த வலை அகற்றப்பட்டது. ஓப்ரியன் இன்னமும் பக்கத்தில் நின்று கொண்டிருந்தான். எலிகள் எங்கேயோ போய்விட்டன.

6

செஸ்ட்நட்மரச் சிற்றுண்டிச்சாலையில் அதிக ஆரவாரம் இல்லை. கூட்டம் இல்லை. ஜன்னல் வழியாக சூரிய ஒளி சரிந்துவந்து தூசிபடிந்த மேஜைமேல் விழுந்தது. மணி இரண்டு. தகர டப்பா சங்கீதம் டெலிஸ்க்ரீனிலிருந்து வந்து கொண்டிருந்தது.

வின்ஸ்டன் தனக்கு வழக்கமாகிவிட்ட மூலையில் உட்கார்ந்திருந்தான். எதிர்ச் சுவரில் இருந்த முத்தண்ணா படத்தை அடிக்கடி நிமிர்ந்து பார்த்தான். காலிக் கோப்பையை மீண்டும் மீண்டும் பார்த்தான். அவன் கேட்காமலே ஒரு சிறிய பையன் வந்து கோப்பையில் வெற்றி மதுவை ஊற்றிவிட்டுப் போனான். அதில் ஒரு சில துளிகள் கிராம்பு சேர்த்த செயற்கைச் சர்க்கரையும் போட்டான். அது அந்த இடத்து உயர்ந்த ரகத் தயாரிப்பு.

சிறிது நேரத்துக்கெல்லாம் டெலிஸ்க்ரீனில் செய்திகள் வரத்தொடங்கும். அமைதி மந்திரி சபையிலிருந்து செய்தி வரலாம். ஆப்பிரிக்கா பக்கத்திலிருந்து வந்த யுத்தச் செய்திகள் திருப்திகரமானவையாக இல்லை. அன்று நாள் பூராவும் இதுபற்றித்தான் வின்ஸ்டன் கவலைப்பட்டுக் கொண்டிருந்தான். ஒரு யூரேஷிய சேனை (ஓஷியேனியா என்றுமே யூரேஷியாவுடன்தான் யுத்தம் செய்துகொண்டிருந்தது) தெற்கு நோக்கி வெகு வேகமாக முன்னேறிக்கொண்டிருந்தது. காங்கோ பிரதேசத்தில் இருசேனைகளும் கைகலக்கலாம். மத்திய ஆப்பிரிக்கா போய்விடுமென்பது மட்டுமல்ல. இது ஓஷியேனியாவுக்கு ஆபத்து விளைவிக்கக்கூடிய செய்தி.

ஒரு வேக உணர்ச்சி, பயம் என்று சொல்லமுடியாத ஒரு உற்சாகம் அவனுள் எழுந்து அடங்கியது. சண்டையைப் பற்றி எண்ணுவதை நிறுத்தினான் அவன். இந்த நாட்களில் அவனால் எதைப்பற்றியுமே அதிகநேரம் சேர்ந்தாற்போல சிந்திக்க முடிவதில்லை. வெற்றி மதுவை எடுத்து ஒரே வாயாக அருந்தினான். மது அவன் உடம்பை உலுக்கிற்று. தொண்டையை எரியச் செய்தது அது. என்ன மோசமான மது! எண்ணெய் வாசனை அடித்தது அது. அந்த வாசனை 101ஆம் அறை எலிகளின் ஞாபகத்தைக் கிளப்பிவிட்டது.

அவன் அதெல்லாம் பற்றி எண்ணுவதே கிடையாது. அகக் கண்முன் மீண்டும் அந்தக் காட்சிகளை அவன் கொண்டு வருவதே கிடையாது. மூக்கில் அந்த நாற்றம் எப்போதும் அடித்துக் கொண்டிருந்தது. கடிக்க வந்த எலிகளின் தோற்றம் அவன் கண்முன் எப்போதும் இருந்தது. மது வயிற்றில் உட்கார்ந்ததும் ஏப்பம் வந்தது. பெரிதாக ஏப்பம் விட்டான். ஓட்டல் வேலைக்காரன் அன்றைய டைம்ஸ் பத்திரிகையையும் ஒரு சதுரங்கப் பலகையையும் அவன் முன் கொணர்ந்து வைத்தான். விடுதலைக்குப்பின் வின்ஸ்டன் பெருத்துவிட்டான். அவன் பழக்கங்களை நன்கு அறிந்த வெயிட்டர் மீண்டும் அவன் கோப்பையில் மதுவை ஊற்றினான். எப்போதும் அந்த மூலை அவனுக்குக் காலியாக இருக்கும். சதுரங்கப் பலகை எப்போதும் தயாராக இருந்தது. அவன் அருகில் வந்து உட்கார யாரும் என்றுமே துணிந்ததேயில்லை. எத்தனை கோப்பைகள் குடித்தான் என்று அவன் கணக்குப் பார்த்ததில்லை. சில சமயம் பில் தருவார்கள். ஆனால், அவனிடம் குறைத்தே பணம் வாங்கினார்கள் என்று எண்ணினான் அவன். இப்போது அவனிடம் போதிய பணம் இருந்தது. விடுதலைக்குப்பின் அவனுக்கு நல்ல வேலை ஒன்று கிடைத்தது. வேலையும் குறைவு, சம்பளமும் அதிகம். கட்சி அவனைச் சரிவரவே கவனித்துக்கொண்டது.

டெலிஸ்க்ரீன் சங்கீதம் நின்றது. சண்டைச் செய்திக்குப் பதில் பொருளாதார இலாகா ஒரு அறிக்கையை வெளியிட்டது. பத்தாவது மூன்று வருட திட்டத்தில் பூட் லேஸ் உற்பத்தி எதிர்பார்த்ததைவிட 98 சதம் அதிகமாகியிருப்பதாக இலாகா அறிவித்தது.

சதுரங்கப் பிரச்சனை ஒன்றை விடுவிக்கக் காய்களை நகர்த்தி வைத்தான் அவன். முத்தண்ணாவின் முகத்தைப் பார்த்துக் கொண்டே சதுரங்க ஆட்டத்தை ஆடினான். காய்களை மெதுவாக நகர்த்தினான். வெள்ளைக் காய்களை இரண்டு ஆட்டத்தில் கட்ட வேண்டும். வெள்ளைதான் எப்போதுமே ஜெயிக்கிறது. சதுரங்கப்

புதிர் எதிலும் கறுப்பு ஜெயித்ததில்லை. உலகில் நிரந்தரமான நல்லதுதான் தீமையை வெல்லும் என்பதை உருவகப்படுத்துகிற உண்மையோ அது. முத்தண்ணாவின் படம் சுவரிலிருந்து அவனையே பார்த்துக்கொண்டிருந்தது.

டெலிஸ்க்ரீன் குரல் அலறிற்று. "இரண்டு பதினைந்துக்கு முக்கியமான அறிவிப்பு. அதைக் கவனிக்கத் தவறிவிடாதே." மீண்டும் சங்கீதம் தொடங்கியது.

வின்ஸ்டனின் உள்ளம் நெகிழ்ந்தது. முக்கிய அறிவிப்பு யுத்த செய்தியாகத்தான் இருக்கும். அது கெட்ட செய்தியாகத்தான் இருக்கும். அன்று பூராவும் துளித்துளியாக அவன் மனத்தில் ஒரு வேகம் பிறந்து பெரிதாகிக்கொண்டிருந்தது. ஆப்பிரிக்காவைப் பற்றிய செய்திகள் அவன் அமைதியைக் குலைத்தன. ஆப்பிரிக்கத் தோல்வி அவன் மனத்தில் விசுவரூபம் எடுத்தது. இதுவரை தோல்வியறியாத ஓஷியேனியா துருப்புகளை வெட்டிச் சாய்த்துக்கொண்டு யூரேஷிய சேனை முன்னேறுவதை அவன் கற்பனை செய்து பார்த்துக்கொண்டான். தோல்வி, ஓட்டம், உலகைப் பங்குபோடுவது, கட்சியின் அழிவு எதுவும் அதற்குப் பிறகு நடக்கலாம். பெருமூச்சு விட்டான் வின்ஸ்டன். மிகவும் குழப்பமான பல உணர்ச்சிகள் அவனுள் எழுந்து கொந்தளித்தன. உடலின் கீழ்தோல் உரிவதுபோல பலவித உணர்ச்சிகள் அவனுள் உரிந்தன.

அந்த உணர்ச்சி வேகம் அடங்கியது. வெள்ளைக் குதிரையை எடுத்து நகர்த்தினான். ஆனால், அவனுக்கு இப்போது சதுரங்கத்தில் மனம் இல்லை. அவன் சிந்தனைகள் ஓடித்திரிந்தன. மேஜைமேல் படிந்திருந்த புழுதியில் பிரக்ஞையில்லாமலே

2ம் 2ம் 5 - என்று அவன் எழுதினான்.

"உன்னுள் புகுந்து செய்ய முடியாது" என்றான் அவன். ஆனால், அவர்கள் புகுந்து செய்வதைச் செய்தே விட்டார்கள். "இங்கு உனக்கு நேருவது என்றும் நேருவதுமாதிரித்தான் - நித்தியமானது" என்றான் ஓப்ரியன். அது உண்மை. தன் காரியங்களிலிருந்து தப்பமுடியாது சில சமயம். உனக்குள் ஏதோ இறந்து விட்டது. அதைச் சுட்டுவிட்டார்கள். அது இருந்த இடத்தில் இப்போது தீ பட்ட வடுதான் இருந்தது.

அவன் அவளைப் பார்த்தான்; அதில் ஒரு அபாயமுமில்லை என்பதை அவன் எப்படியோ அறிந்திருந்தான். போலீஸ் அவளை இப்போது கண்காணிப்பதில்லை. அவர்களிருவரும் இஷ்டப்பட்டால்

மீண்டும் சேரலாம்; இன்புறலாம். ஒருநாள் எதிர்பாராமல்தான் அவர்களிருவரும் சந்தித்தார்கள். மார்ச் மாதத்தில் மிகவும் மோசமான ஒரு தினத்தில் அவர்கள் பூங்காவில் சந்தித்தார்கள். பூமியே இரும்பு மாதிரி கெட்டிப்பட்டிருந்தது. வழி நெடுக புல்லே செத்துக்கிடந்தது. ஒரு பூ, ஒரு மொட்டுகூட எந்தச் செடியிலும் இல்லை. கண்களில் நீர் துளிர்க்க, குளிரால் விறைத்த கால்களுடன் போகும்போது அவளைச் சந்தித்தான் அவன். தெளிவாகாத ஒரு விதத்தில் அவள் வெகுவாக மாறிவிட்டாள் என்று தோன்றியது அவனுக்கு. கவனிக்காமலே இருவரும் ஒருவரை ஒருவர் தாண்டிவிட்டனர். பிறகு அவன் திரும்பி ஆர்வமில்லாமல் அவளைப் பின்தொடர்ந்தான். அபாயம் எதுவுமில்லை. யாரும் இனி அவளைக் கவனிக்கமாட்டார்கள். அவள் எதுவும் பேசவில்லை. அவன் தன் பக்கத்தில் வருவதற்கு எதுவும் ஆட்சேபணை சொல்லாமல் நடந்தாள். அவனை விரட்டிவிட மனமில்லாதவள் போல நடந்தாள். ஒரு புதர்ப்பக்கம் இருவரும் போனார்கள். ஒரே குளிராக இருந்தது. புதர் மறைவும் குளிரிலிருந்து பாதுகாப்புத் தரவில்லை. இருவரும் அங்கு நின்றார்கள்; அவன் அவள் இடுப்பில் கைகொடுத்து அணைத்துக்கொண்டான்.

டெலிஸ்க்ரீன் எதுவும் பக்கத்தில் இல்லை. ஆனால், எங்காவது ஒலிவாங்கி இருக்கலாம். அவர்களைப் பலர் கவனிக்கலாம். ஆனால், அதனாலெல்லாம் அபாயம் எதுவுமில்லை என்று வின்ஸ்டனுக்கு எப்படியோ தெரிந்தது. இஷ்டப்பட்டிருந்தால் அங்கேயே அவர்கள் கூடியுமிருக்கலாம். அவள் விடுவித்துக் கொள்ள முயலவில்லை - வேறு விதமான உணர்ச்சியும் காட்டவில்லை அவள். அவள் எப்படி மாறிவிட்டாள். ஏன் மாறிவிட்டாள் என்பதை உணர்ந்தான் அவன். அவள் முகம் இருண்டு கருத்திருந்தது. தலையில் முடி மறைத்த ஒரு நீள வடு இருந்தது. அவள் இடுப்பில் முன்போல ஒரு இன்பம் இல்லை. செத்த பிணத்தின் இடுப்பை அணைவதுபோல இருந்தது. அவள் மேல்தோல்கூட முன்போல இராது என்று உணர்ந்தான் அவன்.

அவன் அவளை முத்தமிட முயலவில்லை. அவர்கள் பேசவுமில்லை. இருவரும் அங்கு தாண்டிப் போகும்போது நிமிர்ந்து அவனை நேராக நோக்கினாள் அவள். ஒரு அலட்சியமும் அருவருப்பும் அந்தப் பார்வையிலே இருந்தது. சென்றுபோன காரியங்களின் விளைவா அந்த அருவருப்பு அல்லது தன் உருவமும் மாறிவிட்டது என்பதனால் ஏற்பட்ட அருவருப்பா? இரண்டு இரும்பு நாற்காலிகளில் அடுத்தடுத்து உட்கார்ந்தார்கள் அவர்கள். அவள் கால்களும் தடித்திருந்தன என்று கவனித்தான் அவன். காலால் ஒரு

குச்சியை மிதித்து ஒடித்தாள் அவள். ஏதோ சொல்ல விரும்பினாள் அவள் என்று எண்ணினான்.

"நான் உன்னைக் காட்டிக் கொடுத்தேன்" என்றாள் அவள்.

"நானும் உன்னைக் காட்டிக் கொடுத்தேன்."

அருவருப்புடன் மீண்டும் அவனைப் பார்த்தாள்.

"தாங்கமுடியாததைக் காட்டி பயமுறுத்தினார்கள் சில சமயம். அவனுக்குச் செய்; என்னை இப்படி வதைக்காதே என்று சொல்லத்தானே தோன்றுகிறது. உன்னைக் காப்பாற்றிக் கொள்ள நீ பிறரைக் காட்டிக்கொடுக்க வேண்டியதாகிவிடுகிறது" என்றாள் அவள்.

"ஆமாம். தப்ப வேண்டுமே."

"அதற்குப் பிறகு நம் சிந்தனைகள் பழைய மாதிரி இருப்பது சாத்தியமல்ல."

"சாத்தியமல்ல."

அதற்கு மேல் சொல்ல எதுவும் இருந்ததாகத் தெரியவில்லை. காற்று அவர்கள் ஆடைகளைக் கலைத்தது. மௌனமாக அங்கு உட்கார்ந்திருப்பதும் சிரமமாகத்தான் இருந்தது. ரெயிலைப் பிடிக்கவேண்டும் என்று சொல்லி எழுந்தாள்.

"நாம் மறுபடியும் சந்திப்போம்."

"சந்திப்போம்."

வின்ஸ்டன் தொடர்ந்து எதுவும் பேசாமல் கொஞ்சதூரம் போனான். அவர்கள் மறுபடியும் பேசவில்லை. அவனைவிட்டுப் போய்விட அவள் முனையவில்லை. ஆனால், வேகமாக நடந்தாள். இந்தக் குளிரில் எதற்காக அவளுடன் போகவேண்டும் என்று தோன்றிற்று அவனுக்கு. சத்திரத்தில் இதைவிட கதகதப்பாக, சுகமாக இருக்கும். பின்தங்கியவன் மீண்டும் அவளைத் தொடர்ந்து கிளம்பியபோது அவளைக் கூட்டத்தில் கண்டுகொள்ள இயலவில்லை.

அப்படிக் கூறும்போது அரை மனதுடன்தான் நீ சொன்னாய். காப்பாற்றிக்கொள்ள வேறு வழியறியாமல் சொன்னாய்! உண்மைதான். ஆனால், அவன் முழுமனத்துடன்தான் அவளைக் காட்டிக்கொடுத்தான். தன்னை வதைப்பதைவிட அவளை அவர்கள் வதைக்கட்டும் என்று அவன் எண்ணியது உண்மை தான்...

க.நா. சுப்ரமண்யம்

டெலிஸ்க்ரீன் சங்கீதம் மாறியது. கேலியான ஒரு கீதம் பாடியது. மஞ்சள் கீதம் அது. "ஒரு விரிந்த செஸ்ட்நட் மரத்தின் கீழ், நீ என்னை விற்றாய், நான் உன்னை விற்றேன்" என்று பாடியது டெலிஸ்க்ரீன்.

அவன் கண்களில் நீர் நிறைந்தது. ஒரு வெயிட்டர் அவன் கோப்பை காலியாக இருப்பதைக் கண்டு இன்னும் கொஞ்சம் மதுவை ஊற்றினான்.

மதுவை முகர்ந்து பார்த்தான். இந்த மதுவை நம்பித்தான் அவன் வாழ்க்கை நடத்தவேண்டியதாக இருந்தது. இரவு படுக்கும்போது மது போதையில்தான் உறங்கினான். காலையில் விழிப்பதும் மதுவுடன்தான். கையில் புட்டியுடன் நாட்களைக் கழித்தான் அவன். அவனை இப்போது யாரும் ஏன் என்று கேட்பது கிடையாது. எப்பவாவது காரியாலயத்துக்குப் போய் கொஞ்சம் வேலை செய்வான். புதுமொழி அகராதி தயார் செய்கிற கமிட்டிகளில் ஒரு சிறு கமிட்டியில் அவன் பதவி வகித்தான். அவன் செய்த வேலை சுலபமானதுதான். கமிட்டியில் அவனைப் போல நான்கு பேர் இருந்தார்கள். கூடிக் கூடிக் கலைவதைத் தவிர அவர்கள் என்ன செய்தார்கள் என்று சொல்வது சிரமம். சில சமயம் புரியாத விவாதங்கள் பல நடக்கும். உற்சாகமாகச் சில சமயம் அவர்கள் அல்ப விஷயங்கள் பற்றிப் பெரிதாகச் சண்டைகள் போடுவார்கள்.

டெலிஸ்க்ரீன் சிறிது நேரம் ஓய்ந்தது. செய்தி வரப் போகிறதோ? இல்லை, சங்கீதம் பாடியது, அவ்வளவுதான். அவன் கண் இமைகளில் ஆப்பிரிக்காவின் படம் வரையப்பட்டிருப்பது போல இருந்தது. சேனைகள் நகருவது போல அவன் கண்முன் காட்சி அளித்தது. எதிரில் இருந்த அசைவற்ற முகத்தைப் பார்த்தான் அவன்.

அவன் உற்சாகம், கவனம் மீண்டும் குறைந்தது. இன்னொரு வாய் மது அருந்தினான். வெள்ளைக் குதிரையை இன்னொரு கட்டம் நகர்த்தினான். சரியான நகர்த்தல் அல்ல அது –

ஒரு நினைவு அவன் மனதில் மிதந்து வந்தது. மெழுகுவர்த்தி வெளிச்சம் மங்கலாக ஒரு படுக்கையைக் காட்டியது. அவனுக்கு வயது ஒன்பது அல்லது பத்து இருக்கும். தாயக் கட்டைகளை உலுக்கி உலுக்கிப் போட்டுக்கொண்டிருந்தான் அவன். எதிரில் உட்கார்ந்து அவன் தாயார் சிரித்துக்கொண்டிருந்தாள்.

அவள் மறைவதற்கு ஒரு மாதத்திற்கு முன் நடந்த ஒரு சம்பவம் அது. வயிற்றுப் பசியை மறந்துவிட்டு அம்மாவிடம் அவன் பிரியமாக இருந்த சந்தர்ப்பம் அது. ஒரேயடியாக மழை பெய்து

இருந்தது. அம்மா தனக்கு ஒரு புதிய பொம்மை அழகான பொம்மை வாங்கித் தருவதாக வாக்களித்திருந்தாள். இருவரும் 'சொர்க்கப் படம்' ஆடிக் கொண்டிருந்தார்கள். ஏணிகளில் ஏறி பாம்புகளின் வழியாக இறங்கும்போது ஆனந்தமாகச் சிரித்தான் அவன். எட்டு ஆட்டங்கள் ஆடினார்கள் அவர்கள். நாலில் அவன் ஜெயித்தான். நாலில் அவன் அம்மா ஜெயித்தாள். அவன் தங்கையும் காரணம் தெரியாமலே அவர்களுடன் சேர்ந்து சிரித்தாள். ஒரு நாள் மாலை நேரம் பூராவும் சந்தோஷமாக இருந்தார்கள் மூவரும்.

இந்த ஞாபகத்தைப் பின்னுக்குத் தள்ளினான் வின்ஸ்டன். அது தவறான நினைவு. இன்னமும் தவறான நினைவுகள் பல அவன் மனத்தை மறைத்தன. என்ன என்று அவற்றை அறிந்தவன் அதிர்ஷ்டசாலி; சில சம்பவங்கள் உண்மை, சில பொய். உண்மை எது, பொய் எது என்று அறியவேண்டும். சதுரங்க ஆட்டத்தைக் கவனித்தான் மறுபடியும். கையிலெடுத்த காயை படாரென்று மேஜை மேல் போட்டுவிட்டு டெலிஸ்க்ரீன் செய்தியைக் கவனித்தான்.

டெலிஸ்க்ரீனில் கொம்பு ஊதியது. செய்தி அறிக்கை அது. வெற்றிச் செய்தி. கொம்பு ஊதினால் வெற்றி என்றுதான் அர்த்தம். ஒரு மின்சார வேகம் பரவியது அங்கிருந்தவர் உள்ளங்களிலெல்லாம். ஒரு ஊசி குத்தியதை உணர்ந்தவன் போலத் தூக்கி வாரிப்போட்டது அவனுக்கு.

டெலிஸ்க்ரீனிலிருந்து ஏகப்பட்ட சப்தம் கேட்டது. அளவற்ற உற்சாகத்துடன் விடுவிடென்று ஒரு குரல் பேசியது. வெளியே ஆரவாரம் எழுந்து டெலிஸ்க்ரீன் குரலையும் அடக்கிற்று. வெற்றிச் செய்தி ஜனங்களை ஆரவாரிக்கச் செய்தது. செய்தியின் முதல் பகுதியில் போதுமானது அவன் காதில் விழுந்துவிட்டது. "நமது சேனை, ரகசியமாக எதிரிகளின் பின் வந்து வளைத்துக்கொண்டுவிட்டது. ஏராளமான எதிரிகளைக் கைதிகளாக்கி அடிமைப் படுத்திவிட்டது. இது மாபெரும் ஒரு காரியம் - பூரண வெற்றி - ஆப்பிரிக்கா பூராவும் நம் கையில் வந்துவிட்டது மனித சரித்திரத்தில் மிகவும் மகத்தான வெற்றி- வெற்றி! வெற்றி! வெற்றி!"

மேஜைக்கடியில் வின்ஸ்டனின் கால்கள் தாமாக நாட்டிய மாடின. அவன் தன் ஆசனத்திலிருந்து எழுந்திருக்கவில்லை. ஆனால், அவன் கற்பனையில் வெற்றி முழக்கம் செய்த கூட்டத்துடன், அதில் ஒருவனாக ஓடிக்கொண்டிருந்தான். காது செவிடாக அவனும் வெற்றி கோஷம் செய்தான். முத்தண்ணாவின் உருவத்தை நிமிர்ந்து பார்த்தான். உலகை வென்ற பெரியோன்! ஆசியாவின் அலைகள் வந்து மோதியும்

அழிக்க முடியவில்லை முத்தண்ணாவை! பத்து நிமிடத்துக்கு முன்கூட முத்தண்ணாவுக்கும் ஓஷியேனியாவுக்கும் அழிவு காலம் வர வேண்டும் என்கிற எண்ணம் அவன் மனத்திலிருந்தது என்று ஞாபகம் வந்தது அவனுக்கு. வெற்றி வருமா? தோல்வியா என்று அவன் சந்தேகித்ததே தவறில்லையா? யூரேஷியன்சேனை பலமா நசித்தது? இல்லை. அதற்கும் அதிகமானது ஏதோ ஒன்று. அன்பு மந்திரிசபைக் காரியாலயத்திற்குள் போன நாள் முதலாக இன்று வரை அவனுக்குள் எத்தனையோ மாறுதல்கள் நேர்ந்தன. அவற்றில் இதுதான் இப்போது நடந்த மாறுதல்தான் முக்கியமானது என்று எண்ணினான். அவனை ஓஷியேனியா பிரஜையாக ஆக்கியது இம் மாறுதல்.

டெலிஸ்க்ரீன் குரல் அலறிக்கொண்டிருந்தது. கைதிகள் இவ்வளவு பேர். கைப்பற்றப்பட்ட செயலகங்கள் இவ்வளவு என்று சொல்லிக்கொண்டிருந்தது. வெளியே வெற்றி கோஷங்கள் தேய்ந்துவிட்டன. வின்ஸ்டனின் கோப்பையை நிரப்பினான் ஒருவன். இப்போது அவன் வெற்றி கோஷம் செய்யவில்லை. முழுக் கட்சி மனிதனாகத் திருந்தி அவன் இப்போது அன்பு மந்திரிசபைக் கட்டிடத்தில் இருந்தான். அவன் குற்றங்கள் எல்லாம் தீய்ந்துவிட்டன. அவன் ஆத்மா மாசுமருவற்ற வெண்மையாக இருந்தது. நீதி ஸ்தலத்தில் நின்றுகொண்டு ஊரில் தனக்குத் தெரியாதவர்கள் எல்லோரையும் தன்னுடன் சதிக் குற்றம் சாட்டிக்கொண்டு நின்றான் அவன். கல் தளம் போட்ட பாதையில் காவலாளிகள் புடைசூழ இருட்டற்ற பிரதேசத்திலே அவன் கற்பனையில் நடந்துகொண்டிருந்தான். குண்டு அவன் கழுத்தின் பக்கம் பாய இருந்தது.

சுவரில் இருந்த முத்தண்ணாவின் முகத்தை நிமிர்ந்து பார்த்தான். அந்த இருண்ட மீசைக்கும் கீழே எப்படிப்பட்ட புன்சிரிப்பு ஒளிந்திருந்தது என்று காண அவனுக்கு நாற்பது வருடங்களாயின; கொடுமையான, அவசியமேயில்லாத தப்பபிப்பிராயம் அது! பிடிவாதமாக அன்புப் பிடிப்பிலிருந்து அவன் ஏன் நழுவி நின்றான்? மூக்கின் இருபக்கத்திலும் இரண்டு கண்ணீர் முத்துகள் உருண்டு வந்து அவனுடைய வெற்றி மதுக் கோப்பையில் விழுந்தன; ஆனால், எல்லாம் நேரமாகிவிட்டது. எல்லாம் சரிப்பட்டுவிட்டது. போர் முடிந்துவிட்டது. தன்னைத் தானே வென்றுகொண்டு விட்டான் அவன். முத்தண்ணாவைக் காதலிக்க ஆரம்பித்துவிட்டான் அவன்.

★